ഇന്ത്യൻ
നവോ

INSIGHT PUBLICA ®

INSIGHT PUBLICA®
Nadakkavu, Kozhikode, Kerala
Tel:0495–4020666
www.insightpublica.com
e-mail: insightpublica@gmail.com
Indian Paithrikavum Navodhanavum
M. N. Roy
(Malayalam Essays)
Translated by: M.V. Haridasan
Book Design: kjvj@insight
First Edition: December 2020
This Edition: August 2022

ISBN 978-93-90404-75-9
Printed and Published by
Insightinpublica Printers & Publishers Pvt. Ltd.

ഇന്ത്യൻ പൈതൃകവും നവോത്ഥാനവും

എം.എൻ.റോയ്

വിവർത്തനം : എം.വി.ഹരിദാസൻ

INSIGHT PUBLICA®

എം.എൻ.റോയ്

1887-ൽ ബംഗാളിലെ 24 പർഗാനാസ് ജില്ലയിൽ ജനനം. ഒരു തീവ്ര ദേശീയവാദിയായി പൊതുജീവിതം ആരംഭിച്ച് കമ്മ്യൂണിസത്തിലൂടെ റാഡിക്കൽ ഹ്യൂമനിസം എന്ന സ്വന്തം ദർശനത്തിൽ എത്തിച്ചേർന്നു. മെക്സിക്കൻ കമ്മ്യൂണിസ്റ്റ് പാർട്ടിയുടെയും ഇന്ത്യൻ കമ്മ്യൂണിസ്റ്റ് പാർട്ടിയുടെയും സ്ഥാപകൻ. കമ്മ്യൂണിസ്റ്റ് ഇന്റർനാഷണലിൽ ലെനിനോടൊപ്പം ഉണ്ടായിരുന്നു. ബ്രിട്ടീഷ് ഭരണകാലത്ത് കാൺപൂർ, മീററ്റ് കമ്മ്യൂണിസ്റ്റ് ഗൂഢാലോചനക്കേസുകളിൽ ശിക്ഷിക്കപ്പെട്ട് 6 വർഷം തടവറയിലായിരുന്നു. ഗാന്ധിയൻ ദേശീയവാദത്തിന്റെ നിശിതവിമർശകനായിരുന്നു. 1940 കളുടെ മദ്ധ്യത്തോടെ കമ്മ്യൂണിസ്റ്റ് ആശയങ്ങളോട് വിടപറയുകയും റാഡിക്കൽ ഹ്യൂമനിസം എന്ന ഒരു ദർശനം ആവിഷ്കരിക്കുകയും ചെയ്തു. ദി മാസ്സസ്സ്, വാൻഗാർഡ്, ഇൻഡിപെൻഡന്റ് ഇന്ത്യ, റാഡിക്കൽ ഹ്യൂമനിസ്റ്റ്, മാർക്സിയൻ വേ, ഹ്യൂമനിസ്റ്റ് വേ എന്നീ ആനുകാലികങ്ങളുടെ പത്രാധിപരായിരുന്നു. ഇന്ത്യ ഇൻ ട്രാൻസിഷൻ, ന്യൂ ഹ്യൂമനിസം, ബിയോണ്ട് കമ്മ്യൂണിസം, സയൻസ് ആന്റ് ഫിലോസഫി, മെറ്റീരിയലിസം, റീസൺ-റൊമാന്റിസിസം-റെവല്യൂഷൻ എന്നിവ പ്രധാന കൃതികൾ. 1954 ൽ ഡെറാഡൂണിൽ വച്ച് മരണപ്പെട്ടു.

എം.വി.ഹരിദാസൻ

1970 ൽ കൊല്ലങ്കോട് ജനനം. പഞ്ചായത്തിൽ അക്കൗണ്ടന്റ്. വാക്കറിവ് എന്ന മാസികയുടെ പ്രസിദ്ധീകരണത്തിൽ സഹകരിക്കുന്നു. പ്രപഞ്ചവും ഈശ്വരനും എന്ന പുസ്തകം പ്രസിദ്ധീകരിച്ചിട്ടുണ്ട്. എം.എൻ.റോയിയുടെ ദിവ്യൻമാരുടെ മനഃശാസ്ത്രം, ഫാസിസത്തിന്റെ തത്ത്വശാസ്ത്രം, ഭാരതീയ ചിന്തയും ഫാസിസവും, ദേശീയവാദത്തിന്റെ ഫാസിസ്റ്റ്മാനങ്ങൾ എന്നീ കൃതികൾ വിവർത്തനം ചെയ്തിട്ടുണ്ട്. സ്വാതന്ത്ര്യത്തിന്റെ ദാർശനികത-കെ.വേണുവിന്റെ വിചാരലോകം എന്ന ഒരു അഭിമുഖഗ്രന്ഥവും പ്രസിദ്ധീകരിച്ചിട്ടുണ്ട്. എറിക് ഫ്രോം, രവീന്ദ്രനാഥ് ടാഗോർ, നിരഞ്ജൻ ധർ, ലക്ഷ്മൺശാസ്ത്രി ജോഷി, ശിവനാരായൺറായ്, വി.എം.താർക്കുണ്ഡെ, ദക്ഷിണരഞ്ജൻ ശാസ്ത്രി എന്നിവരുടെ ചില രചനകൾ വിവർത്തനം ചെയ്തിട്ടുണ്ട്. vakkarivu.blogspot.com എന്ന പേരിൽ ഒരു ബ്ലോഗ് ഉണ്ട്.

ഇ-മെയിൽ : harivakkarivu@gmail.com

ഉള്ളടക്കം

ഇന്ത്യൻ നവോത്ഥാന പ്രസ്ഥാനം

നവോത്ഥാന പ്രസ്ഥാനം അഥവാ ഇന്ത്യൻ നവോത്ഥാനത്തെക്കുറിച്ചുള്ള ആശയം കുറേക്കാലമായി എനിക്കു വളരെ പ്രിയപ്പെട്ട ഒന്നാണ്. ഏതാണ്ട് അരനൂറ്റാണ്ടായി നമ്മുടെ രാജ്യത്തിന്റെ പൊതുജീവിതത്തിൽ പ്രധാന സ്ഥാനം വഹിക്കുന്ന രാഷ്ട്രീയ പ്രസ്ഥാനത്തേക്കാൾ ഏറെ വിശാലമായ ഒരു ഭൂമികയെ അതുൾക്കൊള്ളുന്നു. ഈ രാഷ്ട്രീയപ്രസ്ഥാനം ഒരു ലക്ഷ്യത്തിലേക്കുള്ള ഒരുപായം മാത്രമാണ്. ഇന്ത്യ ഒരു പിന്നാക്ക രാജ്യമാണ് എന്നു പറയുമ്പോൾ, പല പരിഗണനകളാൽ പല ഇന്ത്യക്കാരും കോപാകുലരാകും. അവർ വിചാരിക്കുന്ന പരിഗണനകൾ അവരുടെ വീക്ഷണത്തിൽ വളരെ ഗൗരവമുള്ളതായിരിക്കാം. ആയതിനാൽ, എളുപ്പത്തിൽ തള്ളിക്കളയാനും കഴിയില്ല. എന്നാൽ, നേരേമറിച്ച്, നമ്മുടെ പിന്നാക്കാവസ്ഥയ്ക്കു നേരെ കണ്ണടയ്ക്കാൻ ശ്രമിക്കുകയാണെങ്കിൽ, നമ്മൾ ഒട്ടകപ്പക്ഷിനയം സ്വീകരിക്കുക മാത്രമായിരിക്കും. പിന്നാക്കാവസ്ഥയിൽനിന്ന് നമ്മുടെ രാജ്യത്തെ പുറത്തുകൊണ്ടുവന്ന് മാനവപുരോഗതിയുടെ മുൻനിരയിൽ പ്രതിഷ്ഠിക്കുകയെന്ന ലക്ഷ്യമുള്ള നമ്മുടെ രാഷ്ട്രീയപ്രസ്ഥാനത്തെ അസംബന്ധമാക്കുകയായിരിക്കും ആ വസ്തുതയെ നിരസിക്കുന്നതിലൂടെ ചെയ്യുന്നത്.

ഇന്ത്യയുടെ പിന്നാക്കാവസ്ഥ തൊലിപ്പുറത്തുള്ള ഒരു രോഗമല്ല. ആഴത്തിൽ വേരുകളുള്ളതാണത്. ആ വേരുകളിലേക്കു പോയി അവയെ പിഴുതുകളയേണ്ടതുണ്ട്. എന്തെന്നാൽ, അവയാണ് ഇന്ത്യയുടെ പിന്നാക്കാവസ്ഥയ്ക്കു കാരണം. യഥാർത്ഥ സ്വാതന്ത്ര്യത്തിലേക്കും

പുരോഗതിയിലേക്കും അഭിവൃദ്ധിയിലേക്കുമുള്ള മുന്നേറ്റം തുടങ്ങുന്നതിനു മുമ്പായി സമകാലിക ഇന്ത്യയുടെ അനേകം പ്രശ്നങ്ങളെ ഇപ്രകാരം ആഴത്തിൽ സമീപിക്കേണ്ടതുണ്ട്.

പുനരുജ്ജീവന പ്രസ്ഥാനം

പുരോഗമനശക്തികളുടെ വളർച്ച മുരടിക്കാത്ത രാജ്യങ്ങളിൽ പിന്നാക്കാവസ്ഥ ദീർഘകാലം നിൽക്കില്ല. പുതിയ ശക്തികൾ സ്വയം ഉറപ്പിക്കും; സമൂഹത്തിനു മുന്നിൽ പുതിയ ആശയങ്ങളും ആദർശങ്ങളും വയ്ക്കും; ജനങ്ങളിൽ പുതിയ ത്വരകളെ പ്രചോദിപ്പിക്കും; ചരിത്രത്തിന്റെ പുതിയൊരദ്ധ്യായത്തെ തുറക്കുകയും ചെയ്യും. ഒരു പ്രതിസന്ധിയുടെ അത്തരമൊരു പര്യവസാനത്തെ നവോത്ഥാനം എന്നു വിളിക്കുന്നു. നവോത്ഥാനം എന്നാൽ പുനർജന്മം എന്നർത്ഥം. അതൊരു ചരിത്രപരമായ പദമാണ്. മദ്ധ്യയുഗങ്ങളുടെ അന്ധകാരത്തിൽനിന്ന് പുറത്തേക്കു വരുന്നതിന് യൂറോപ്പ് പോരാടിക്കൊണ്ടിരുന്നപ്പോൾ ഉപയോഗത്തിൽ വന്ന പദമാണത്. ആധുനിക നാഗരികതയുടെ ആദർശങ്ങൾ - പ്രത്യേകിച്ചും ആധുനികശാസ്ത്രം - യൂറോപ്യൻ മനുഷ്യരാശിയുടെ മുമ്പാകെ വയ്ക്കപ്പെട്ടു.

ഇന്ത്യയിലെ നവോത്ഥാന പ്രസ്ഥാനത്തെക്കുറിച്ച് സംസാരിക്കുമ്പോൾ നമ്മുടെ മനസ്സിൽ അതുപോലെ ചിലതുണ്ട്. എന്നാൽ, നമ്മുടെ രാജ്യത്ത് അത് ദുഷ്കരമായിത്തീരുന്നു; എന്തെന്നാൽ, നവോത്ഥാന പ്രസ്ഥാനത്തോടു ചേർന്ന് - യഥാർത്ഥത്തിൽ, നവോത്ഥാന പ്രസ്ഥാനം ഇനിയും അനുഭവഗോചരമാക്കേണ്ടതുണ്ട് - രാജ്യത്തെ മാനസികാന്തരീക്ഷത്തിൽ ആധിപത്യം പുലർത്തുന്ന പുനരുജ്ജീവന പ്രസ്ഥാനം ഇവിടെയുണ്ട്.

നിർദോഷമായ മാനസിക ജീർണ്ണത എന്ന നിലയിൽ അത്തരം പുനരുജ്ജീവനവാദം ക്ഷമിക്കപ്പെട്ടാം. എന്നാൽ, ശരിക്കും അത് അത്ര നിർദോഷകരമല്ല. അടുത്തകാലത്തായി വളർന്നുവരുന്ന പുനരുജ്ജീവന പ്രസ്ഥാനത്തിന് ഗൂഢലക്ഷ്യങ്ങളുണ്ട്; തീർച്ചയായും, അതൊരു പ്രകടമായ അപകടമാണ്. സാമൂഹികവും സാംസ്കാരികവുമായ പിന്നാക്കാവസ്ഥയുടെ ചെളിക്കുണ്ടിൽ പെറ്റുപെരുകുന്ന പ്രതിലോമകരമായ ആശയാദർശങ്ങൾക്ക് ധാർമ്മികാനുമതി കണ്ടെത്തുക എന്നതാണ് അതിന്റെ ഉദ്ദേശ്യം. ഐതിഹ്യപരമായ ഒരു സുവർണ്ണ യുഗത്തിലെ സാങ്കൽപ്പികൈക്യത്തിന്റെയും സാമൂഹികപ്പൊരുത്തത്തിന്റെയും ആദർശവൽക്കരണം, ശക്തമായ ഒരിന്ത്യൻ നവോത്ഥാന പ്രസ്ഥാനത്തിൽ

പൊട്ടിപ്പുറപ്പെടുന്ന അനവരതമായ സാമൂഹിക സംഘർഷങ്ങളെ എതിർക്കുന്ന സർവ്വാധിപത്യപരമായ ദേശീയവാദത്തിന്റെ ഉദ്ദേശ്യത്തെ സേവിക്കുന്നു.

പൗരാണികചിന്ത

പ്രാചീന ഇന്ത്യയിലെ മഹാചിന്തകൻമാർ മനുഷ്യന്റെ പൊതു പൈതൃകത്തിലേക്ക് അമൂല്യമായ സംഭാവനകൾ നൽകിയിട്ടുണ്ടെന്ന്, ചരിത്രപരമായ ഒരു ആവശ്യകതയെന്ന നിലയിൽ നവോത്ഥാന ത്തെക്കുറിച്ചുള്ള ആശയത്തെ മനസ്സിലാക്കിയിട്ടുള്ളവർക്ക് നന്നായി അറിയാം. മനുഷ്യചിന്തയ്ക്ക് രണ്ടു വശങ്ങളുണ്ട്. ഒന്ന് താൽക്കാലികമാണ്. ചിന്തയുടെ ആ വശം ചരിത്രത്തിലെ ഒരു പ്രത്യേക ഘട്ടത്തിനു മാത്രം സാധുവായിരിക്കും; മാറിയ സാമൂഹിക സാഹചര്യങ്ങളുടെ മറ്റൊരു ഘട്ട ത്തിൽ അതിന്റെ ശക്തി നഷ്ടപ്പെടുന്നു. എന്നാൽ, മനുഷ്യചിന്തയുടെ ചരി ത്രത്തിലുടനീളം ശാശ്വതമായ ഒരു അടിയൊഴുക്കുണ്ട്. അതിന്റെ അഭാവ ത്തിൽ, സംസ്കാരം, പുരോഗതി, നാഗരികത എന്നിവയെല്ലാം അസാ ദ്ധ്യമാകും. മനുഷ്യരാശി വഴിമുട്ടിയ അവസ്ഥയിൽ എത്തുമ്പോഴെല്ലാം, പഴയ പാരമ്പര്യത്തിലെ ശാശ്വതമായ ഗുണങ്ങളിൽനിന്ന് ധൈര്യവും പ്രചോദനവും നേടുന്നതിനു ശ്രമിച്ചുകൊണ്ട് അത് സ്വാഭാവികമായും പിന്നിലേക്കു നോക്കുന്നു. പ്രാചീന ഇന്ത്യയിലെ സംസ്കാരത്തിന്റെയും ചിന്താധാരകളുടെയും ശാശ്വത ഗുണങ്ങൾ കണ്ടെത്തേണ്ടത് അത്യാ വശ്യമാണ്. ഭാവിയിൽ നമുക്കായി എന്താണ് സൂക്ഷിച്ചുവച്ചിട്ടുള്ളതെന്ന് സങ്കൽപ്പിക്കാൻ അവ നമ്മെ സഹായിക്കുമെങ്കിൽ, അതു തീർച്ചയാ യും ഭൂതകാലത്തിൽ കുഴിക്കുന്നതിന് തക്ക പ്രതിഫലമായിരിക്കും. നീണ്ട നിശ്ചലതയുടെ പുറങ്കോട്ടയായി പടുത്തുയർത്തപ്പെട്ടിട്ടുള്ളതും നമ്മുടെ പൈതൃകമായി ഇന്നും തെറ്റായി താലോലിക്കപ്പെടുന്നതുമായ ചപ്പുചവറുകളുടെ പർവ്വതാകാരമായ കൂമ്പാരങ്ങളിൽ ആഴത്തിൽ നാം കുഴിക്കണം.

യൂറോപ്പിലെ നവോത്ഥാന പ്രസ്ഥാനത്തിന്റെ ആശയം പ്രാചീന ഗ്രീക്ക് സംസ്കാരത്തെ, പ്രത്യേകിച്ച് പ്ലേറ്റോയുടെ ആശയത്തെ പുന രുജ്ജീവിപ്പിക്കുക എന്നതായിരുന്നു. എന്നാൽ, നവോത്ഥാന നായകർ പിന്നിലേക്കു നോക്കുന്നതായി കാണപ്പെടുമ്പോൾ, അവർ യഥാർ ത്ഥത്തിൽ യൂറോപ്യൻ മനുഷ്യരാശിക്കു മുമ്പാകെ ശരിക്കും മറ്റൊരു ദിശയിലേയ്ക്കുള്ള കാഴ്ചപ്പാട് തുറക്കുകയായിരുന്നു എന്ന് ഈ പ്രസ്ഥാന ത്തിന്റെ ചരിത്രത്തെക്കുറിച്ചുള്ള പഠനം വ്യക്തമാക്കുന്നു. യൂറോപ്പിലെ നവോത്ഥാന നായകർ എന്താണ് യഥാർത്ഥത്തിൽ ചെയ്തത് എന്ന

ധാരണയോടെ ഇന്ത്യയുടെ ഭാഗത്തുനിന്ന് അത്തരത്തിലുള്ള ഒരു പെരുമാറ്റം ഒരു സാദ്ധ്യത മാത്രമല്ല, മറിച്ച്, ഒരനിവാര്യതയാണ്.

എന്നാൽ, കുറച്ചുപേർക്കൊഴികെ, നമ്മുടെ പ്രാചീന സംസ്കാരത്തെയും മഹത്വത്തെയും നാഗരികതയെയുംകുറിച്ച് ഏറെ സംസാരിക്കുന്ന ഇന്ത്യക്കാർക്ക്, വിലപ്പെട്ടതായി കരുതപ്പെടുന്ന ചപ്പുചവറുകളുടെ കുമ്പാരത്തിൽ ഇപ്പോഴും കിടക്കുന്ന നിധികളെക്കുറിച്ച് നിർഭാഗ്യവശാൽ ഇതുവരെയും കാര്യമായൊന്നും അറിയില്ല. ആയതിനാൽ, നവോത്ഥാ പ്രസ്ഥാനത്തിന്റെ കടമകളിലൊന്ന് - ഇന്ത്യൻ നവോത്ഥാനത്തിന്റെ പരിപാടിയിലെ പ്രഥമവും, ഒരുപക്ഷെ, പ്രധാനവുമായ ഇനം - പ്രാചീന ചിന്തയുടെ ക്രിയാത്മക ഫലങ്ങളെയും ശാശ്വത സംഭാവനകളെയും വീണ്ടെടുക്കുക എന്നതാണ്. യവന ഋഷിമാരുടേതുപോലുള്ളതും ബ്രാഹ്മണിക്കൽ സമൂഹത്തിന്റെ ജീർണ്ണഘടനയുടെ അടിയിലുള്ള അവശിഷ്ടങ്ങളിൽ കിടക്കുന്നതുമായ സംഭാവനകൾ. ഈ ബ്രാഹ്മണിക്കൽ പാരമ്പര്യത്തെയാണ് ഇന്ത്യൻ നാഗരികത എന്ന് തെറ്റായി ആഘോഷിക്കുന്നത്.

മറ്റൊരു കർത്തവ്യം

ചരിത്രമെല്ലാം ഭാവനയായിരുന്ന ഒരു കാലം ഉണ്ടായിരുന്നു. കാർലൈലിന്റെ കാലത്തുപോലും മഹാൻമാരുടെ ജീവചരിത്രമടങ്ങുന്നതാണ് ചരിത്രം എന്നു കരുതിയിരുന്നു. എന്നാലിപ്പോൾ, ചരിത്രത്തിന് ശാസ്ത്രത്തിന്റെ പദവി നൽകപ്പെടുന്നു. ചരിത്രപ്രശ്നങ്ങളെ തികച്ചും വ്യത്യസ്തമായ രീതിയിലാണ് സമീപിക്കുന്നത്. തൽഫലമായി, ഒരു രാജ്യത്തിനു പിറകെ മറ്റൊരു രാജ്യത്തിൽ, ചരിത്രം പുനർരചിക്കപ്പെട്ടുകൊണ്ടിരിക്കുന്നു. ശാസ്ത്രീയ വീക്ഷണകോണിൽനിന്ന് ചരിത്രം എഴുതപ്പെട്ടുമ്പോൾ, അത് രാജാക്കൻമാരുടെയും യുദ്ധങ്ങളുടെയും പഴയ കഥകളിൽനിന്ന് തീർത്തും വ്യത്യസ്തമായ ഒന്നായിത്തീരുന്നു.

ഇന്ത്യയുടെ ചരിത്രം എഴുതുക എന്നതാണ് നവോത്ഥാന പ്രസ്ഥാനത്തിന്റെ മറ്റൊരു കർത്തവ്യം. ഭൂതകാലത്തുനിന്ന് പഠിക്കാനും അതിനാൽ പ്രചോദിതരാവാനും ആഗ്രഹിക്കുന്നുവെങ്കിൽ, അതിനെക്കുറിച്ചൊരു ധാരണ നമുക്കുണ്ടാവണം. ചരിത്രത്തിന്റെ തത്ത്വശാസ്ത്രം എന്നൊന്നുണ്ട്. ശാസ്ത്രീയമായി ചരിത്രമെഴുതുന്ന ഒരു നിശ്ചിതരീതിയുണ്ട്. ചരിത്രത്തിന്റെ തത്ത്വശാസ്ത്രത്തെ അവഗണിക്കുന്ന, ശാസ്ത്രീയമായ ചരിത്രരചനാരീതി അറിയാത്ത ഒരു കൂട്ടം ആളുകൾ ഇന്ത്യാചരിത്രം എഴുതാനുള്ള കർത്തവ്യം ഏറ്റെടുക്കുകയാണെങ്കിൽ, അവർ മറ്റൊരു കെട്ടുകഥയെ സൃഷ്ടിക്കുകയായിരിക്കും.

ആയതിനാൽ, നവോത്ഥാന പ്രസ്ഥാനം ഇന്ത്യാചരിത്രരചന എന്ന കർത്തവ്യം ഏറ്റെടുക്കണം. അങ്ങനെ ചെയ്യാൻ ആരുമില്ലെങ്കിൽ, അത് ഒരു മുൻ കർത്തവ്യത്തിൽ നിന്നാരംഭിക്കണം. ഒരു കൂട്ടം യുവാക്കളെ ഒന്നിച്ചുകൂട്ടി ശാസ്ത്രീയമായ രീതിയിൽ ചരിത്രം പഠിക്കുകയും എഴുതുകയും ചെയ്യുന്ന സമ്പ്രദായം പഠിപ്പിക്കണം. അപ്പോൾ മാത്രമേ ഇന്ത്യയുടെ ചരിത്രം എഴുതപ്പെടുകയും നമ്മുടെ പൂർവ്വികരുടെ ക്രിയാത്മക നേട്ടങ്ങളുടെ മുകളിൽ നമ്മുടെ ഭാവിയുടെ വാസ്തുശില്പികൾക്ക് പടുത്തുയർത്താൻ കഴിയുകയുള്ളൂ.

ഇന്ത്യാ ചരിത്രരചനയിൽ വളരെ വിഷമകരമായ ഒരു പ്രശ്നം നിങ്ങൾ അഭിമുഖീകരിക്കും. ആധുനിക വിമർശനത്തിന്റെ പരിശോധനയ്ക്കു വിധേയമാകാൻ കഴിയുന്ന ഇന്ത്യാചരിത്ര സംബന്ധിയായ വിശ്വസനീയമായ ഏതൊരു രേഖയും ബൗദ്ധകാലഘട്ടത്തിന്റെ അന്ത്യത്തിനപ്പുറത്തേക്കു പോകുന്നില്ല. ബൗദ്ധവിപ്ലവം മുൻകാല രേഖകളെയെല്ലാം നശിപ്പിച്ചു; ബുദ്ധമതത്തെ മറിച്ചിട്ട ബ്രാഹ്മണ പ്രതിവിപ്ലവം ബൗദ്ധവിപ്ലവത്തിന്റെ രേഖകളെയെല്ലാം നശിപ്പിച്ചു. ആയതിനാൽ രേഖപ്പെടുത്തപ്പെട്ട ഇന്ത്യാചരിത്രം ആയിരത്തഞ്ഞൂറു കൊല്ലങ്ങൾക്കപ്പുറത്തേക്കു പോകുന്നില്ല. അയ്യായിരം കൊല്ലങ്ങൾക്കുമുമ്പ് എന്തു സംഭവിച്ചുവെന്ന് സങ്കൽപ്പിക്കുകയും പല സഹസ്രാബ്ദങ്ങൾക്കുമുമ്പ് രാമചന്ദ്രൻ വിമാനത്തിൽ പറന്നിരുന്നുവെന്നും അദ്ദേഹത്തിന്റെ വാനരപ്പടയ്ക്ക് സമുദ്രത്തിനു കുറുകെ പാലം നിർമ്മിക്കാൻ കഴിഞ്ഞ എഞ്ചിനിയറിങ്ങ് വിഭാഗം ഉണ്ടായിരുന്നുവെന്നുമുള്ള അതിവിചിത്രമായ ഐതിഹ്യങ്ങളുടെ അടിസ്ഥാനത്തിൽ ഫലഭ്രൂയിഷ്ഠമായ ഭാവനയിൽ നിന്ന് ചരിത്രത്തെ നിർമ്മിക്കുന്നതുകൊണ്ട് ഉപയോഗമൊന്നുമില്ല.

ഈ അവസ്ഥയിൽ ചരിത്രരചനയുടെ ശാസ്ത്രീയരീതി നമ്മെ സഹായിക്കും. തത്ത്വശാസ്ത്രത്തിന്റെ ചരിത്രം ലോകത്തിന്റെ ചരിത്രമാണ് എന്ന സിദ്ധാന്തം മഹാദാർശനികനായ ഹെഗൽ ആവിഷ്കരിച്ചിട്ടുണ്ട്. അങ്ങനെ പറയുന്നതിലൂടെ കാര്യങ്ങളെ അദ്ദേഹം തലകുത്തി നിർത്തുക മാത്രമാണ്. തത്ത്വശാസ്ത്രത്തിന്റെ ചരിത്രം ലോകത്തിന്റെ ചരിത്രമല്ല. എന്നാൽ, തത്ത്വശാസ്ത്രത്തിന്റെ ചരിത്രം മനുഷ്യവംശചരിത്രത്തിന്റെ മറ്റു ശാഖകൾക്കു സമാന്തരമായി നീങ്ങുന്നു. എന്തെന്നാൽ, തത്ത്വശാസ്ത്രം, അതായത്, മനുഷ്യന്റെ ആത്മീയനേട്ടങ്ങൾ സാമൂഹിക പരിണാമത്താൽ നിർണ്ണയിക്കപ്പെടുന്നു. ആയതിനാൽ, ഇന്ത്യൻ ചിന്തയുടെ പരിണാമചരിത്രത്തെ നമുക്കാദ്യം പുനർനിർമ്മിക്കാൻ കഴിയുമെങ്കിൽ, ഭൂതകാലത്തിലെ ഇന്ത്യൻ സാമൂഹിക പരിണാമത്തെ വലിയൊരളവുവരെ നമുക്ക് പുനർനിർമ്മിക്കാൻ കഴിയും. ചിന്തയുടെ

ചില രൂപങ്ങൾ ചില സാമൂഹിക ബന്ധങ്ങളുമായി ബന്ധപ്പെട്ടാണിരിക്കുന്നത്. ആനുഭവികമായി സ്ഥാപിക്കപ്പെട്ട ഒരു കാര്യമാണത്. ഒരു നിശ്ചിത ഭൂതകാലത്ത് ഇന്ത്യയിൽ ഒരു നിശ്ചിത ചിന്താരൂപത്തെ നാം കണ്ടെത്തുകയാണെങ്കിൽ, സാമൂഹികപരിണാമത്തിന്റെ സമാന കാലഘട്ടത്തിൽ സമാനമായ ഒരു തത്ത്വശാസ്ത്രപദ്ധതി വികസിച്ച മറ്റു രാജ്യങ്ങളിലേതിനു സമാനമായ സാമൂഹിക സാഹചര്യങ്ങൾ അക്കാലത്ത് ഇന്ത്യയിൽ നിലനിന്നിരുന്നു എന്ന് അനുമാനിക്കുന്നത് തീർത്തും ന്യായമായിരിക്കും. ഇന്ത്യൻ നവോത്ഥാന പ്രസ്ഥാനത്തിന്റെ മൂന്നാമത്തെ കർത്തവ്യമുണ്ട്. ആദ്യത്തെ രണ്ടു കർത്തവ്യങ്ങൾ പൂർത്തീകരിക്കുന്നതിന് ഈ മൂന്നാമത്തേതിൽനിന്നു തുടങ്ങേണ്ടതുണ്ട്. പൊതുചരിത്രം എഴുതുന്നതിനുമുമ്പായി ഇന്ത്യൻ തത്ത്വശാസ്ത്രത്തിന്റെ ഒരു ചരിത്രം എഴുതേണ്ടതുണ്ട്. യഥാർത്ഥത്തിൽ തത്ത്വശാസ്ത്രം എന്ന പേരിൽ പോകുന്നത് തത്ത്വശാസ്ത്രമല്ല - അത് ദൈവശാസ്ത്രമാണ്. എന്നാൽ, ഇന്ത്യയ്ക്ക് വളരെ വികസിച്ച ഒരു തത്ത്വശാസ്ത്രമുണ്ടായിരുന്നു; തത്ത്വശാസ്ത്രാദ്ധ്യാപകർ എന്ന നിലയിൽ പ്രശസ്തരായവരും ബൃഹദ്ഗ്രന്ഥങ്ങൾ എഴുതിയവരുമായ ആളുകൾക്കുപോലും അതറിയില്ല. അവർ യഥാർത്ഥത്തിൽ എഴുതുന്നത് മതത്തെപ്പറ്റിയാണ്, തത്ത്വശാസ്ത്രത്തെപ്പറ്റിയല്ല.

തത്ത്വശാസ്ത്രചരിത്രത്തെ മതചരിത്രത്തിൽ നിന്ന് അനുമാനിക്കാൻ കഴിയും. നമ്മുടെ പാരമ്പര്യം എന്ന നിലയിൽ ആകെ നമ്മുടെ കൈയിലുള്ളത് മതചിന്തകളുടെ ഒരവിയലാണ്. മുൻധാരണകളുടെയും മായികഭ്രമങ്ങളുടെയും ഭാവനയുടെയും ഒരു കൂട്ടമാണെന്നിരിക്കിലും പണിചെയ്യാനുള്ള ചില വസ്തുതകൾ പ്രദാനം ചെയ്യുന്നുണ്ട്. ഈ വസ്തുതകളെ വിശകലനം ചെയ്ത് നമ്മുടെ വിശകലനത്തെ ലോകത്തിലെ മറ്റു ഭാഗങ്ങളുടെ ചരിത്രത്തിലുള്ള സമാന വസ്തുതകളുമായുള്ള സാദൃശ്യങ്ങളും സമ്പർക്കബിന്ദുക്കളും കണ്ടെത്തുന്ന ഇടത്തേയ്ക്ക് പിന്നോട്ടു കൊണ്ടുപോകാൻ കഴിയുമെങ്കിൽ, ചില സാമൂഹിക സാഹചര്യങ്ങളുടെ പശ്ചാത്തലത്തിൽ മാത്രമേ ചില ആശയങ്ങൾക്കു വികസിക്കാനാവൂ എന്ന് നാം ഉടനടി കണ്ടെത്തും. ആ കണ്ടെത്തൽ, ഇന്ത്യയുടെ രേഖപ്പെടുത്താത്ത ഭൂതകാലത്തിലെ സാമൂഹികബന്ധങ്ങളെ പുനർനിർമ്മിക്കുന്നതിനു നമ്മെ പ്രാപ്തരാക്കും.

ആയതിനാൽ, ഭൂതകാലാവശിഷ്ടങ്ങൾക്കിടയിൽ കുഴിച്ചുമൂടപ്പെട്ടു കിടക്കുന്ന നിധികളെക്കൊണ്ട് പ്രയോജനമുണ്ടാകുന്നതിന് നമ്മുടെ ഭൂതകാലചരിത്രത്തെക്കുറിച്ച് ഒരു യഥാർത്ഥ ധാരണ ഉണ്ടാകണമെന്ന് നാമാഗ്രഹിക്കുന്നുവെങ്കിൽ, വർത്തമാനകാലത്തിൽ നിന്ന് നാം

ആരംഭിക്കേണ്ടതുണ്ട്. ഭീമാകാരമായ ഒരു മൃതശരീരം നമ്മുടെ മുമ്പിൽ കിടക്കുന്നു. കീറിപ്പരിശോധിക്കുന്ന മേശയുടെ മുകളിൽ അതിനെ കിടത്തുക; മുറിച്ചു പരിശോധിക്കുക; ശാസ്ത്രീയരീതിയുടെ സൂക്ഷ്മദർശിനി ഉപയോഗിക്കുക; വസ്തുതകളെ മാത്രം ആശ്രയിച്ചുകൊണ്ടും കെട്ടുകഥകളെ നിരസിച്ചുകൊണ്ടും പിന്നിലേക്കു പോയി ചരിത്രത്തെ അന്വേഷിക്കുക. നമ്മുടെ ഭൂതകാലത്തിന്റെ ഇരുണ്ട മൂലകളിലേയ്ക്ക് ശാസ്ത്രത്തിന്റെ അന്വേഷണവെളിച്ചം വീശുമ്പോൾ, യഥാർത്ഥ രത്നങ്ങൾ തിളങ്ങാൻ തുടങ്ങും; വീണ്ടെടുത്ത ആ രത്നങ്ങൾ നമ്മുടെ മുമ്പിൽ നീണ്ടുകിടക്കുന്ന പഥത്തെ പ്രകാശമാനമാക്കും.

പൗരാണിക സംസ്കാരം

മനുഷ്യരാശി വികസനത്തിന്റെ പല ഘട്ടങ്ങളിലൂടെ കടന്നുപോയിട്ടുണ്ട്. അതിന്റെ സൃഷ്ടികൾ രണ്ടുതരത്തിലുള്ളതാണ്. ചിലത് താൽക്കാലികമായിരുന്നു. ഉയരുകയും പതിക്കുകയും ചെയ്ത സാമ്രാജ്യങ്ങൾ, പടുത്തുയർത്തപ്പെടുകയും ഇടിച്ചു തകർക്കപ്പെടുകയും ചെയ്ത സ്ഥാപനങ്ങൾ, പോഷിപ്പിക്കപ്പെടുകയും പിന്നീട് നിന്ദിക്കപ്പെടുകയും ചെയ്ത ശീലങ്ങൾ, സ്ഥാപിക്കപ്പെടുകയും ധ്വംസിക്കപ്പെടുകയും ചെയ്ത സാമൂഹിക ബന്ധങ്ങൾ എന്നിവപോലുള്ള മാനവനാഗരികതയുടെ താൽക്കാലിക അവസ്ഥകൾക്കിടയിൽ മനുഷ്യചേതനയെന്ന് നാം വിളിക്കുന്നതിന്റെ സൃഷ്ടിയെ പ്രതിനിധീകരിച്ച ചില ശാശ്വതമൂല്യങ്ങളുണ്ട്.

നമ്മുടെ ഭൂതകാലത്തിന്റെ ഈ രണ്ടു വശങ്ങളെ തമ്മിൽ വേർതിരിക്കുക, പതിരിൽനിന്ന് നെല്ല് വേർതിരിച്ച് പതിരു കളഞ്ഞ് നെല്ലിനെ സംരക്ഷിക്കുക എന്നതാണ് ഞാൻ വാദിക്കുന്ന പ്രസ്ഥാനത്തിന്റെ ലക്ഷ്യം. നമ്മുടെ പൗരാണിക സംസ്കാരമെന്ന നിലയിൽ പൊതുവെ പോഷിപ്പിക്കപ്പെടുന്നതും മഹത്വീകരിക്കപ്പെടുന്നതും പതിരാണ്. അങ്ങനെ ചെയ്യുന്നവർ പൂർണ്ണമായും അജ്ഞരോ നവീനവും മഹത്തരവുമായ ഒരു ഭാവി സംസ്കാരത്തെ സൃഷ്ടിക്കാനുതകുന്ന പൗരാണിക ഇന്ത്യൻ സംസ്കാരത്തിന്റെ ക്രിയാത്മകഫലങ്ങളെ വിലയിരുത്തുന്നതിന് കഴിവില്ലാത്തവരോ ആണ്.

കുഴിച്ചുമൂടപ്പെട്ട നിധികൾ

അതുപോലെ, നമ്മുടെ പൗരാണികവും സനാതനവുമായ പൈതൃകമായി നാം മഹത്വീകരിക്കുന്ന അവശിഷ്ടങ്ങളിൽ കുഴിച്ചുമൂടപ്പെട്ടു കിടക്കുന്ന നിധികളുണ്ട്. ആ അവശിഷ്ടങ്ങളെ നീക്കംചെയ്യണം. കളിമൺകാലുകളുള്ള ദൈവങ്ങളെ അവരുടെ പീഠങ്ങളിൽ നിന്ന്

തള്ളിത്താഴെയിടണം. അപ്പോൾ മാത്രമേ, കഴിഞ്ഞ കാലത്ത് സൃഷ്ടിച്ച ഇന്ത്യൻ സംസ്കാരത്തിന്റെ യഥാർത്ഥ രത്നങ്ങളെ വീണ്ടും കണ്ടെത്താനും തിരിച്ചറിയാനും ശരിയായി മൂല്യനിർണ്ണയം നടത്താനും കഴിയൂ. നമ്മുടെ കാലത്തെ മാനദണ്ഡങ്ങൾക്ക് അനുസൃതമായും പൗരാണിക ഋഷിമാരുടെയും ചിന്തകരുടെയും കാലം മുതൽക്ക് നേടിയിട്ടുള്ള ശാസ്ത്രജ്ഞാനത്തിന്റെ വെളിച്ചത്തിലും അവയിൽ ചിലതിനെ മാത്രമേ പുനർമൂല്യനിർണ്ണയം നടത്തേണ്ടതുള്ളൂ. അത്, രാഷ്ട്രീയവും സാമ്പത്തികവും സാംസ്കാരികവുമായ സമകാലിക പ്രതിസന്ധിയെ അഭിമുഖീകരിക്കുന്നതിനും മറികടക്കുന്നതിനും പുതിയ ചിലതിനെ സൃഷ്ടിക്കുന്നതിനുമുള്ള ധൈര്യം നമുക്കു നൽകും.

ഇന്ത്യ പിന്നിലായി

ഓരോ ജനതയുടെയും ചരിത്രത്തിൽ പഴയ പാരമ്പര്യങ്ങൾ വിമർശനാത്മക അന്വേഷണത്തിനു വിധേയമാക്കുന്ന കാലഘട്ടങ്ങളുണ്ട്. നിലവിലുള്ള സ്ഥാപനങ്ങൾ സാമൂഹികക്ഷേമത്തിനും പുരോഗതിക്കും ഉതകാതാകുമ്പോഴാണ് അതു ചെയ്യുന്നത്. പഴയ പാരമ്പര്യങ്ങളും നിലവിലെ സ്ഥാപനങ്ങളും പഴഞ്ചനായിത്തീർന്നു എന്ന തിരിച്ചറിവ് സാമൂഹികക്രമത്തെ പുനർനിർമ്മിക്കേണ്ടതിന്റെ ആവശ്യകതയെക്കുറിച്ച് ബോധമുണ്ടാക്കുന്നു. ആരംഭത്തിൽ, വിപ്ലവകരമായ ആ ബോധം ഉണ്ടാകുന്നത് ധിഷണാശാലികളിലെ ഏറെ പുരോഗമിച്ച വിഭാഗങ്ങൾക്കാണ്. ആ കാലഘട്ടത്തിലെ ഏറെ പുരോഗമനകാരിയായ വർഗ്ഗത്തിന് പഴയ മൂല്യങ്ങളെ പുനർമൂല്യനിർണ്ണയം നടത്തേണ്ട ആവശ്യകത അനുഭവപ്പെടുമ്പോൾ ഒരു രാജ്യം പുനർജന്മ പ്രക്രിയയിൽ സ്വയം കണ്ടെത്തുന്നു. മനുഷ്യപുരോഗതിയുടെയും അഭിവൃദ്ധിയുടെയും പുതിയൊരദ്ധ്യായത്തിലേയ്ക്കുള്ള പ്രവേശകമെന്ന നിലയിൽ മഹത്തായ ഒരു ദാർശനിക വിപ്ലവം യൂറോപ്പ് അനുഭവിക്കുന്നതിനു വളരെ മുമ്പ്, അങ്ങനെ ഇന്ത്യ ബൗദ്ധികവികാസത്തിന്റെ ഒരുയർന്ന നിലവാരത്തിലേക്ക് എത്തിയിരുന്നു. എന്നിരിക്കിലും, സാംസ്കാരിക പുരോഗതിയുടെ രംഗഭൂമിയിൽ പിന്നീട് പ്രത്യക്ഷപ്പെടുന്ന യൂറോപ്യൻ രാജ്യങ്ങൾ പുതിയ സ്ഥാപനങ്ങളുടെയും നവീനാശയങ്ങളുടെയും സൃഷ്ടിക്കായുള്ള ആവശ്യകത അനുഭവപ്പെടുന്ന ഘട്ടത്തിൽ എത്തിയപ്പോൾ ആ മഹത്തായ വിപ്ലവ പ്രസ്ഥാനത്തിൽ പങ്കെടുക്കാൻ ഇന്ത്യക്കു കഴിഞ്ഞിരുന്നില്ല. ആദ്യകാലങ്ങളിൽ മാനവസംസ്കാരത്തിന്റെ അഗ്രഗാമികളിൽ ഒരാളായ അവൾ പിന്നീട് പിന്നിലായി.

പ്രത്യേക പ്രതിഭ

ആദ്യം, വിപ്ലവശക്തികളെ വികസിപ്പിക്കുന്നതിൽ ഇന്ത്യൻ സമൂഹം പരാജയപ്പെട്ടതുകൊണ്ടും, പിന്നീട്, ബാഹ്യഘടകങ്ങളുടെ ഇടപെടൽ മൂലവും മനുഷ്യപുരോഗതിയുടെ പിൻനിരയിൽ നിർത്തപ്പെട്ട ഇന്ത്യക്കാർ തങ്ങളുടെ രാജ്യത്തിന്റെ ഭൂതകാലമഹിമയിൽ ആശ്വാസം തേടാനാരംഭിച്ചു. വിദൂരഭൂതകാലത്തിൽ നാഗരികതയുടെ വളരെ ഉയർന്ന ഒരു ഘട്ടത്തിൽ എത്തിച്ചേർന്നിരുന്നു എന്നതിനാൽ ഇന്ത്യയ്ക്ക് അവകൊണ്ട് പ്രയോജനമൊന്നുമില്ല എന്ന കപടന്യായത്തിനുമേൽ വിപ്ലവകരമായ ആധുനികചിന്തകളെ അവർ നിരസിച്ചു. പാശ്ചാത്യ സംസ്കാരം എന്നു പറയപ്പെടുന്നത് ഇന്ത്യയുടെ തദ്ദേശീയ സംസ്കാരത്തിനു വിരുദ്ധമാണ് എന്നു കരുതുന്ന ഒരു ശീലം ഈ പിൻമടക്ക മനോഭാവത്തിൽ നിന്നു വികസിച്ചുവന്നു. സ്ഥലകാലങ്ങളെ അതിവർത്തിക്കുന്ന ഇന്ത്യയുടെ 'പ്രത്യേക പ്രതിഭ'യെക്കുറിച്ച് ആധുനിക ഇന്ത്യയുടെ ബൗദ്ധികനായകർ സംസാരിക്കാൻ തുടങ്ങി. പാശ്ചാത്യർ ഭൗതികവാദികളായിരിക്കെ, ഇന്ത്യക്കാർ ആത്മീയവാദികളാണ് എന്ന മഹദ്വചനത്തിൽ ഇന്ത്യൻ ദേശീയവാദത്തിന്റെ വിശ്വാസപ്രമാണം കൂട്ടിയോജിപ്പിക്കപ്പെട്ടു.

ഇന്നത്തെ ദുരവസ്ഥ

ഇന്ത്യയ്ക്ക് ഒരു നവോത്ഥാന പ്രസ്ഥാനം ഉണ്ടായില്ല എന്നതാണ് ഇന്നത്തെ ദുരവസ്ഥയ്ക്കു കാരണം. ആ ഉദ്ദേശ്യത്തിന് ആവശ്യമായ ശക്തികൾ സജ്ജമായിരുന്നുവെങ്കിൽ ഇന്ത്യയുടെ ചരിത്രം മറ്റൊന്നാകുമായിരുന്നു. ബൗദ്ധിക വികാസത്തിന്റെ ആദ്യഘട്ടങ്ങളിൽ യൂറോപ്യൻ ജനതയേക്കാൾ മുന്നോട്ടുപോയിട്ടുണ്ടായിരുന്നതിനാൽ, ഇന്ത്യയുടെ പൗരാണിക പൈതൃകത്തിൽ തരണം ചെയ്യാനാവാത്ത തടസ്സങ്ങൾ അന്തർലീനമായിരുന്നില്ലെങ്കിൽ, നവോത്ഥാനം എന്നറിയപ്പെടുന്ന ദാർശനിക വിപ്ലവത്തിലൂടെ ഇന്ത്യ കടന്നുപോകേണ്ടതായിരുന്നു. ബുദ്ധമതത്തിന്റെ പതനത്തെ തുടർന്ന്, ഇന്ത്യൻ ബൗദ്ധികജീവിതത്തിൽ യുക്തിവാദത്തിന് സ്ഥാനമില്ലാതാവുകയും, അങ്ങനെ ശാസ്ത്രീയചിന്തയുടെ വികാസസാദ്ധ്യത ഒഴിവാക്കപ്പെടുകയും ചെയ്തു എന്നുമാത്രം ഈ സന്ദർഭത്തിൽ പറഞ്ഞാൽ മതി.

ഭൂതകാലസ്മരണയിൽ നമുക്കു ജീവിക്കാനാവില്ല. നമ്മുടെ ഭൂതകാല മഹിമയുടെ ആകർഷണത്തിൽനിന്ന് നാം സ്വയം മോചിതരാകണം. ഭൂതകാലം മരിച്ചു. അതിനെ കുഴിച്ചിടാനുള്ള ധൈര്യവും സാമാന്യബോധവും നമുക്കുണ്ടാവണം. എത്രവേഗം നാം അതു ചെയ്യുന്നുവോ അത്രയും

നല്ലത്. മൃതശരീരം ചീയുകയും അന്തരീക്ഷത്തെയാകെ ദുഷിപ്പിക്കുകയും ചെയ്യും. മുന്നോട്ടുപോകുമ്പോൾ മുഖം പിന്നോട്ടാക്കുകയാണെങ്കിൽ നമ്മുടെ പുരോഗതി പതുക്കെയാവും എന്നത് സ്വാഭാവികമാണ്. എന്നാൽ, ഭൂതകാലത്തെ കൈയൊഴിയുന്നതിനു മുമ്പായി, ഭാവിയിലേക്കുള്ള നമ്മുടെ മുന്നേറ്റത്തിനു സഹായകമായ എന്തുണ്ട് അവിടെയെന്ന് നാം നോക്കണം. ഭൂതകാലത്തെ ഊനംതട്ടാതെ സംരക്ഷിക്കുക എന്ന നിഷ്ഫല പരിശ്രമംകൊണ്ടോ ഭൂതകാലത്തെ ആദർശവൽക്കരിക്കുക എന്ന രീതികൊണ്ടോ അതു ചെയ്യാനാവില്ല. ഇന്ത്യാചരിത്രത്തോടുള്ള സമഗ്രമായ ഒരു വിമർശന സമീപനത്തിലൂടെ അതു ചെയ്യാം. ആ ഉദ്ദേശ്യത്തിന് നാം വിപ്ലവകരമായ ഒരു ബൗദ്ധിക പ്രസ്ഥാനം സൃഷ്ടിക്കണം. ഈ പ്രസ്ഥാനം ചരിത്രപരമായി അനിവാര്യമാണ്. ഇന്നത്തെ അടിയന്തിരാവശ്യമാണത്.

ഭൂതകാലാരാധന

സ്വതന്ത്രരാകാൻ നാം ആഗ്രഹിക്കുന്നു - പിന്നോട്ടുപോകാനല്ല; മറിച്ച്, ഭാവിയിലേക്കു മുന്നേറാൻ. നമ്മുടെ ദേശീയപ്രസ്ഥാനത്തിന്റെ പ്രത്യയശാസ്ത്രത്തിലേക്ക് ഒന്നു നോക്കിയാൽ മാത്രം മതി, ഈ പ്രത്യയ ശാസ്ത്രം പ്രസ്ഥാനത്തിന്റെ മൊത്തം മനോഭാവത്തിനും എതിരായാണ് നീങ്ങുന്നത് എന്നു കാണാൻ. ഭൂതകാലത്തിന്റെ മഹത്വീകരണമാണത്. പഴയ പാരമ്പര്യങ്ങളെ പുനരുജ്ജീവിപ്പിക്കാനും പഴയ സ്ഥാപനങ്ങളെ പുനഃസ്ഥാപിക്കാനും പഴയ ആശയങ്ങളെ ഉയിർത്തെഴുന്നേൽപ്പിക്കാനും അത് ഉദ്ദേശിക്കുന്നു. നമ്മുടെ സ്വന്തം രാജ്യത്തിനുവേണ്ടി മാത്രം ഇതു ചെയ്യാനല്ല അതുദ്ദേശിക്കുന്നത്; മറിച്ച്, ലോകത്തിന്റെ മറ്റു ഭാഗങ്ങൾക്ക് പ്രത്യാശയുടെയും രക്ഷയുടെയും സന്ദേശമാകാൻ അത് തീവ്രമായി ആശിക്കുന്നു. നാം ഇപ്പോഴും സ്വയം രക്ഷിക്കേണ്ട അവസ്ഥയിലായിരിക്കുമ്പോൾ, ലോകത്തെ രക്ഷിക്കുക എന്ന കർത്തവ്യം ഏറ്റെടുക്കുന്നത് പരിഹാസ്യമല്ലേ? എന്നിട്ടും, ബുദ്ധിമാൻമാരായ ദേശീയവാദികൾ തങ്ങളുടെ പ്രത്യയശാസ്ത്രപരമായ നിലപാടിന്റെ പരിഹാസ്യത തിരിച്ചറിയുന്നതായി കാണുന്നില്ല. ചിന്താശൂന്യനായ ശരാശരി മനുഷ്യന്റെ മനോഭാവമല്ല ഇത്. നമ്മുടെ രാജ്യത്തിന്റെ ഭൂതകാല പാരമ്പര്യങ്ങളിൽ ലോകത്തിന്റെ സകല തിന്മകൾക്കുമുള്ള ഒറ്റമൂലി കണ്ടെത്തിയിട്ടുണ്ട് എന്ന കാര്യത്തെക്കുറിച്ച് നമ്മുടെ പ്രസ്ഥാനത്തിന്റെ ബൗദ്ധിക നായകർ പൂർണ്ണ ബോദ്ധ്യമുള്ളവരാണ്.

ബൗദ്ധികമായ പരിഷ്കരണത്തിന്റെ ഒരു മനോഭാവമല്ല അത്. രാഷ്ട്രീയമേഖലയിൽ മാത്രമല്ല, സാമൂഹികവും സാംസ്കാരികവുമായ

പുരോഗതിയുടെ മേഖലകളിൽ കൂടി പുതിയ വിജയാദർശങ്ങളുള്ള ഇന്ത്യൻ ജനതയെ പ്രചോദിപ്പിക്കുകയെന്ന ഉദ്ദേശ്യത്തിന് അതുതകില്ല. പിന്നിലേക്കോടുന്ന ശക്തമായ ഒരു മോട്ടോർകാറാണ് പ്രത്യയശാസ്ത്ര പരമായി ഇന്ത്യൻ ദേശീയവാദം.

മതത്തെ യുക്തിവൽക്കരിക്കൽ

ഒരു കാര്യം ബോധപൂർവ്വം ചെയ്യുകയാണെങ്കിൽ, വളരെ ഫലപ്രദമായും വേഗത്തിലും ചെയ്യാൻ കഴിയും. അറിയാത്തതും അറിയാൻ കഴിയാത്തതുമായ ശക്തികളാൽ കണ്ണുകൾ മൂടപ്പെട്ട് നയിക്കപ്പെടുന്നതിനേക്കാൾ കണ്ണുകൾ തുറന്ന് നടക്കുന്നതാണ് നല്ലത്. സാമൂഹിക പുരോഗതിക്കു വേണ്ടിയുള്ള ത്വരയ്ക്ക് ബോധപൂർവ്വമായ ഒരാവിഷ്കരണം നൽകാൻ ശേഷിയുള്ള ബൗദ്ധിക നേതൃത്വത്തെ ഇനിയും കണ്ടെത്തിയിട്ടില്ലാത്തതിനാൽ മാത്രം ഇന്ന് ഇന്ത്യൻ ജനത അന്ധകാരത്തിൽ തപ്പിത്തടയുകയാണ്. ഇന്ത്യയുടെ ഇന്നത്തെ ഭൗതികാവശ്യങ്ങളുടെ സഫലീകരണത്തിനുള്ള ഉപാധിയായ ഒരു ദാർശനിക വിപ്ലവത്തിലൂടെ ഇന്ത്യ ഇതുവരെയും കടന്നുപോയിട്ടില്ല എന്നതിനാൽ സാമൂഹിക പുനർനിർമ്മാണം എന്ന ആദർശം ഒരു ഉട്ടോപ്യൻ ദർശനമായി അവശേഷിക്കുന്നു; രാഷ്ട്രീയ സ്വാതന്ത്ര്യത്തിനായുള്ള പ്രസ്ഥാനം ഒരു ദൂഷിതവലയത്തിൽ വട്ടം കറങ്ങുന്നു. മതത്തെ യുക്തിവൽക്കരിക്കുക എന്ന ശീലമാണ് ഈ ദാർശനികവിപ്ലവത്തെ വൈകിപ്പിക്കുന്നത്. ഈ ശീലം നമ്മുടെ രാജ്യത്തെ ബൗദ്ധികാന്തരീക്ഷത്തെയാകെ ദൂഷിപ്പിക്കുന്നു. ഇന്ത്യ ഒരു ആധുനികരാഷ്ട്രമായി മാറുന്നതിനു മുമ്പ് മതം പോകണം എന്ന് ആധുനികരായ നിരവധി വിദ്യാസമ്പന്നർ കരുതുന്നു. എന്നാൽ, അവരുടെ ബോദ്ധ്യത്തിന്റെ ധൈര്യം അവർക്കില്ല. ആധുനിക നാഗരികതയുടെ പ്രത്യയശാസ്ത്ര അഗ്രഗാമികൾ ചെയ്തതുപോലെ കലാപക്കൊടി ഉയർത്തുന്നതിനു പകരം മതത്തെ പരിഷ്കരിക്കാനും അതിന്റെ ആദിമ വിശുദ്ധി പുനരുജ്ജീവിപ്പിക്കാനുമാണ് അവർ ശ്രമിച്ചത്. നമ്മുടെ രാജ്യത്തെ ബുദ്ധിജീവികൾ ഈ പണിയിൽ വ്യാപൃതരായിരിക്കുന്ന കാലത്തോളം ചരിത്രം അവർക്കു നൽകിയ ശ്രദ്ധേയമായ ഭാഗം അവർക്കഭിനയിക്കാൻ കഴിയില്ല. നിങ്ങളോട് മതരഹിതരാകാൻ ഞാനഭ്യർത്ഥിക്കുന്നില്ല. വിമർശനബോധമുള്ളവരാകാനും സ്വന്തമായി ചിന്തിക്കാനുള്ള ധൈര്യമുണ്ടാകാനുമാണ് ഞാനുപദേശിക്കുന്നത്. നാം പാശ്ചാത്യ സംസ്കാരത്തെ വിമർശനരഹിതമായി അനുകരിക്കരുത് എന്നാണ് നമ്മുടെ ബൗദ്ധികനായകർ പറയുന്നത്. പിന്നെയെന്തിന് നാം നമ്മുടെ ഭൂതകാലവുമായി ബന്ധപ്പെട്ടുള്ള വിമർശനാവകാശത്തെ

ഉപേക്ഷിക്കണം? ഇന്ത്യയിലെ സാമാന്യജനങ്ങളുടെ ആത്മീയ ജീവിതം വളരെ ഉയർന്നതാണ് എന്ന് വിദ്യാസമ്പന്നനായ ഒരാളും പറയില്ല. നമ്മുടെ സാമാന്യജനങ്ങളെ സംബന്ധിച്ചിടത്തോളമുള്ള ഇന്ത്യയുടെ ആത്മീയ പ്രതിഭയെ ത്രപപ്പെടുത്തുന്ന അജ്ഞതയെയും മുൻവിധികളെയും അന്ധവിശ്വാസങ്ങളെയും ആരും ന്യായീകരിക്കില്ല. ഈ തിന്മകൾ നീക്കപ്പെടേണ്ടതാണ് എന്ന് നാം സമ്മതിക്കുന്നുവെങ്കിൽ, അവയുടെ കാരണങ്ങൾ അന്വേഷിക്കാനുള്ള ധൈര്യം നമുക്കുണ്ടാവണം. മതപരമായ ചിന്താരീതി അനിവാര്യമായും ജനങ്ങളുടെ ആ മോശപ്പെട്ട സ്വഭാവങ്ങളെ സൃഷ്ടിക്കുന്നുവെന്ന വസ്തുതയിലേക്ക് സത്യസന്ധമായ ഒരന്വേഷണം നമ്മെ നയിക്കും. നമ്മുടെ രാജ്യത്തെ യുവ ബുദ്ധിജീവികൾ ഇന്നഭിമുഖീകരിക്കുന്ന അടിസ്ഥാന കർത്തവ്യത്തിലേക്ക് അങ്ങനെ നാമെത്തുന്നു. മതത്തെ പുനരുജ്ജീവിപ്പിക്കുകയല്ല വേണ്ടത്. മറിച്ച്, മതത്തെ നിഷ്പക്ഷമായ വിമർശനത്തിനു വിധേയമാക്കുകയാണ് ചെയ്യേണ്ടത്. യുക്തിയുടെ പരീക്ഷണത്തെ നേരിടാൻ കഴിയില്ലെങ്കിൽ, ദൈവമെന്ന ആശയത്തെ നിരസിക്കണമെന്ന് ചില ആധുനി മതവാദികൾ പ്രഖ്യാപിക്കുന്നത് നാം കേട്ടിട്ടുണ്ട്. നിങ്ങൾ ആ പരീക്ഷണം മതത്തിനുമേൽ നടത്തുക. നമ്മുടെ ആത്മീയ സംസ്കാരം എന്ന പൊങ്ങച്ചപ്പേരിനു കീഴിൽ പോകുന്നവയും മതത്തിന്റെ മൊത്തം ഘടനയും ചീട്ടുകൊട്ടാരംപോലെ തകരും. ചീട്ടുകൊട്ടാരം പോലെ അത്ര എളുപ്പത്തിൽ തകരുന്നതല്ല അതെന്നു മാത്രം. ബാഹ്യമായ ദൃഢതയോടെ അത് പിന്നെയും നിൽക്കും - എന്നാൽ, ജീർണ്ണിച്ച ഒരടിത്തറയ്ക്കു മുകളിലായി. അടിത്തറ തോണ്ടുക; ജീർണ്ണിച്ച ഘടനയാകെ തകർന്നടിയും.

യുക്തിബോധവും വിമർശനബോധവും അന്വേഷണ മനോഭാവവും ഉള്ളവരാകാൻ ഞാൻ നിങ്ങളോട് അഭ്യർത്ഥിക്കുന്നു. ചോദ്യം കൂടാതെ ഒന്നും അംഗീകരിക്കരുത്. അധികാരത്തിനെതിരെ തുറന്ന കലാപം നടത്താൻ നിങ്ങൾക്കു ധൈര്യമില്ലെങ്കിൽ, എന്ത് അനുമതിയുടെ അടിസ്ഥാനത്തിലാണ് ആ അധികാരം നിൽക്കുന്നത് എന്ന് ചോദിക്കുന്നത്രയെങ്കിലും പോകണം. അറിയാത്തതും അറിയാനാകാത്തതുമായ ശക്തികൾക്ക് സ്വമേധയാ വിധേയരായി ഇരിക്കുന്ന കാലത്തോളം ഈ ഭൂമിയിൽ നിങ്ങൾക്ക് ഒരിക്കലും സ്വതന്ത്രരാവാൻ കഴിയില്ല. ആത്മീയമായി സ്വതന്ത്രരായ മനുഷ്യർക്കു മാത്രമേ മഹത്തായ ഒരു വിപ്ലവപ്രസ്ഥാനത്തിൽ ഒരു രാജ്യത്തെയാകെ നയിക്കാനാവൂ. ബുദ്ധിജീവികൾ മാനസികമായി സ്വതന്ത്രരാവണം. അയുക്തികമായതിനെ യുക്തിവൽക്കരിക്കാൻ ശ്രമിക്കുന്ന വ്യാജബൗദ്ധികതയെ നമുക്കൊഴിവാക്കാം. മഹാൻമാർപോലും മരിക്കുമെന്നോർക്കുക. നമ്മുടെ ഭൂതകാലത്തിന്റെ

മഹത്വം എന്തായിരുന്നാലും അതു മരിച്ചു. നിങ്ങൾക്കതിനെ പുനരുജ്ജീവിപ്പിക്കാൻ കഴിയില്ല. ഭൂതകാലത്തിന്റെ തടവുകാർക്കൊരിക്കലും ഭാവിയുടെ യജമാനരാകാൻ കഴിയില്ല.

(1937ൽ പൂനയിലും 1943ൽ കൽക്കത്തയിലും
1944ൽ ബോംബെയിലും നടത്തിയ പ്രഭാഷണങ്ങളുടെ ചില ഭാഗങ്ങൾ).

നവോത്ഥാനവും റാഡിക്കലിസവും

ഒരു രാഷ്ട്രീയകക്ഷിയും ജനങ്ങളുടെ വിദ്യാഭ്യാസപരവും സാംസ്കാരികവുമായ പുരോഗതിയെ പ്രോത്സാഹിപ്പിക്കുക എന്ന ലക്ഷ്യമുള്ള ഒരു സംഘടനയും തമ്മിലുള്ള ബന്ധം എന്താണ് ? നമ്മുടെ രാജ്യത്തു മാത്രമല്ല, ലോകത്തുടനീളം ഇടതുപക്ഷം എന്നു വിളിക്കപ്പെടുന്ന കക്ഷികൾ രാഷ്ട്രീയത്തെ സാമ്പത്തികപ്രശ്നങ്ങളുമായി ബന്ധിപ്പിക്കുന്നു. രാഷ്ട്രീയവും സാംസ്കാരികപ്രശ്നങ്ങളും - മനുഷ്യാസ്തിത്വത്തിന്റെ വളരെ കാതലായ കാര്യങ്ങളുമായി ബന്ധപ്പെട്ട പ്രശ്നങ്ങൾ - തമ്മിലുള്ള ബന്ധം അത്യപൂർവ്വമായി മാത്രമേ പരിഗണിക്കപ്പെടാറുള്ളൂ. ഈ പ്രശ്നങ്ങളുമായി ബന്ധപ്പെട്ട ഉത്കണ്ഠ, അവയ്ക്ക് വിദ്യാഭ്യാസപരമായ സ്വഭാവം ഉള്ളിടത്തോളം, അക്കാദമിഷ്യൻമാർക്കും അദ്ധ്യാപകർക്കും വിട്ടുകൊടുക്കപ്പെടുന്നു; പ്രശ്നങ്ങളുടെ സാംസ്കാരികഭാഗം കലാകാരൻമാർക്കും സാഹിത്യകാരൻമാർക്കും ദാർശനികർക്കും. മനുഷ്യാസ്തിത്വത്തിന്റെ മുഖ്യപ്രേരണയെന്ന നിലയിൽ നാഗരികതയുടെ ആരംഭകാലം മുതൽ മനുഷ്യരാശി താലോലിച്ച ആശയങ്ങളും ആദർശങ്ങളുമായുള്ള രാഷ്ട്രീയത്തിന്റെ - രാഷ്ട്രീയപ്രവർത്തനത്തിന്റെ മാത്രമല്ല, രാഷ്ട്രീയ സിദ്ധാന്തങ്ങളുടെയും - വേർപിരിയലിനെപ്പറ്റിയുള്ള ഉത്കണ്ഠ വർദ്ധിച്ചുവരുന്നുണ്ടെന്ന് ആധുനികലോകത്തിലെ ചിന്താധാരകളുമായി സാമാന്യമായ പരിചയം ഉള്ളവർക്ക് അറിയാം. രാഷ്ട്രീയവും ധാർമ്മികതയും തമ്മിലുള്ള ബന്ധത്തിന്റെ പ്രശ്നം എണ്ണമേറിവരുന്ന ചിന്താശീലരുടെയും നമ്മുടെ കാലത്തെ ദാർശനികരുടെയും ശ്രദ്ധയെ ആകർഷിച്ചുകൊണ്ടിരിക്കുന്നു.

യൂറോപ്പിൽ, ഈ പ്രശ്നം സംബന്ധിച്ച ചർച്ച അക്കാദമികവും ദാർശനികവുമായ തലത്തിൽ ഒതുങ്ങിനിൽക്കുന്നില്ല. അത് രാഷ്ട്രീയകക്ഷികളുടെ അണികൾക്കിടയിൽ, പ്രത്യേകിച്ചും അവരിലെ ചിന്തിക്കുന്ന വിഭാഗങ്ങൾക്കിടയിൽ ആഴ്ന്നിറങ്ങിക്കൊണ്ടിരിക്കുന്നു. നിർഭാഗ്യവശാൽ, രാഷ്ട്രീപ്രസ്ഥാനങ്ങളിൽ ചിന്തിക്കുന്ന വിഭാഗം വളരെ ചെറുതാണ്. നമ്മുടെ രാജ്യത്തിന്റെ പ്രത്യേകതയൊന്നുമല്ല അത്. ചിന്തയ്ക്ക് രാഷ്ട്രീയവുമായി എന്തെങ്കിലും ബന്ധമുള്ളതായി കാണുന്നില്ല; എന്തെന്നാൽ രാഷ്ട്രീയം എന്നാൽ പ്രവർത്തനം മാത്രാണ് എന്നാണ് സങ്കൽപ്പിക്കപ്പെടുന്നത്. ഒരു രാഷ്ട്രീയക്കാരൻ ഒരു പ്രവർത്തകനായിരിക്കണം. അവൻ പ്രവർത്തിക്കണം. എന്നാൽ, ഏതൊരു പ്രവർത്തിക്കും മുന്നോടിയായി അല്പം ചിന്തയുണ്ടായിരിക്കും; ആ ലളിതമായ വസ്തുതയെയാണ് വിസ്മരിക്കുന്നത്. രാഷ്ട്രീയ പ്രവർത്തകരിൽ മിക്കവരും സ്വയം ചിന്തിക്കുന്നില്ല. അന്തർജ്ഞാനത്താൽ നയിക്കപ്പെടുന്നു എന്ന് അവകാശപ്പെടുന്ന നേതാക്കളെ കേവലം പിന്തുടരുക മാത്രമാണവർ ചെയ്യുന്നത്; അല്ലെങ്കിൽ, ഏതോ വിദൂര ഭൂതകാലത്ത് ജീവിക്കുകയും ചിന്തിക്കുകയും ചെയ്ത മറ്റുള്ളവരെ സ്വയം പിന്തുടരുന്നു. മൊത്തത്തിൽ, യുക്തിവിചാരത്തെയോ ബുദ്ധിപരമായ കണക്കുകൂട്ടലിനെയോക്കാൾ അത്യാസക്തിയും വികാരവുമാണ് രാഷ്ട്രീയപ്രവർത്തനങ്ങളുടെ പ്രേരകശക്തി; മെച്ചപ്പെട്ട ഒരു സാമൂഹികക്രമത്തിലേക്കും കുറേക്കൂടി സമഞ്ജസമായ മനുഷ്യബന്ധങ്ങളിലേക്കും ലോകത്തെ കൊണ്ടുപോകുന്നതിനു പകരം അത് അനിവാര്യമായും ക്രമരാഹിത്യത്തെയും ആശയക്കുഴപ്പത്തെയും അധാർമ്മികതയെയും നികൃഷ്ടതയെയും സൃഷ്ടിക്കും.

രാഷ്ട്രീയത്തിലെ ഈ അടിസ്ഥാന പ്രശ്നം, പ്രൊഫസർ പരീഖ് വിവരിച്ചതുപോലെ, നമ്മുടെ രാജ്യത്തെ ചെറിയൊരു വിഭാഗം ആളുകളെ പുതിയതരത്തിലുള്ള ഒരു രാഷ്ട്രീയകക്ഷി രൂപീകരിക്കാൻ പ്രേരിപ്പിച്ചു. പ്രശ്നം ഇതാണ്: യുക്തിവിചാരത്താൽ രാഷ്ട്രീയപ്രവർത്തനത്തെ നയിക്കുവാൻ കഴിയുമോ? മറ്റു വാക്കുകളിൽ, രാഷ്ട്രീയത്തെ ധാർമ്മികതയുമായി പൊരുത്തപ്പെടുത്താൻ കഴിയുമോ? ഈ പ്രശ്നങ്ങളെക്കുറിച്ച് അവർ അല്പം ചിന്തിച്ചു. വേണ്ടത്ര നീണ്ടകാലം ഈ പ്രശ്നങ്ങളെക്കുറിച്ച് ചിന്തിച്ച് ചില നിഗമനങ്ങളിലെത്തിയ ശേഷം ജനങ്ങളിലെ ചിന്തിക്കുന്ന വിഭാഗത്തിനു മുമ്പിൽ ഈ പ്രശ്നങ്ങളെ വച്ചുകൊണ്ട് അവയോടുള്ള സമീപനവും അവയുടെ പരീക്ഷണാർത്ഥമായ പരിഹാരവും അവരുടെ പരിഗണനയ്ക്കായി സമർപ്പിക്കുക എന്ന കർത്തവ്യം അവർ സ്വയം ഏറ്റെടുത്തു. നമ്മുടെ ആരംഭബിന്ദു യുക്തിയോടുള്ള ഒരഭ്യർത്ഥന ആയതിനാൽ, സ്വീകരിക്കപ്പെടാനോ നിരസിക്കപ്പെടാനോ ഉള്ള വളരെ

വ്യക്തമായ ഒരുക്കൂട്ടം സൂത്രവാക്യങ്ങളൊന്നും നാം വാഗ്ദാനം ചെയ്യുന്നില്ല. അതേസമയം ബൗദ്ധികപ്രശ്നങ്ങളുടെ കാര്യത്തിൽ തലയെണ്ണി തീരുമാനമെടുക്കാം എന്നും നാം വിശ്വസിക്കുന്നില്ല. ചന്തയിൽ കൈകൾ പൊക്കിക്കൊണ്ട് അസത്യത്തിൽനിന്ന് സത്യത്തെ വേർതിരിക്കാൻ കഴിയുമെന്ന് കരുതുന്ന ധീരനായ ജനാധിപത്യവാദി ഇനിയും ജനിക്കേണ്ടിയിരിക്കുന്നു. ആയതിനാൽ, നാം നമ്മുടെ ആശയങ്ങളെ ജനങ്ങളിലെ ചിന്തിക്കുന്ന വിഭാഗത്തിനു സമർപ്പിക്കുന്നു. അങ്ങനെ ചെയ്യുമ്പോൾ, ഒരു രാഷ്ട്രീയകക്ഷിയുടെ ലക്ഷ്യത്തിനു പ്രത്യക്ഷത്തിൽ അപ്രസക്തമായ ഈ ചോദ്യങ്ങൾ ഉയർത്തുന്നതിനു നമ്മെ നിർബന്ധിതമാക്കിയ കാരണം നാം അവരോടു വിശദീകരിക്കുകയും, രാഷ്ട്രീയം ഒരു വൃത്തികെട്ട കളി, അധികാരത്തിനുവേണ്ടിയുള്ള പിടിവലി അല്ലാതാകണമെങ്കിൽ ഈ ചോദ്യങ്ങളെ അഭിമുഖീകരിച്ച് അവയ്ക്ക് ഉത്തരം നൽകേണ്ടത് എത്ര മാത്രം പ്രധാനമാണെന്ന് ചൂണ്ടിക്കാണിക്കുകയും ചെയ്യും. അവർക്കു ബോദ്ധ്യപ്പെട്ടാൽ, അവർ ഈ കർത്തവ്യത്തിൽ നമ്മോടൊപ്പം ചേരും; ഈ പ്രശ്നങ്ങൾക്ക് നാം ഇതുവരെ എത്തിച്ചേർന്നിട്ടുള്ള പരിഹാരങ്ങളേക്കാൾ കൂടുതൽ പൂർണ്ണവും കൂടുതൽ തൃപ്തികരവും കൂടുതൽ യുക്തിസഹവുമായ പരിഹാരങ്ങൾ കണ്ടെത്താൻ കൂട്ടായ ബൗദ്ധിക പ്രയത്നത്തിലൂടെ നമുക്കാവുകയും ചെയ്യും.

നാം സ്വയം ഏറ്റെടുത്ത കർത്തവ്യം പൂർത്തിയാക്കുന്നതിന് നാം എണ്ണത്തിൽ സ്വയം പെരുകേണ്ടതുണ്ട്. നമ്മുടെ ആശയങ്ങളെക്കുറിച്ച് ബോദ്ധ്യം മാത്രമല്ല, ബുദ്ധിമാൻമാരായ പൊതുജനങ്ങൾക്കു മുമ്പിൽ ഈ ആശയങ്ങളെ വിശദീകരിക്കാനുള്ള കഴിവും ഉള്ള ആവശ്യമായത്ര വലിയൊരു വിഭാഗം ആളുകളെ നമുക്ക് സൃഷ്ടിക്കേണ്ടതുണ്ട്. അത്തരം വ്യക്തികളെ പരിശീലിപ്പിക്കുക എന്ന ഉദ്ദേശ്യത്തോടെ നാം വാർഷിക പഠനക്കളരികൾ നടത്തുന്നു. ഓരോ അഖിലേന്ത്യാ പഠനക്കളരിക്കു ശേഷം പ്രാദേശിക പഠനക്കളരികൾ നടത്തുന്നു. ജനമനസ്സുകളെ ആശയക്കുഴപ്പത്തിലാക്കി, അവരെ അന്ധമായി പിന്തുടരാനുള്ള പ്രവണതയുള്ളവരാക്കുക മാത്രം ചെയ്യുന്ന ശബ്ദകോലാഹലം ഉണ്ടാക്കാൻ കഴിയുന്നവരാൽ നമ്മുടെ അസ്തിത്വം ഇനിയും അവഗണിക്കപ്പെടാമെങ്കിലും ഓരോ വർഷവും ഈ പുതിയതരം രാഷ്ട്രീയ പ്രവർത്തകരുടെയും ചിന്തകരുടെയും എണ്ണം വർദ്ധിച്ചുകൊണ്ടിരിക്കുന്നു എന്നതാണ് ഇതിന്റെ ഫലം. പക്ഷെ, പ്രൊഫസർ പരീഖും അദ്ധ്യക്ഷനും ചൂണ്ടിക്കാണിച്ചപോലെ, ഇന്ത്യ അതിന്റെ ചരിത്രത്തിൽ, മുദ്രാവാക്യങ്ങൾ മുഴക്കിക്കൊണ്ട് പൊതുജീവിതത്തിലെ പ്രശ്നങ്ങളെ പരിഹരിക്കാനാവാത്ത ഒരു ഘട്ടത്തിലേക്ക് എത്തിക്കൊണ്ടിരിക്കുന്നു. നാം കുറച്ച് ഗൗരവമായി

ചിന്തിക്കേണ്ടതുണ്ട്. ആയതിനാൽ, യുക്തിയോടുള്ള നമ്മുടെ അഭ്യർത്ഥനയ്ക്ക് കൂടുതൽ കൂടുതൽ അനുകൂലമായ ഒരന്തരീക്ഷം ഉണ്ടാവുകയും ബൗദ്ധികത പ്രതികരണം കണ്ടെത്തുകയും ചെയ്യുന്നു.

ഒരു രാഷ്ട്രീയകക്ഷിക്കു മാത്രം ഈ കർത്തവ്യം പൂർത്തീകരിക്കാൻ കഴിയില്ല. അതിന് ഒട്ടുവളരെ ഗവേഷണവും പഠനവും അന്വേഷണങ്ങളും ആവശ്യമാണ്. ഒരു രാഷ്ട്രീയകക്ഷിയുടെ സാധാരണ അംഗത്തിന് അതുചെയ്യാൻ കഴിയില്ല. ആയതിനാൽ, ഈ ജോലി ചെയ്യുന്നതിനായി ഒരു സ്ഥാപനം ഉണ്ടാക്കണമെന്ന് നമുക്കു തോന്നി. നമ്മുടെ കക്ഷിയുടെ ആശയങ്ങൾ കൂടുതൽ ആളുകളിലേക്ക് എത്തുന്നതിനു പറ്റിയ ഒരന്തരീക്ഷം അതു സൃഷ്ടിക്കും. അതേസമയം, ഈ സ്ഥാപനത്തിന്റെ പ്രവർത്തനം നമ്മുടെ കക്ഷിയുടെ അണികളിൽ യോഗ്യതയുള്ളവരുടെ എണ്ണത്തെ വർദ്ധിപ്പിക്കും. അതാണ് റിനായ്സൻസ് ഇൻസ്റ്റിറ്റ്യൂട്ടും റാഡിക്കൽ ഡെമോക്രാറ്റിക്ക് പാർട്ടിയുമായുള്ള ബന്ധം.

നമ്മുടെ അവകാശവാദത്തിൽ നാം മടിയില്ലാത്തവരാണ്. റാഡിക്കൽ ഡെമോക്രാറ്റിക്ക് പാർട്ടിയിൽ അംഗത്വം ലഭിക്കുന്നതിന് ഏറ്റവും കുറഞ്ഞ അളവിലുള്ള ബുദ്ധിയും വിദ്യാഭ്യാസവും ശാസ്ത്രീയ മനോഭാവവുമെങ്കിലും ഉണ്ടായിരിക്കണം. തൽഫലമായി, റാഡിക്കൽ ഡെമോക്രാറ്റിക്ക് പാർട്ടി, എപ്രകാരമായാലും, തുടക്കത്തിൽ ഒരു ചെറിയ പാർട്ടിയായിരിക്കും. എന്നാൽ, ഇവിടെ നിരവധി വലിയ പാർട്ടികളുണ്ട്. അവരെന്താണ് നേടിയത്? ഈ ചോദ്യം അധികം താമസിയാതെ ചിന്തിക്കുന്ന ആളുകളെല്ലാം ചോദിക്കും. നമ്മുടേതുപോലുള്ള ചെറുകക്ഷികളുടെ ദിവസം വന്നുകൊണ്ടിരിക്കുന്നു.

ദേശീയവാദത്തിന്റെ വിവക്ഷകളെയും അതിന്റെ ആസന്നമായ വിജയം രാജ്യത്തിന്റെ മുമ്പിൽ തുറക്കുന്ന വീക്ഷണത്തെയും കുറിച്ച് പ്രൊഫസർ പരീഖ് അല്പം ദീർഘമായി സംസാരിക്കുകയുണ്ടായി. മറ്റൊരു വീക്ഷണകോണിലൂടെ നമുക്കതിനെ നോക്കാനാവും. ദേശീയ പ്രസ്ഥാനത്തിന്റെ അടിസ്ഥാനപ്രേരണ വാസ്തവത്തിൽ എന്തായിരുന്നു? ഒരു ഇന്ത്യൻ നവോത്ഥാനം സാദ്ധ്യമാക്കുക എന്നതായിരുന്നു അത്. ഈ രീതിയിൽ പറഞ്ഞാൽ, ഒരുപക്ഷെ, നിങ്ങൾക്ക് അർത്ഥം മനസ്സിലായില്ല എന്നുവരാം. ആയതിനാൽ, ഞാൻ കുറച്ചുകൂടി വ്യക്തമാക്കാം. ദേശീയപ്രസ്ഥാനത്തിന്റെ ലക്ഷ്യം എന്തായിരുന്നു? നമ്മുടെ രാജ്യത്തിന്റെ എല്ലാ ദുരിതങ്ങൾക്കും പിന്നാക്കാവസ്ഥയ്ക്കും ദയനീയമായ ചുറ്റുപാടുകൾക്കും കാരണം വിദേശഭരണമായിരുന്നു എന്നും, ആയതിനാൽ ഇന്ത്യൻ ജനതയുടെ ഏതൊരു പുരോഗതിക്കുമുള്ള ഉപാധി എന്ന നിലയിൽ അതിനെ അവസാനിപ്പിക്കണം എന്നുമായിരുന്നു

വാദിച്ചിരുന്നത്. ഈ വാദമുഖത്തിന്റെ സൂചന വ്യക്തമാണ്. ദേശീയസ്വാതന്ത്ര്യം എന്നത് സ്വയം ഒരു ലക്ഷ്യമല്ല, മറിച്ച്, ഒരു ലക്ഷ്യത്തിലേക്കുള്ള മാർഗ്ഗമായിരുന്നു. ദേശീയപ്രസ്ഥാനം ഇക്കാലമത്രയും മാർഗ്ഗത്തെക്കുറിച്ചാണ് ഏറെ ഉത്കണ്ഠ പ്രകടിപ്പിച്ചിരുന്നത്. ദേശീയപ്രസ്ഥാനത്തിന്റെ ലക്ഷ്യത്തിന്റെ സ്വഭാവത്തെക്കുറിച്ചുള്ള ചോദ്യം ഉയർത്തുകപോലും ചെയ്തിരുന്നില്ല; അതെ, ലക്ഷ്യം വിസ്മരിക്കപ്പെട്ടുകയും മാർഗ്ഗം ലക്ഷ്യമായിത്തീരുകയും ചെയ്തു. വിദേശഭരണം അപ്രത്യക്ഷമായിക്കൊണ്ടിരിക്കുന്ന ഘട്ടത്തിലാണ്; ലക്ഷ്യത്തെക്കുറിച്ച് ഓർക്കാനും എന്താണതെന്ന് ചോദിക്കാനുമുള്ള സമയമാണിത്. ലോകനാഗരികതയുടെ മുൻനിരയിൽ ഒരിക്കൽകൂടി ഇന്ത്യയെ പ്രതിഷ്ഠിക്കുന്നതിന് ഇന്ത്യ അതിന്റെ പഴയ പ്രതാപത്തെ വീണ്ടെടുക്കണമെന്ന് അവർ പറയുന്നു. അത് നവോത്ഥാനമാണ്. പക്ഷെ, നിർണ്ണായകമായ ചോദ്യം ഇതാണ്: നാം പുനരുജ്ജീവിപ്പിക്കാൻ ആഗ്രഹിക്കുന്ന ഭൂതകാല പ്രചോദനം എന്താണ്? എന്ത് ഉദ്ദേശ്യത്തോടെയാണ് അത് പുനരുജ്ജീവിപ്പിക്കുന്നത്? നമുക്ക് ഭൂതകാലത്തേക്കു തിരിച്ചുപോകാൻ കഴിയില്ല; ഭാവിയിലേക്കു മുന്നേറാൻ നമ്മെ പ്രാപ്തരാക്കുന്ന പ്രചോദനം തേടുന്നതിനു മാത്രമേ നമുക്കു കഴിയൂ. ഭൂതഭാവികളുടെ ഇടയിലെ ഒരു നിമിഷം മാത്രമാണ് വർത്തമാനം. വർത്തമാനകാലം വിദ്വേഷവും ദുരിതവും നിറഞ്ഞതിനാൽ ഭൂതകാല ഇന്ത്യയിൽ യഥാർത്ഥത്തിൽ മഹത്തായത് എന്തായിരുന്നു എന്നത് നാം വിസ്മരിച്ചിട്ടുണ്ട്. പ്രചോദനത്തിന്റെ ഉറവിടമാകണമെങ്കിൽ, ഭൂതകാലത്തിന്റെ യഥാർത്ഥ മഹത്വം എന്തായിരുന്നുവെന്ന് മനസ്സിലാക്കേണ്ടത് ആവശ്യമാണ്. അതിന്, വിമർശിക്കാനുള്ള ധൈര്യവും നമ്മുടെ പൗരാണിക ഋഷിമാർ ജീവിക്കുകയും ചിന്തിക്കുകയും ചെയ്തതു മുതൽ മനുഷ്യ ചേതന സൃഷ്ടിച്ചിട്ടുള്ള അറിവും നമുക്കുണ്ടായിരിക്കണം. മറ്റു വാക്കുകളിൽ പറഞ്ഞാൽ, നമുക്ക് ലക്ഷ്യത്തെക്കുറിച്ച് വ്യക്തത വരുത്തേണ്ട സമയം എത്തിയിരിക്കുന്നു. നമ്മൾ എന്താണ് ചെയ്യാനാഗ്രഹിക്കുന്നത്? അമേരിക്കയുടെയോ ജർമ്മനിയുടെയോ ജപ്പാന്റെയോ മാതൃകയിൽ ഒരാധുനിക രാഷ്ട്രം ഇന്ത്യയിൽ സൃഷ്ടിക്കാനാണ് നാം പോകുന്നതെങ്കിൽ ഒരു പ്രത്യേക ഇന്ത്യൻ പ്രതിഭയെക്കുറിച്ച് ഇന്ത്യയുടെ ദൗത്യത്തെക്കുറിച്ച് സംസാരിക്കേണ്ടതില്ല. കഴിഞ്ഞ ദിവസമാണ് അവർ ടാഗോറിന്റെ ജന്മദിനം ആഘോഷിച്ചത്. പക്ഷെ, ഇന്ത്യ ടാഗോറിന്റെ മഹത്വത്തെ വിലയിരുത്താനിരിക്കുന്നതേയുള്ളൂ. ഇന്ത്യൻ ചേതനയുടെ മൂർത്തീമദ്ഭാവമായി അദ്ദേഹത്തെ ആഘോഷിക്കുന്നു - ദേശീയവാദത്തിന്റെ കവിയും ദാർശനികനും. ഇരുപത്തഞ്ചുകൊല്ലങ്ങൾക്കുമുമ്പ് ടാഗോർ ദേശീയവാദത്തെ സംഘടിതമായ സ്വാർത്ഥത എന്ന് വിശേഷിപ്പിച്ച

കാര്യം വിസ്മരിക്കപ്പെട്ടിരിക്കുന്നു. ആ സന്ദേശം ലോകം മുഴുവൻ പ്രചരിപ്പിക്കാനുള്ള ധൈര്യവും അദ്ദേഹത്തിനുണ്ടായിരുന്നു. നമ്മുടെ കാലത്തെ ഋഷിയുടെ ചേതനയ്ക്കൊത്ത് ജീവിക്കാൻ നമുക്ക് കഴിയുന്നില്ലെങ്കിൽ, പല സഹസ്രാബ്ദങ്ങൾക്കുമുമ്പ് ജീവിച്ച ഋഷിമാരെപ്പറ്റി എന്തിന് സംസാരിക്കുന്നു?

ഒരു ലക്ഷ്യത്തിലേക്കുള്ള മാർഗ്ഗം എന്ന നിലയിൽ ദേശീയവാദം ആവശ്യമായിരുന്ന ഒരു കാലമുണ്ടായിരുന്നു. പക്ഷെ, ഇപ്പോൾ ആ കാലം കടന്നുപോയിട്ടുണ്ട്. മാർഗ്ഗത്തെ ആരാധിക്കേണ്ട കാര്യമൊന്നുമില്ല. നമുക്ക് ലക്ഷ്യത്തിലേക്കു തിരിയാം. നമ്മുടെ മാർഗ്ഗത്തിലുള്ള ഒരു തടസ്സത്തെ ഒഴിവാക്കുന്നതിന് ദേശീയവാദം ആവശ്യമായിരുന്നു. പക്ഷെ, ഇപ്പോൾ നമ്മുടെ വഴിയിൽ തടസ്സമൊന്നുമില്ലാത്തതിനാൽ നമ്മുടെ സ്വാർത്ഥതയെ സംഘടിപ്പിക്കേണ്ടതില്ല. ഭാരതമാതാവ് എന്നത് ഈ രാജ്യത്ത് അധിവസിക്കുന്ന നഗ്നരും പട്ടിണിക്കാരും നിരക്ഷരരുമായ ലക്ഷങ്ങളാണ്. പക്ഷെ, അവർ അവളുടെ ഒരു ഭൂമിശാസ്ത്രദേവതയെ സൃഷ്ടിച്ചിട്ടുണ്ട്. എന്നിട്ട്, ഈ മാതാവിന് മഹത്വവും പ്രതാപവും ഉണ്ടാകുന്നതിന് അവളുടെ പട്ടിണികിടക്കുന്ന കുട്ടികളോട് കൂടുതൽ പട്ടിണികിടക്കാനും സഹിക്കാനും ത്യാഗംചെയ്യാനും ആവശ്യപ്പെടുന്നു. ഭാവനയിൽ അല്ലാതെ അത്തരമൊരു ഭാരതാംബ ഇല്ല. അവളൊരു കെട്ടുകഥയാണ്, കാപട്യമാണ്; സ്വയം മഹാൻമാരും പ്രതാപികളും ആകാൻ ആഗ്രഹിക്കുന്നവർ കെട്ടിച്ചമച്ചതാണ്. അത് സ്വാർത്ഥതയുടെ കാതലായ ദേശീയവാദമാണ്.

നമ്മുടെ കാലത്തെ ഋഷിമാർക്കിടയിലെ ഒരാളായി ടാഗോർ എണ്ണപ്പെട്ടത് എന്തുകൊണ്ട്? അദ്ദേഹം ഒരു ഇന്ത്യക്കാരൻ ആയിരുന്നു എന്നുകൊണ്ടല്ല; ദേശീയവാദിയായിരുന്നു എന്നതുകൊണ്ടുമല്ല. ടാഗോർ ഒരു മാനവവാദി ആയിരുന്നു; അല്ലാത്തപക്ഷം, അദ്ദേഹത്തിന് മഹാനായ ഒരു കവി ആകാൻ കഴിയുമായിരുന്നില്ല. ഒരു കവിയും മാനവികതാവാദിയും എന്ന നിലയിൽ ടാഗോർ ചരിത്രമണ്ഡപത്തിൽ ആദരണീയമായ ഒരു സ്ഥാനം നേടി. അദ്ദേഹം താലോലിച്ച ആ മൂല്യങ്ങളെ അവഗണിച്ചുകൊണ്ട് നാം ടാഗോറിനെ അപമാനിക്കരുത്. മാനവികമൂല്യങ്ങളെ ഉയർത്തിപ്പിടിച്ചിരുന്നിടത്തോളം പുരാതന ഇന്ത്യയിലെ ഋഷിമാരും അനശ്വരരാണ്. മനുഷ്യരെന്ന നിലയിൽ ഓരോ സ്ത്രീപുരുഷൻമാരുടെയും കർത്തൃത്വാവകാശത്തെ വിലമതിക്കാൻ നമുക്ക് കഴിയില്ലെങ്കിൽ, ടാഗോറിനെയും നമ്മുടെ ഋഷിമാരെയും പ്രചോദിപ്പിച്ച ആ ആദർശത്തെ നമുക്കെങ്ങനെ വിലമതിക്കാനാവും?

ലോകത്തിൽ എല്ലായിടത്തെയും മിക്ക ആളുകളും സ്വാതന്ത്ര്യത്തെ ഭയക്കുന്നു; നമ്മുടെ രാജ്യത്തിൽ, സ്വാതന്ത്ര്യത്തെ ഭയക്കുന്നവരുടെ അനുപാതം വളരെ കൂടുതലാണ്. മനുഷ്യനെ വിലമതിക്കുന്നില്ലെങ്കിൽ, അവർക്കെങ്ങനെ സ്വാതന്ത്ര്യത്തെ വിലമതിക്കാനാവും? സ്വാതന്ത്ര്യം എന്നത് അമൂർത്തമായ ഒരാദർശമല്ല; കേവലം രാഷ്ട്രീയമായ ഒരവസ്ഥയുമല്ല. ഒരു മാനവികമൂല്യം എന്ന നിലയിൽ മനസ്സിലാക്കാത്തപക്ഷം സ്വാതന്ത്ര്യത്തിന് യാതൊരു അർത്ഥവുമില്ല. വ്യക്തികൾ എന്ന നിലയിൽ സ്ത്രീപുരുഷൻമാർക്കു മാത്രം ആസ്വദിക്കാൻ കഴിയുന്നതും അങ്ങനെ ഒരു യാഥാർത്ഥ്യമായി മാറുന്നതുമാണത്. ആയതിനാൽ, അവസാന വിശകലനത്തിൽ, സ്വാതന്ത്ര്യം എന്നത് ഒരു ആത്മീയ അവസ്ഥയാണ്. ഹിന്ദുമതസ്ഥർ നാരായണനെപ്പറ്റി സംസാരിക്കുന്നു. എന്താണത് അർത്ഥമാക്കുന്നത്? മനുഷ്യനിൽ ദൈവത്തെ കാണുക. എന്നിട്ടും, ദേശീയവാദം, പട്ടിണി കിടക്കുന്ന അസംഖ്യം സ്ത്രീപുരുഷൻമാരുടെ രൂപത്തിലുള്ള ഭൂമിയിലെ നടക്കുന്ന ദൈവത്തെ ഭൂമിശാസ്ത്രപരമായ ദേവതയുടെ ബലിപീഠത്തിൽ ബലിയർപ്പിക്കുന്നു. ഇന്ത്യൻ ദേശീയവാദം മതപരമായ അനുമതിയും അവകാശപ്പെടുന്നുണ്ട്. മൃതമായ ഒരു മതത്തിലുള്ള വിശ്വാസം, സ്വാതന്ത്ര്യത്തിലേക്കു നയിക്കുന്ന മാനവവാദ മനോഭാവത്തെ ശരിയായി വിലയിരുത്തുന്നതിനെയും അതിൽനിന്നു പ്രചോദനം തേടുന്നതിനെയും തടയുന്നു.

നമ്മുടെ രാജ്യത്തെ തെറ്റായ എല്ലാ കാര്യങ്ങൾക്കും ബ്രിട്ടീഷുകാരെ പഴിക്കുന്ന ഒരു കാലമുണ്ടായിരുന്നു. ഇപ്പോൾ, അവർ പോവുകയാണ്. ബ്രിട്ടീഷുകാരുടെ സാന്നിദ്ധ്യം പറഞ്ഞുകൊണ്ട് എല്ലാറ്റിനെയും വിശദീകരിക്കാൻ ഇനി നമുക്കു കഴിയില്ല. ഞാൻ നിങ്ങളുടെ യുക്തിയോട് അഭ്യർത്ഥിക്കുന്നു. ക്ലൈവ് ബുദ്ധിമാനായ ഒരു കള്ളപ്രമാണക്കാരൻ ആയതിനാലോ മറ്റു ചില മനുഷ്യർ ഇതുപോലെ എതിർക്കപ്പെടേണ്ട എന്തെങ്കിലും ചെയ്തതിനാലോ മാത്രം വിദേശത്തുനിന്നുള്ള നൂറുകണക്കിനുവരുന്ന സാഹസികരാൽ വിശാലമായ ഈ രാജ്യത്തെ കീഴടക്കാൻ കഴിഞ്ഞു എന്നു പറയുന്നത് ബോദ്ധ്യപ്പെടുന്നതാണോ? ബ്രിട്ടീഷുകാരുടെ ഇന്ത്യയെ കീഴടക്കൽ വിശദീകരിക്കേണ്ട ഒരു ചരിത്ര വസ്തുതയാണ്; നമ്മുടെ രാജ്യത്തെ ചരിത്രാദ്ധ്യാപകർക്കെല്ലാമുള്ള ഒരു വെല്ലുവിളിയാണത്. ആയിരക്കണക്കിനു നാഴികകൾക്കകലെ നിന്നും വരുന്ന ഒരുപിടി കച്ചവടക്കാർക്ക് ഇത്തരം വിശാലമായ ഒരു രാജ്യത്തെ കീഴടക്കാൻ എങ്ങനെ കഴിഞ്ഞു? ഇന്ത്യയുടെ പതനത്തിനും അപമാനത്തിനും പറ്റിയ ആന്തരിക സാഹചര്യങ്ങൾ ഇല്ലാത്തപക്ഷം അതു സാദ്ധ്യമാകുമായിരുന്നില്ല. അത്തരം വിനാശകരമായ സാഹചര്യങ്ങൾ

എങ്ങനെയുണ്ടായി? അത്തരം വ്യക്തമായ ചോദ്യങ്ങൾ ധീരമായി ഉന്നയിക്കുകയും നിഷ്പക്ഷമായി അവയ്ക്ക് ഉത്തരം നൽകുകയും ചെയ്യുക എന്നതാണ് ചരിത്രഗവേഷണത്തിന്റെ കർത്തവ്യങ്ങൾ. അതു ചെയ്യാത്തപക്ഷം, ഇന്ത്യയുടെ ഭൂതകാലം വെളിപ്പെടില്ല; വർത്തമാനകാലം മനസ്സിലാവില്ല; ഭാവി ഇരുട്ടിൽത്തന്നെ നിൽക്കും.

പാനിപത്ത് യുദ്ധകാലത്ത് മേധാവിത്വത്തിനുവേണ്ടി മൂന്നു ഘടകങ്ങൾ പോരാടുകയും ദൈവം തിരഞ്ഞെടുത്തത് ബ്രിട്ടീഷുകാരെയാണെന്നും ഹൈസ്കൂളിലേയ്ക്കുള്ള ഒരു ചരിത്രപാഠപുസ്തകത്തിൽ ഞാൻ വായിച്ചിട്ടുണ്ട്. അത്തരം ചരിത്രരചനയെ നാം പരിഹസിച്ചിട്ടുണ്ട്. എന്നാൽ, ഇന്നെന്താണ് നടക്കുന്നത്? ഇപ്പോളത് കോൺഗ്രസ്സും മുസ്ലീംലീഗും തമ്മിലുള്ള ഒരു പോരാട്ടമാണ്. അതിൽ ദൈവം തിരഞ്ഞെടുത്തിട്ടുള്ളത് കോൺഗ്രസിനെയാണ്. ബ്രിട്ടീഷുകാർ ആ ദൈവിക വിതരണത്തിൽ ഇടപെടാൻ ശ്രമിച്ചുകൊണ്ടിരിക്കുന്നു. അവർ മുസ്ലീംലീഗിനെ സൃഷ്ടിച്ചു; ഇന്ത്യയെ വിഭജിച്ചു. തെറ്റായി പോകുന്ന എല്ലാറ്റിനും ഇങ്ങനെ ബ്രിട്ടീഷുകാരെ കുറ്റപ്പെടുത്തുന്നത് ബോദ്ധ്യപ്പെടുന്നതാണോ? ആന്തരികമായ കാരണങ്ങളൊന്നുമില്ലെങ്കിൽ ഈ രാജ്യത്ത് ഒരു ജിന്നക്ക് വളരാൻ കഴിയുമായിരുന്നോ? ഈ വർഗീയലഹളയിൽ രാജ്യത്തുടനീളം പരസ്പരം കൊല്ലുന്ന ഈ ആളുകൾക്കെല്ലാം ഇംഗ്ലീഷുകാർ പ്രതിഫലം നൽകുന്നു എന്നത് യഥാർത്ഥത്തിൽ സത്യമാണോ? അല്ല. ആഴത്തിലുള്ള ഒരു രോഗത്തിന്റെ ലക്ഷണങ്ങളാണിവ. ഒരുപക്ഷെ, വിദേശികൾ കാരണം നമുക്കതിനെ ഭേദമാക്കാൻ കഴിഞ്ഞില്ല. എന്നാലിപ്പോൾ അവർ പോയി; അല്ലെങ്കിൽ പോയതുപോലെത്തന്നെയാണ്. നമുക്കിപ്പോൾ രോഗം നിർണ്ണയിച്ച് അതിനെ ഭേദമാക്കാൻ ശ്രമിക്കാം. ബ്രിട്ടീഷുകാരുടെ ഇന്ത്യയെ കീഴടക്കൽതന്നെ ഇന്ത്യയുടെ ആന്തരിക ദൗർബല്യത്തിന്റെയും സാമൂഹികത്തകർച്ചയുടെയും ഇന്ത്യൻ ജനതയുടെ സ്വാതന്ത്ര്യേച്ഛയില്ലായ്മയുടെയും ഫലമായിരുന്നു. ഖേദകരമായ ഈ കാരണങ്ങളെയെല്ലാം ഇല്ലാതാക്കേണ്ടതുണ്ട്. അവ ആഴത്തിൽ ഉൾച്ചേർന്നു കിടക്കുന്നവയാണ്. ഇന്ത്യ മഹത്തും ഉന്നതമായ ഒരു നാഗരികതയിൽ എത്തിയതുമായിരുന്നു. വിദൂരമായ ഒരു ഭൂതകാലത്തിലായിരുന്നു അത്. അതിനുശേഷം, രണ്ടായിരം കൊല്ലമായി ഇന്ത്യയുടെ പുരോഗതി നിലച്ചിരിക്കുകയാണ്; ഇന്ത്യയുടെ സാമൂഹിക ജീവിതം നിശ്ചലമായിരുന്നു; ജനങ്ങൾ അന്ധവിശ്വാസത്തിൽ ജീവിക്കുകയും ചെയ്തു. ആ ഇരുണ്ടകാലഘട്ടത്തിൽ, ഏതു കവർച്ചക്കാരനും വന്ന് ഇന്ത്യയെ കീഴടക്കാൻ കഴിയുമായിരുന്നു. സ്വാതന്ത്ര്യേച്ഛ അവിടെ ഇല്ലായിരുന്നു; സ്വാതന്ത്ര്യത്തിനുവേണ്ടി പൊരുതാൻ ആരും ആഗ്രഹിച്ചില്ല.

ആ പാരമ്പര്യം ഇപ്പോഴുമുണ്ട്; നമ്മുടെ രാഷ്ട്രീയജീവിതത്തെ അത് ഭരിക്കുകയും ചെയ്യുന്നു. ആ മൃതമായ ഭൂതകാലത്തിൽനിന്ന് വേർപെടണമെങ്കിൽ ഇന്ത്യ ആത്മീയമായി പുനർജ്ജനിക്കണം. രാജ്യങ്ങളുടെ പരിണാമം എന്നത് സമമായ ഒരു പ്രക്രിയയല്ല. അവിടെ ഉയർച്ചതാഴ്ചകളുണ്ട്. പഴഞ്ചൻ ധാരണകളിൽ പറ്റിപ്പിടിച്ചു നിൽക്കുന്ന രാജ്യങ്ങൾ അധഃപതിക്കും; നവീനാശയങ്ങളുള്ളവ ആ രോഗത്തിൽനിന്നു മുക്തമായി പുരോഗതിയുടെയും നാഗരികതയുടെയും പഥത്തിലൂടെ പുനരാരംഭിക്കും. നമുക്കുള്ള ചോദ്യം ഇതാണ്: പുരോഗതിയുടെ ഒരു പുതിയ ഘട്ടത്തിലേക്കു പ്രവേശിച്ച് പുതിയൊരു നാഗരികത പടുത്തുയർത്താൻ ഇന്ത്യക്കു കഴിയുമോ? ഈ ചോദ്യത്തിന് ഉത്തരം നൽകുന്നതിന് പുരോഗതി, നാഗരികത, സ്വാതന്ത്ര്യം എന്നിവകൊണ്ട് എന്താണ് അർത്ഥമാക്കുന്നത് എന്ന് നാം നിർവ്വചിക്കണം.

റാഡിക്കൽ ഡെമോക്രാറ്റിക്ക് പാർട്ടി ഈ കർത്തവ്യം സ്വയം ഏറ്റെടുത്തിട്ടുണ്ട്. ഈ വാക്കുകൾ വെറും മുദ്രാവാക്യങ്ങളായി മാറിക്കഴിഞ്ഞു. സൃഷ്ടിപരമായ പ്രവർത്തനം സാദ്ധ്യമാക്കുന്ന, യഥാർത്ഥത്തിലുള്ള പുതിയൊരിന്ത്യയെ പടുത്തുയർത്തുകയെന്ന കർത്തവ്യം ഏറ്റെടുക്കാൻ നമുക്കു കഴിയുന്ന ഘട്ടത്തിൽ അവസാനം എത്തിച്ചേരുമാറ് അവയ്ക്ക് അർത്ഥങ്ങൾ നൽകണം. അതുചെയ്യാൻ നമുക്കു കഴിയണം; മുദ്രാവാക്യങ്ങളും ആകർഷക വാക്യങ്ങളും നമ്മുടെ വഴിതെറ്റിക്കുകയുമരുത്.

ഇന്ത്യ ഒരു പ്രാചീന നാഗരികതയുടെ ഗേഹമായിരുന്ന കാലത്തിനുശേഷം മനുഷ്യരാശി വലിയ തോതിൽ പുരോഗമിച്ചിട്ടുണ്ട്. സമകാലിക ഇന്ത്യ ആധുനിക മനുഷ്യരാശിയുടെ ആദർശങ്ങളെ പങ്കുവയ്ക്കുന്നു; എന്നാൽ, ഇപ്പോഴും പഴയ ആശയങ്ങളോട് പറ്റിച്ചേർന്നു നിൽക്കുന്നവർക്ക് ആധുനിക ആദർശങ്ങളിലെത്താൻ കഴിയില്ല. നാം ഭൂതകാലത്തിൽ നിന്നു പ്രചോദനം തേടണം; എന്നാൽ, പാരമ്പര്യ ആശയങ്ങളെ വിമർശന വിധേയമാക്കുകയും അവയുടെ ഗുണപരമായ സത്തയെ ആധുനിക ജ്ഞാനത്തിന്റെ മാനദണ്ഡങ്ങളിലേക്ക് വളർത്തുകയും വേണം. പഴയ മൂല്യങ്ങളെ പുനർമൂല്യനിർണ്ണയം നടത്തണം. അതാണ് നവോത്ഥാനം.

നമ്മുടെ രാജ്യത്തിന്റെ ഭൂതകാലം, നമ്മുടെ സാംസ്കാരിക പൈതൃകം, ഇരുണ്ട കാലഘട്ടങ്ങളിൽ കുന്നുകൂടിയ ചപ്പുചവറുകൾക്കടിയിൽ ആഴത്തിൽ കുഴിച്ചുമൂടപ്പെട്ടിരിക്കുന്നു. ഇന്ത്യാചരിത്രം എന്നും ഇന്ത്യൻ ദർശനചരിത്രം എന്നും വിളിക്കപ്പെടുന്നതിനെ കണ്ണടച്ച് അംഗീകരിക്കാൻ കഴിയില്ല. അവർ വലിയ കാര്യങ്ങളെക്കുറിച്ച് സംസാരിക്കുന്നു; അതെളുപ്പമാണ്. എന്തെന്നാൽ, ശരിയായി രേഖപ്പെടുത്തപ്പെട്ട ചരിത്രം

ഇവിടെയില്ല; ഐതിഹ്യങ്ങളും കെട്ടുകഥകളുമാണ് ചരിത്രമായി പ്രചരിക്കുന്നത്. ഉദാഹരണമായി, അടുത്തകാലത്ത് വിക്രമാബ്ദത്തെപ്പറ്റി ഏറെ സംസാരങ്ങളുണ്ടായി. ഈ ഐതിഹ്യങ്ങൾക്കും കെട്ടുകഥകൾക്കും വിമർശനപരിശോധനയെ അതിജീവിക്കാനാവില്ല. ഇതുവരെ ചരിത്രം എന്ന നിലയിൽ പ്രചരിച്ചിട്ടുള്ളതിന്റെ ആധികാരികതയെ വിലയിരുത്തുന്നതിന് പൊതുവായി അംഗീകരിക്കപ്പെട്ട മാനദണ്ഡങ്ങൾ ഇപ്പോഴുണ്ട്. എന്നാൽ, വിമർശനാത്മകരീതി അജ്ഞാതമാണ്. നമ്മൾ വിശ്വാസികളുടെ ഒരു രാഷ്ട്രമാണ്. നാം നമ്മുടെ ഭൂതകാല മഹത്വത്തിൽ വിശ്വസിക്കുന്നു. ആ വിശ്വാസംകൊണ്ട് ഐതിഹ്യങ്ങളും കെട്ടുകഥകളും നെയ്തെടുക്കാനും എളുപ്പമാണ്.

അതുപോലെ, അവർ ഇന്ത്യൻ തത്ത്വശാസ്ത്രത്തെക്കുറിച്ചും സംസാരിക്കുന്നു. എല്ലാതരത്തിലുമുള്ള മന്ത്രങ്ങളും സൂത്രങ്ങളും ശാസ്ത്രങ്ങളും ഇവിടെയുണ്ട്; പക്ഷെ, എത്രപേർ അവയെ ആധുനികജ്ഞാനത്തിന്റെ പരിശോധനയ്ക്ക് വിധേയമാക്കാൻ ശ്രമിക്കുന്നുണ്ട്? ചോദ്യം കൂടാതെ അംഗീകരിക്കേണ്ട പ്രമാണങ്ങളും പരമസത്യങ്ങളും വെളിപാടുകളുമായി അവ കേവലമായി സ്വീകരിക്കപ്പെടുന്നു. അത് ഇന്ത്യൻ തത്ത്വശാസ്ത്രത്തിന്റെ സ്വഭാവമായിരുന്നില്ല. ഇന്ത്യയുടെ മഹത്വം ഇന്ത്യൻ തത്ത്വശാസ്ത്രത്തിന്റെ മഹത്വമായിരുന്നു. നാം പാശ്ചാത്യ നാഗരികതയെ നിന്ദിക്കുകയും ഭാരതീയദർശനത്തിന് ലോകത്തിനു നൽകാൻ ഒരു സന്ദേശമുണ്ടെന്ന് പ്രഖ്യാപിക്കുകയും ചെയ്യുന്നു. ഇന്ന് പാശ്ചാത്യനാഗരികതയും തത്ത്വശാസ്ത്രവും എന്ന് വിളിക്കപ്പെടുന്നതിനെ പ്രാചീന ഇന്ത്യൻ തത്ത്വശാസ്ത്രം എത്രത്തോളം സ്വാധീനിച്ചിട്ടുണ്ട് എന്ന് ഇന്ത്യൻ ആത്മീയസന്ദേശത്തിന്റെ ഈ സുവിശേഷകർക്ക് അറിയില്ല. ആധുനികനാഗരികതയുടെയും സാങ്കേതികവിദ്യയുടെയും നേട്ടങ്ങളെല്ലാം വേദങ്ങളിൽ കണ്ടെത്താനാകും എന്നു കരുതുന്നവരുടെ കൂട്ടത്തിൽപ്പെടുന്ന ഒരാളല്ല ഞാൻ. പക്ഷെ, ബുദ്ധമതത്തെ ഉന്മൂലനം ചെയ്ത പ്രതിവിപ്ലവത്താൽ ഇന്ത്യ കീഴടക്കപ്പെടുന്നതിനു മുമ്പ് പ്രാചീന ഇന്ത്യയിൽ വികസിച്ച യുക്തിചിന്ത ഗ്രീക്കുകാരിലേക്കു പോയി എന്ന വസ്തുത ചൂണ്ടിക്കാണിക്കാൻ ഞാനാഗ്രഹിക്കുന്നു. അറബികൾ ആ പൈതൃകത്തെ ഉൾക്കൊണ്ട് ആധുനിക യൂറോപ്യൻ നാഗരികതയുടെ സ്ഥാപകർക്ക് കൈമാറി. ആത്യന്തികമായി അത് നവോത്ഥാനത്തിലൂടെ വലിയൊരളവിൽ യൂറോപ്യൻ ചരിത്രത്തെ സ്വാധീനിച്ചു. ആ പ്രതിദ്ധ്വനി കേട്ടുകൊണ്ട് യൂറോപ്യൻ മനുഷ്യരാശി നാനൂറുകൊല്ലങ്ങൾക്കു മുമ്പ് ഉണർന്നെണീറ്റു; എന്നാൽ, നാമിപ്പോഴും ഉറക്കത്തിലാണ്. നമ്മുടെ രാജ്യത്തിന്റെ ദുരന്തത്തിനു കാരണം അതാണ്.

കഠിനഹൃദയരായി പരസ്പരം കൊല്ലുന്ന ഈ പേക്കൂത്തിൽ ഏർപ്പെടാൻ ഹിന്ദുക്കൾക്കും മുസ്ലിങ്ങൾക്കും എങ്ങനെ സാധിക്കുന്നു? ഒരുപക്ഷെ, ജിന്ന ഹിന്ദുക്കൾ ചിത്രീകരിക്കുന്നതുപോലെ തലതിരിഞ്ഞവനും പൈശാചികനും ആയിരിക്കാം. എന്നാൽ, അദ്ദേഹത്തിന് മുസ്ലീം സമുദായത്തെയാകെ ഭ്രാന്തിലേക്കു കൊണ്ടുപോകാൻ കഴിയുമോ - അപ്രകാരമുള്ള പ്രവണത അവർക്കില്ലാത്തപക്ഷം! ഇക്കാര്യം ഹിന്ദുക്കളുടെ കാര്യത്തിലും ബാധകമാണ്. നമ്മുടെ രാജ്യത്ത് എന്താണ് നടന്നുകൊണ്ടിരിക്കുന്നത് എന്ന് ചിന്തിക്കുന്നത് എപ്പോഴെങ്കിലും നിങ്ങൾ നിർത്തിയിട്ടുണ്ടോ? ആൾക്കൂട്ട ഉന്മാദത്തിന്റെ അന്തരീക്ഷത്തിലാണ് നാം ജീവിച്ചുകൊണ്ടിരിക്കുന്നത്. അല്ലാത്തപക്ഷം, മതത്തിന്റെ പേരിൽ നടത്തിയ വിവേകശൂന്യവും ക്രൂരവും കിരാതവുമായ ഈ പ്രവൃത്തികൾ സാദ്ധ്യമാകുമായിരുന്നില്ല. കിരാതമായ ഈ പ്രവൃത്തികൾ ചെയ്തുകൊണ്ട് ഹിന്ദുക്കളും മുസ്ലീങ്ങളും ഒരുപോലെ ചിന്തിക്കുന്നത്, തങ്ങൾ തങ്ങളുടേതായ സ്വർഗ്ഗങ്ങളിലേയ്ക്കുള്ള ചീട്ട് വാങ്ങുകയാണ് എന്നാണ്. ജനങ്ങൾക്കാകെ ഈ ഭ്രാന്തുപിടിച്ച ഒരു രാജ്യത്തെ എങ്ങനെയാണ് നിങ്ങൾ വിശദീകരിക്കുക? ഇതൊരു ആഭ്യന്തരയുദ്ധമല്ല. ഇത് ആൾക്കൂട്ടഭ്രാന്താണ്. അന്തരീക്ഷമാകെ ഉന്മാദംകൊണ്ട് നിറഞ്ഞിരിക്കുന്നു; ഇതൊരു ആൾക്കൂട്ടചിത്തഭ്രമമാണ്. വിവേകശൂന്യമായ ഈ അക്രമപ്രവർത്തികൾ ഭയാനകമായ ഒരു രോഗത്തിന്റെ ലക്ഷണങ്ങളാണ്. അതിന്റെ അണുക്കൾ പെറ്റുപെരുകുന്നത് സാമൂഹിക നിശ്ചലതയുടെയും സാംസ്കാരിക പിന്നാക്കാവസ്ഥയുടെയും അജ്ഞതയുടെയും അന്ധവിശ്വാസത്തിന്റെയും ചെളിക്കുണ്ടിലാണ്. നൂറ്റാണ്ടുകളായി യുക്തിവാദം കൊല്ലപ്പെടുകയും നശിപ്പിക്കപ്പെടുകയും ചെയ്യുന്നു. രാമനാമം ജപിക്കുക, ക്ഷേത്രത്തിൽ പോകുക, മതോപദേശകനെ കേൾക്കുക, അപ്പോൾ നിങ്ങൾ സ്വർഗ്ഗത്തിലേക്കു പോകുന്നു. വ്യത്യസ്തമായ വാക്കുകൾ ഉപയോഗിക്കുക, അപ്പോൾ ഈ വിവരണം മുസ്സൽമാൻമാരുടേതാകും. ബുദ്ധി, യുക്തി, ധാർമ്മികത, ചിന്താശീലം, വൈയക്തിക ഉത്തരവാദിത്തം - ഇവയ്ക്കെല്ലാം വമ്പിച്ച കിഴിവാണ്; അവയുടെ അഭാവത്തിൽ, ആത്മീയജീവിതത്തിന്റെ കഴുത്തുഞെരിച്ചുകൊണ്ട് ഉന്മാദം രാജ്യത്തെ പിടികൂടിയിട്ടുണ്ട്. ഇംഗ്ലീഷുകാർ ഈ ദൗർഭാഗ്യത്തിന് ഉത്തരവാദികളല്ല. ഇത് നമ്മുടെ സ്വന്തം പൈതൃകമാണ്, നമ്മുടെ സാംസ്കാരിക പാരമ്പര്യമാണ്. ബുദ്ധമതത്തെ നശിപ്പിച്ചുകൊണ്ട് മനുഷ്യരാശിക്ക് എക്കാലത്തെയും ഏറ്റവും വലിയ പാതകം ചെയ്ത, ഏറെ ഊറ്റംകൊള്ളുന്ന ഇന്ത്യയുടെ ആത്മീയസംസ്കാരത്തിന്റെ പ്രവാചകൻമാർക്ക് രാജ്യത്തിന്റെ ഇന്നത്തെ അവസ്ഥയ്ക്ക് നന്ദിപറയണം. ആത്മീയ സംസ്കാരം

എന്നതുകൊണ്ട് അർത്ഥമാക്കിയത്, അന്ധവിശ്വാസത്തിന്റെ പിടിയിൽ മനസ്സിനെ നിർത്തുന്ന മതാത്മകചിന്താരീതിയുടെ തുടർച്ചയെയാണ്. ഈ ഭൂമിയിലെ ജീവിതത്തിന് ഒട്ടും പ്രാധാന്യമില്ല എന്നു കണക്കാക്കുന്നത് ഇന്ത്യയുടെ ആത്മീയ പ്രതിഭയുടെ സവിശേഷസ്വഭാവമാണ്. വാസ്തവത്തിൽ അതെന്താണ് അർത്ഥമാക്കുന്നത്? അതർത്ഥമാക്കുന്നത്, നിന്ദ്യമായ വിധിക്കു കീഴടങ്ങൽ, മുൻകൈയെടുക്കായ്മ, ആത്മീയാലസ്യം, സ്വാതന്ത്ര്യേച്ഛയില്ലായ്മ എന്നിവയെയാണ്: അടിമത്തം ഈശ്വരേച്ഛയായി സ്വീകരിക്കപ്പെടുന്നു. ഈ അവസ്ഥകളെ മാറ്റുന്നതിന്, പ്രാചീന ഇന്ത്യൻ സംസ്കാരത്തിന്റെ യഥാർത്ഥമായ മഹത്തായ മൂല്യങ്ങളെ വീണ്ടെടുക്കേണ്ടത് ആവശ്യമാണ്. ദിനപത്രങ്ങളിൽ വിലകുറഞ്ഞ ജനപ്രിയത നേടുന്ന കപടവേഷധാരികളെക്കൊണ്ടും പണ്ഡിതമന്യൻമാരെക്കൊണ്ടും അതു ചെയ്യാനാവില്ല. സത്യത്തോടുള്ള തീഷ്ണപ്രണയം, അന്വേഷണ മനോഭാവം, ആധുനിക ശാസ്ത്രജ്ഞാനം എന്നിവയാൽ പ്രചോദിതമായ യഥാർത്ഥ പാണ്ഡിത്യത്തിന്റെ കഠിനപ്രയത്നം അതിനാവശ്യമാണ്. മഹത്തായ ഈ പ്രവർത്തി ചെയ്യുന്നതിന് യോഗ്യരായ വേണ്ടത്ര ഇന്ത്യക്കാർ ഉണ്ടാകുമെങ്കിൽ, കൂടുതൽ മഹത്തായ ഒരു ഭാവിയിലേക്കുള്ള പാതയിൽ പ്രകാശം പരത്തുമാറ് ഇന്ത്യയുടെ ക്രിയാത്മക നേട്ടങ്ങൾ വീണ്ടും തിളങ്ങും. അപ്പോൾ ലോകം ഇന്ത്യയുടെ ആത്മീയ നേതൃത്വത്തെ അംഗീകരിച്ചേക്കാം. എന്നാൽ, ആദ്യം അവൾ ആത്മീയമായി സ്വതന്ത്രയാകട്ടെ. അനുകമ്പ വീട്ടിൽ നിന്നാരംഭിക്കുന്നു. പുതിയൊരു ആത്മീയ നേതൃത്വത്തിനായി ലോകം നിലവിളിക്കുന്നുവെന്നത് തീർച്ചയാണ്. സാമൂഹികവും സാംസ്കാരികവുമായ ആഴത്തിലുള്ള പ്രതിസന്ധിയിൽ അകപ്പെട്ടിരിക്കുന്ന ആധുനിക മനുഷ്യരാശിയുടെ ആവശ്യങ്ങളെ തൃപ്തിപ്പെടുത്തുന്നതിന് ഇന്ത്യ എന്തുകൊണ്ട് സംഭാവന നൽകിക്കൂടാ എന്നതിന് കാരണമൊന്നുമില്ല. സന്ദർഭത്തിനൊത്ത് ഇന്ത്യ ഉയരുമോ? ചരിത്രത്തിന്റെ ഒരു വെല്ലുവിളിയാണത്.

റാഡിക്കൽ ഡെമോക്രാറ്റിക്ക് പാർട്ടിയിലെ നാം ലോകത്തിന് ആത്മീയ നേതൃത്വം നൽകാൻ കഴിയുന്ന തരത്തിലുള്ള ആളുകളെ സൃഷ്ടിക്കാൻ ആഗ്രഹിക്കുന്നു. ഈ മനുഷ്യർ ഇന്ത്യക്കാരോ യൂറോപ്യൻമാരോ ആയിരിക്കില്ല; മാനവവാദികളും വിശ്വപൗരൻമാരും ആയിരിക്കും. വിശ്വപൗരരായ മാനവികതാവാദികളായി വളരാൻ അഭിലഷിക്കുന്ന ധാരാളം യുവതീയുവാക്കളെ സൃഷ്ടിച്ച് ഇന്ത്യയുടെ ഭൂതകാലത്തെ ആദരിക്കാനും, ലജ്ജാകരമായ വർത്തമാനകാലത്തിൽനിന്നു മോചിപ്പിച്ച്, സംഘടിതമായ സ്വാർത്ഥതയുടെ ഒരു ഏകകമായല്ല, മറിച്ച് വിശ്വനാഗരികസ്വഭാവമുള്ള സ്വതന്ത്രരാജ്യങ്ങളുടെ കൂട്ടായ്മയിലെ ഒരംഗമെന്ന നിലയിൽ

ശോഭനമായ ഒരു ഭാവിയിലേക്ക് ഇന്ത്യയെ നയിക്കാനും നാം ആഗ്രഹിക്കുന്നു. ആ ഉദ്ദേശ്യത്തോടെ, ഐതിഹ്യങ്ങൾക്കു പിന്നാലെ ഓടുന്നതിൽനിന്ന് അവരെ പിന്തിരിപ്പിക്കാനും, യഥാർത്ഥ രത്നങ്ങളെ, സ്ഥലകാലങ്ങളെ അതിവർത്തിക്കുന്ന ഇന്ത്യൻ സംസ്കാരത്തിന്റെ മാനവികമൂല്യങ്ങളെ വീണ്ടെടുക്കുന്നതിന് ഇന്ത്യൻ സംസ്കാരത്തിന്റെ അവശിഷ്ടങ്ങളിലേക്ക് ആഴത്തിൽ കുഴിക്കാൻ അവരെ സഹായിക്കാനും നാം ആഗ്രഹിക്കുന്നു. നവോത്ഥാന പ്രസ്ഥാനത്തിന്റെ കർത്തവ്യം അതാണ്. ആ പ്രസ്ഥാനത്തെ വികസിപ്പിക്കുക എന്നത് റാഡിക്കൽ ഡെമോക്രാറ്റിക്ക് പാർട്ടിയുടെ പരിപാടിയുടെ ഭാഗമാണ്. ഈ പ്രസ്ഥാനം ആത്മീയമായി സ്വതന്ത്രരായ മനുഷ്യരാൽ നയിക്കപ്പെടുകയും അതിലെ ഓരോ അംഗത്തിന്റെയും സ്വാതന്ത്ര്യേച്ഛയാൽ പ്രചോദിപ്പിക്കപ്പെടുകയും ചെയ്യാത്തപക്ഷം സ്വാതന്ത്ര്യം എന്ന ആദർശത്തിൽ ഒരിക്കലുമെത്തില്ല. റാഡിക്കൽ ഡെമോക്രാറ്റിക്ക് പാർട്ടിയുടെ രാഷ്ട്രീയവും സാമ്പത്തികവുമായ പരിപാടി ജനങ്ങളെ ആകർഷിക്കാനുള്ള വെറുമൊരു സൂത്രമല്ല. വാഗദത്ത സ്വപ്നഭൂമിയുടെ ആകാശത്തിൽ കെട്ടിയ കോട്ടയല്ല അത്. എല്ലാവർക്കും രാഷ്ട്രീയസ്വാതന്ത്ര്യവും സാമ്പത്തികക്ഷേമവും ഉറപ്പാക്കുന്ന ഒരു ദൃഢഘടന പടുത്തുയർത്താൻ ഉദ്ദേശിക്കുന്നവർ അസ്തിവാരത്തിൽ നിന്നു തുടങ്ങണം. ജനാധിപത്യ സ്വാതന്ത്ര്യത്തിന്റെ ഒരു സുസ്ഥിരഘടന പടുത്തുയർത്താൻ നവോത്ഥാന പ്രസ്ഥാനം ബൗദ്ധികവും ധാർമ്മികവുമായ അടിത്തറയിടും. പ്രാചീന ഇന്ത്യയുടെ സൃഷ്ടിപരമായ പ്രതിഭയുടെ നേട്ടങ്ങളുടെ ചരിത്രപരവും പുരാവസ്തുപരവുമായ കണ്ടെത്തലിനുള്ള പണി അതു നടത്തും. ഈ മൂല്യങ്ങളെ വളരുന്ന തലമുറകൾക്കു കൈമാറുകയും ചെയ്യും. അവർ പിന്നീട്, ഭാവിയിലേക്കുള്ള പുതിയൊരു പ്രതീക്ഷയോടെ ജനങ്ങളുടെ മുമ്പിലെത്തും.

സ്വാതന്ത്ര്യത്തിനുവേണ്ടിയുള്ള ഈ അമ്പതുവർഷത്തെ പോരാട്ടം അധികാരത്തിനുവേണ്ടിയുള്ള വെറും ഹീനമായ പോരാട്ടമായിരുന്നോ? സ്വാതന്ത്ര്യത്തെ അധികാരവുമായി താദാത്മ്യപ്പെടുത്തുന്നത് അപകടകരമാണ്. ജനങ്ങളെ സ്വതന്ത്രരാക്കാനല്ല, മറിച്ച്, ദേശീയ വിമോചനത്തിന്റെയും ദേശീയ യശസ്സിന്റെയും ദേശീയ മഹത്വത്തിന്റെയും സംഘച്ചങ്ങലകളിൽ അവരെ അടിമകളാക്കി നിർത്താൻ അധികാരം ആഗ്രഹിക്കുന്നവരുടെ ഭാഗത്തുനിന്നുള്ള വഞ്ചകമായ പ്രവർത്തിയാണത്. എല്ലാവരുടെയും കൈവശത്തിൽ തുല്യമായി ഇരിക്കുന്ന തരത്തിൽ അധികാരം പരക്കെ വ്യാപിക്കാത്തപക്ഷം അധികാരം ഒരു വിമോചകഘടകമല്ല എന്ന് നിങ്ങൾ തിരിച്ചറിയണം. അപ്പോൾ

അത് അധികാരമല്ലാതാകുന്നു. അപ്പോൾ മാത്രമേ സ്വാതന്ത്ര്യത്തിന്റെ യുഗം ആരംഭിക്കൂ. അധികാരം ഇന്ത്യക്കാർക്ക് കൈമാറിക്കൊണ്ട് ബ്രിട്ടീഷുകാർ രാജ്യംവിടുന്ന ഈ വേളയിൽ ആ ലക്ഷ്യത്തിന്റെ അടു ത്തെവിടെയെങ്കിലും നാം എത്തിച്ചേർന്നിട്ടുണ്ടോ? സ്വാതന്ത്ര്യപ്രേമിക ളായ ഇന്ത്യക്കാരെല്ലാം ഈ ചോദ്യം സ്വയം ചോദിക്കണം. ഇതിനി ടയിൽ, ദേശീയ സ്വാതന്ത്ര്യമെന്ന ലക്ഷ്യത്തിനരികിലെത്തിയ രാജ്യം ഭയാനകവും വിഷാദമുളവാക്കുന്നതുമായ ഒരു ചിത്രം അവതരിപ്പിക്കുന്നു: ദേശീയ സ്വാതന്ത്ര്യത്തിനുവേണ്ടിയുള്ള അമ്പതുവർഷത്തെ പോരാട്ടം വിദ്വേഷത്തിന്റെ പാരമ്പര്യത്തെ അവശേഷിപ്പിച്ചിട്ടുള്ളതായി കാണുന്നു. വെറുക്കപ്പെടുന്നതിനായി ബ്രിട്ടീഷുകാർ ഇനി ഇവിടെയില്ല; എന്നാൽ, വെറുപ്പ് വളരെ പ്രബലമായ ജനകീയ മനോഭാവമായി മാറിക്കഴിഞ്ഞിട്ടു ണ്ട്; ആയതിനാൽ നമുക്ക് പരസ്പരം വെറുക്കാം! വേണ്ടത്ര കാലം നാം വെറുത്തില്ലേ? ഇനി നമുക്ക് സ്നേഹിക്കാൻ തുടങ്ങാം. പരസ്പരം സ്നേ ഹിച്ചുകൊണ്ട് നമുക്ക് തുടങ്ങാം. ഹിന്ദുക്കളും മുസ്ലീങ്ങളുമായ മതവിശ്വാ സികളോട് ഞാൻ പറയുന്നു: മനുഷ്യനെ സ്നേഹിക്കുമ്പോൾ, നിങ്ങൾ ദൈവത്തെ സ്നേഹിക്കുകയാണ് - ഏതെങ്കിലും ദൈവം ഉണ്ടെങ്കിൽ. മതേതര രാഷ്ട്രീയക്കാരോടു ഞാൻ പറയുന്നു: നാം വെറും സോഷ്യ ലിസ്റ്റുകളോ ദേശീയവാദികളോ അന്തർദേശീയവാദികൾപോലുമോ ആകരുത്; നമുക്ക് മാനവവാദികളാകാം. അല്ലാത്തപക്ഷം, ഇന്ത്യൻ ജനത ഒരിക്കലും സ്വാതന്ത്ര്യത്തിലേക്കു നീങ്ങില്ല - സൃഷ്ടിക്കപ്പെടാൻ യഥാർത്ഥത്തിൽ യോഗ്യമായ പുതിയ ചിലത് സൃഷ്ടിക്കുന്നതിന്. അമേ രിക്കയെയോ ജർമ്മനിയെയോ ജപ്പാനെയോ പോലെ ആകുക എന്ന തായിരുന്നു ലോകത്തിലെ ഏതൊരു രാജ്യത്തിന്റെയും പരമാഭിലാഷം. ആ നാളുകൾ പോയിക്കഴിഞ്ഞു. ലോകത്തെ ആ മാതൃകയിൽ പുനർ നിർമ്മിക്കാനുള്ള ഏതൊരു ശ്രമവും ദുരന്തത്തിൽ അവസാനിക്കും. രാഷ്ട്രീയത്തിന് പുതിയൊരു അർത്ഥം നാം നൽകണം. യുദ്ധാനന്തര യൂറോപ്പിൽപ്പോലും രാഷ്ട്രീയം ഇനിയും അർത്ഥം ആർജ്ജിച്ചിട്ടില്ല. അവർ ഇരുട്ടിൽ തപ്പിത്തടയുകയാണ്. നമുക്കവരെ സഹായിക്കാനാവുമോ? ധാർമ്മികതയുടെയും യുക്തിബോധത്തിന്റെയും ഒരുയർന്നതലത്തിലേ യ്ക്ക് നമ്മുടെ രാജ്യത്തെ രാഷ്ട്രീയജീവിതത്തെ ഉയർത്തിക്കൊണ്ട് ആദ്യം നമുക്കു നമ്മെ സഹായിക്കാൻ കഴിയുമെങ്കിൽ നമുക്കവരെ സഹായി ക്കാനാവും.

നമുക്കതിനു കഴിയുമെങ്കിൽ, മറ്റൊരു യുദ്ധത്തിന്റെ ആസന്നമായ ദുരന്തത്തെ നമുക്ക് തടഞ്ഞുനിർത്താനാകും. യുദ്ധമുണ്ടായാൽ നമ്മുടെ ചരിത്രമെഴുതാൻ നാം ജീവനോടെ ഉണ്ടായെന്നുവരില്ല. ഇന്ത്യയുടെയോ

ലോകത്തിന്റെ ഏതെങ്കിലും ഭാഗത്തിന്റെയോ വികസനത്തിനുള്ള മാതൃകയൊന്നുമില്ല. ലോകത്തെ മൊത്തത്തിൽ അമേരിക്കവൽക്കരിക്കാനോ ആംഗ്ലേയീകരിക്കാനോ റഷ്യവൽക്കരിക്കാനോ കഴിയില്ല. ലോകം മനുഷ്യരെക്കൊണ്ട് നിറഞ്ഞതിനാൽ അതിനെ മാനവവൽക്കരിക്കണം. ആയതിനാൽ, റാഡിക്കൽ ഡെമോക്രാറ്റിക്ക് പാർട്ടി വിശ്വമാനവികവാദത്തെ വിശ്വാസപ്രമാണമായി സ്വീകരിച്ചിരിക്കുന്നു. രാഷ്ട്രീയ പ്രവർത്തനം മാനവികമൂല്യങ്ങളെ ബഹുമാനിക്കണം എന്ന് അതു വിശ്വസിക്കുന്നു; മനുഷ്യൻ മൗലികമായി യുക്തിബോധമുള്ളവനായതിനാൽ, രാഷ്ട്രീയം, വെറുപ്പും അസൂയയും അവിശ്വാസവും പോലുള്ള അധമവികാരങ്ങളാൽ പ്രചോദിപ്പിക്കപ്പെടുന്ന അധികാരത്തിനുവേണ്ടിയുള്ള പിടിവലിയാകേണ്ടതില്ല. ഇന്ത്യയുടെ സാംസ്കാരികപാരമ്പര്യം യഥാർത്ഥത്തിൽ വിശ്വസിക്കപ്പെടുന്നതുപോലെ ആണെങ്കിൽ, രാഷ്ട്രീയത്തിന്റെ ഈ പുതിയ അർത്ഥം ഇന്ത്യക്കാരെ ആകർഷിക്കുകയും ഈ പുതിയ സന്ദേശത്തിന്റെ വാഹകരെന്ന നിലയിൽ അവർ പീഡിതവും മർദ്ദിതവുമായ ലോകത്തിന്, ഇന്ത്യയുടെ പ്രത്യേക പ്രതിഭയെന്നു കരുതപ്പെടുന്നതിനെയല്ല, മറിച്ച്, മനുഷ്യരാശിയുടെ മുഴുവൻ പൈതൃകത്തിന്റെ സമഗ്രതയെ പ്രതിനിധാനം ചെയ്യുന്ന യഥാർത്ഥത്തിലുള്ള ഒരു ആത്മീയനേതൃത്വം വാഗ്ദാനം ചെയ്യുകയും ചെയ്യും.

(1947).

ഇന്ത്യൻ നവോത്ഥാനം

അടുത്തകാലം വരെ രാജ്യം ഉടനടി പരിഹരിക്കേണ്ട കാര്യങ്ങളിൽ വ്യാപൃതമായിരുന്നു. ആയതിനാൽ, ഏതാണ്ട് വിദൂരമായ പ്രാധാന്യം മാത്രമേ ഉള്ളൂ എന്നു തോന്നിപ്പിക്കുന്ന കാര്യങ്ങളിൽ അത്ര താൽപര്യം കാണിക്കാതിരിക്കുക എന്നത് തികച്ചും സ്വാഭാവികമായിരുന്നു. എന്നാലിപ്പോൾ, ദേശീയ സ്വാതന്ത്ര്യം എന്ന രാഷ്ട്രീയ ലക്ഷ്യത്തിൽ എത്തിച്ചേർന്നു കഴിഞ്ഞു. ആയതിനാൽ, നമ്മുടെ രാജ്യത്തെ ഗൗരവതരമായി ചിന്തിക്കുന്ന വലിയൊരു വിഭാഗം സ്ത്രീപുരുഷൻമാരുടെ ശ്രദ്ധ അതിപ്രധാനവും മഹത്തരവും അടിസ്ഥാനപരവുമായ പ്രശ്നങ്ങളിലേയ്ക്ക്, അതായത്, നമ്മുടെ രാജ്യത്തിന്റെ സാമ്പത്തിക പുനർനിർമ്മാണത്തിന്റെയും സാമൂഹികവും സാംസ്കാരികവുമായ പുരോഗതിയുടെയും പ്രശ്നങ്ങളിലേയ്ക്ക് തിരിഞ്ഞുകൊണ്ടിരിക്കുന്നുണ്ട്. ഈ വർദ്ധിച്ചുവരുന്ന താൽപര്യം വരികതന്നെ ചെയ്യും. സ്വാതന്ത്ര്യത്തിനു വേണ്ടിയുള്ള പ്രസ്ഥാനത്തിന്റെ കാലത്ത്, രാഷ്ട്രീയലക്ഷ്യം നേടിക്കഴിഞ്ഞാലുടൻ നാം അഭിമുഖീകരിക്കേണ്ടിവരുന്ന പ്രശ്നങ്ങളെക്കുറിച്ച് വളരെ കുറച്ചു പേരേ ചിന്തിച്ചിരുന്നുള്ളൂ. എങ്കിലും, ദേശീയ പ്രസ്ഥാനത്തിന്റെ അഗ്രഗാമികൾ ഒരു ലക്ഷ്യത്തിനുവേണ്ടിയുള്ള മാർഗ്ഗമെന്ന നിലയിൽ രാഷ്ട്രീയ സ്വാതന്ത്ര്യം നേടേണ്ടത് ആവശ്യമാണ് എന്ന കാര്യം രാജ്യത്തിനു മുമ്പിൽ വയ്ക്കുകയുണ്ടായി. സാമൂഹികമായ നിശ്ചലതയ്ക്കും തത്തുല്യമായ ബൗദ്ധികാലസ്യത്തിനും കാരണമായ സാമ്പത്തിക പിന്നാക്കാവസ്ഥയിൽ രാജ്യത്തെ വിദേശഭരണാധികാരികൾ നിലനിർത്തിയതിനാൽ അടുത്ത കാലങ്ങളിൽ ഇന്ത്യയ്ക്കു മറ്റു രാജ്യങ്ങൾക്കൊപ്പം നീങ്ങാൻ

കഴിഞ്ഞിരുന്നില്ല എന്ന് അവർ കരുതി. ഈ പോരായ്മകളെ ഇല്ലാതാക്കുന്നതിന് ഇന്ത്യ രാഷ്ട്രീയ സ്വാതന്ത്ര്യം നേടേണ്ടത് അത്യാവശ്യമാണ് എന്നും അവർ വിചാരിച്ചു. ദേശീയ സ്വാതന്ത്ര്യം എന്നത് സ്വയം ഒരു ലക്ഷ്യമല്ല, മറിച്ച്, മഹത്തരമായ ഒരു ലക്ഷ്യത്തിലേയ്ക്കുള്ള മാർഗ്ഗമാണ് എന്ന കാര്യം ദേശീയ പ്രസ്ഥാനത്തിന്റെ സ്ഥാപകരും അഗ്രഗാമികളും നമ്മുടെ മുന്നിൽവച്ചു എന്നത് തികച്ചും വ്യക്തമാണ്.

ഇന്ത്യ വർഷങ്ങളോളം പോരാടിയതും അവസാനം രാഷ്ട്രീയ സ്വാതന്ത്ര്യത്തിൽ എത്തിച്ചേർന്നിട്ടുള്ളതുമായ ലക്ഷ്യം ചരിത്രത്തിൽ അറിയപ്പെടുന്നത് സാമൂഹികവിപ്ലവം എന്ന നിലയിലാണ്. വിപ്ലവം എന്ന പദം കേട്ട് ഭയപ്പെടേണ്ടതില്ല. പഴകി ദ്രവിച്ച സാമൂഹികബന്ധങ്ങളെ സമൂലമായി പുനഃക്രമീകരിക്കുക എന്നതിനേക്കാൾ കർക്കശമായ മറ്റൊന്നും അത് അർത്ഥമാക്കുന്നില്ല. മറ്റു വാക്കുകളിൽ പറയുകയാണെങ്കിൽ, നിലവിലെ സാമൂഹിക ക്രമത്തെ പൂർണ്ണമായി അഴിച്ചുപണിയുക എന്നർത്ഥം. സാമ്പത്തികബന്ധങ്ങളും രാഷ്ട്രീയ സ്ഥാപനങ്ങളുമുള്ള ഒരു സാമൂഹികസംഘടന നിശ്ചലമല്ല. അതു നിരന്തരം വളരുകയും പരിണമിക്കുകയും ചെയ്യുന്നു. കാലക്രമേണ, ഒരു വ്യവസ്ഥ ഏതു പരിധിക്കകത്താണോ പുരോഗമിക്കുകയും വികസിക്കുകയും ചെയ്തിട്ടുള്ളത്, ആ പരിധി അതിന്റെ തുടർന്നുള്ള വളർച്ചയെ നിയന്ത്രിക്കുന്നതായിത്തീരുന്നു. ആ പരിധികൾക്കകത്ത്, മനുഷ്യന്റെ സൃഷ്ടിപരതയുടെ അപരിമിതമായ സാദ്ധ്യതകൾക്കു പ്രകടമാകാൻ കഴിയാതാകുന്നു. ആയതിനാൽ, മനുഷ്യന്റെ സൃഷ്ടിപരതയ്ക്ക് വലിയ വ്യാപ്തി നൽകിക്കൊണ്ട് സ്വാതന്ത്ര്യത്തിന്റെ ചക്രവാളങ്ങളെ വികസിപ്പിക്കുന്നതിനായി നിലവിലുള്ള സാമൂഹിക ക്രമത്തെ പുനഃസംഘടിപ്പിക്കേണ്ടത് ആവശ്യമായിത്തീർന്നിരിക്കുന്നു.

ഇന്ത്യ ഒരു സാമൂഹികവിപ്ലവത്തിലൂടെ കടന്നുപോകണം എന്നു നാം പറയുമ്പോൾ, ബൗദ്ധിക നിശ്ചലതയുടെയും സാമൂഹികവും സാമ്പത്തികവുമായ പിന്നാക്കാവസ്ഥയുടെയും സാംസ്കാരികമായ മയക്കത്തിന്റെയും നീണ്ട കാലത്തിൽ നിന്ന് ഇന്ത്യൻ ജനത പുറത്തേക്കു വരണമെങ്കിൽ ചില കാര്യങ്ങൾ ചെയ്യേണ്ടതാണ് എന്നാണ് നാം പറയുന്നത്. എന്നാൽ, പലപ്പോഴും വിസ്മരിക്കപ്പെടുകയോ അതിസാഹസികരായ വിപ്ലവത്തിന്റെ കാൽപ്പനിക പ്രചാരകരാൽ അവഗണിക്കപ്പെടുകയോ ചെയ്യുന്ന ഒരു പാഠം ചരിത്രത്തിൽനിന്നു നമുക്കു പഠിക്കാൻ കഴിയാത്തപക്ഷം, ശരിയായ മനോഭാവത്തോടെയും വിജയത്തിലെത്താനുള്ള ആത്മവിശ്വാസത്തോടെയും സമൂഹിക പുനർനിർമ്മാണം എന്ന ഈ പ്രശ്നത്തെ നമുക്കു പരിഹരിക്കാനാവില്ല. ഇത്തരമൊരു സാമൂഹികവിപ്ലവം ആവശ്യമായ സമുദായം ഒരു ദാർശനിക വിപ്ലവത്തിലൂടെ

കടന്നുപോകുന്നതിനു മുമ്പ് രാഷ്ട്രീയ സ്ഥാപനങ്ങളിലും നിയമസംവിധാനങ്ങളിലും സാമ്പത്തികഘടനകളിലും വലിയ മാറ്റമൊന്നും സാദ്ധ്യമല്ല എന്നു ചരിത്രം നമ്മെ പഠിപ്പിക്കുന്നു. ഒരു മാറ്റത്തിന്റെ അനിവാര്യത തിരിച്ചറിയുന്ന പുരോഗമനവാദികൾ ആസന്നമായ ഒരു വിപ്ലവം ഘോഷിക്കുന്നു. നിലവിലുള്ള സാമൂഹികക്രമത്തിന്റെ ധാർമ്മികാനുമതിയെ വെല്ലുവിളിക്കാനുള്ള ധൈര്യവും അവർക്കുണ്ട്. മറ്റു വാക്കുകളിൽ പറഞ്ഞാൽ, സമുദായത്തിലെ വലിയൊരു വിഭാഗം ആളുകളുടെ മനോഭാവത്തിൽ ഉണ്ടാകുന്ന മാറ്റം എന്നത് ജീവിതത്തിന്റെ ഭൗതികാവസ്ഥകളിൽ വിജയകരവും നിർമ്മാണാത്മകവുമായ ഒരു മാറ്റം ഉണ്ടാകുന്നതിനുള്ള മുന്നുപാധിയാണ്.

ഉദാഹരണത്തിന്, സ്വാതന്ത്ര്യം എന്ന ആശയത്തിനു മനുഷ്യവംശത്തോളം പഴക്കമുണ്ട്. എന്നാൽ, ഓരോ കാലഘട്ടത്തിലും, ആ കാലഘട്ടത്തിലെ ബൗദ്ധികാന്തരീക്ഷത്തിനും സാംസ്കാരിക മാതൃകയ്ക്കും അനുസരിച്ച്, സ്വാതന്ത്ര്യത്തെ വ്യത്യസ്തമായാണ് മനസ്സിലാക്കിയിരുന്നത്. അതിന്റെ അനുമതി ആർജ്ജിച്ചിരുന്നത് മതത്തിൽ നിന്നും പിന്നീട് അതിഭൗതികമായ അഭ്യൂഹങ്ങളിൽ നിന്നുമായിരുന്നു; ചില കാലഘട്ടങ്ങളിൽ അതൊരു അതീന്ദ്രിയ സങ്കൽപമായിരുന്നു. മറ്റു ചിലപ്പോൾ അതൊരു ധാർമ്മികതത്ത്വമായിരുന്നു. മനുഷ്യന്റെ അറിവ് വർദ്ധിക്കുന്നതനുസരിച്ച് മാനസിക ചക്രവാളം വിശാലമാകുന്നു; നമ്മുടെ മനസ്സിനു മുമ്പിൽ സ്വാതന്ത്ര്യത്തിന്റെ നവദർശനങ്ങൾ ഉദയം ചെയ്യുന്നു. സ്വാതന്ത്ര്യത്തെക്കുറിച്ചുള്ള പുതിയൊരു കാഴ്ചപ്പാട് നിലവിലുള്ള സാമൂഹികക്രമത്തിന്റെ പരിമിതികളെ അതിവർത്തിക്കുന്നു; അതിന്റെ സാംസ്കാരിക മാതൃകയ്ക്കകത്ത് പുതിയ സങ്കൽപ്പത്തെ ഉൾക്കൊള്ളിക്കാൻ കഴിയില്ല. അപ്പോൾ, നിലവിലെ സാമൂഹികക്രമത്തിന്റെ അനുമതികളെ - ആ കാലഘട്ടത്തിലെ മതത്തിന്റെയും തത്ത്വചിന്തയുടെയും ധർമ്മമീമാംസയുടെയും മുൻ ധാരണകൾക്കനുസൃതമായി അവ മതാത്മകമോ അതീന്ദ്രിയമോ അതിഭൗതികമോ ധാർമ്മികപരമോ ആകട്ടെ - വെല്ലുവിളിക്കേണ്ടത് അനിവാര്യമായിത്തീരുന്നു.

പാരമ്പര്യമൂല്യങ്ങളോടുള്ള - വ്യവസ്ഥാപിതമായ ചിന്താരൂപങ്ങൾ, ആദരണീയമായ വിശ്വാസങ്ങൾ, അന്ധവിശ്വാസങ്ങൾ - ഇത്തരം വിമർശനാത്മക മനോഭാവത്തിന്റെ വ്യാപനം ദാർശനിക വിപ്ലവം എന്നു വിളിക്കപ്പെടുന്നു; മനുഷ്യവംശത്തിന്റെ മനോഭാവത്തിൽ ഒരു മാറ്റം അതു വിളംബരം ചെയ്യുന്നു. മനുഷ്യപരിണാമത്തിന്റെ അനുക്രമമായ ഘട്ടങ്ങളിൽ മനുഷ്യവംശത്തിന്റെ സാമൂഹികവും സാമ്പത്തികവും രാഷ്ട്രീയവുമായ അവസ്ഥകളിലെ മാറ്റങ്ങൾ ഇത്തരം ദാർശനിക വിപ്ലവങ്ങൾ

വിളംബരം ചെയ്തിരുന്നു എന്ന് ചരിത്രത്തിൽ നിന്നു പഠിക്കാം. ഒരു പുതിയ യുഗത്തിന്റെ അഗ്രഗാമികൾ ഉയർത്തിയ ദാർശനികവിപ്ലവത്തിന്റെ കൊടി ഒരു സമുദായത്തിലെ വേണ്ടത്ര വലിയ ഒരു വിഭാഗം ആളുകളെ ആകർഷിക്കുമ്പോൾ ആ സമുദായത്തിൽ ഒരു സാമൂഹിക വിപ്ലവം ഉണ്ടാകുന്നു; സ്വാതന്ത്ര്യത്തിന്റെ അതിരുകളെ വികസിപ്പിക്കുന്നതിനും മനുഷ്യന്റെ സർഗ്ഗാത്മകതയ്ക്കു വലിയ വ്യാപ്തി നൽകുന്നതിനും ഉതകുന്ന തരത്തിൽ സാമൂഹികബന്ധങ്ങളും സാമ്പത്തിക വ്യവസ്ഥകളും രാഷ്ട്രീയ സ്ഥാപനങ്ങളും അഴിച്ചു പണിയപ്പെടുന്നു.

തലമുറകളായി നമ്മുടെ മനസ്സുകളിൽ കുടിയിരിക്കുന്ന മുൻവിധികളെയും മുൻധാരണകളെയും തൽക്കാലത്തേക്ക് ഒഴിവാക്കാൻ നമുക്കു കഴിയുമെങ്കിൽ ചരിത്രത്തിലെ അത്തരമൊരു കാലഘട്ടത്തിലാണ് ഇന്ത്യ നിൽക്കുന്നത് എന്ന് നമുക്ക് എളുപ്പത്തിൽ കാണാനാവും. ആധുനിക നാഗരികലോകത്തിലെ മറ്റു ജനതകൾക്കൊപ്പം എത്തിക്കുന്ന തരത്തിലുള്ള ഇന്ത്യൻ ജനതയുടെ സർവ്വതോന്മുഖമായ പുരോഗതിക്ക് ഒരു സാമൂഹിക വിപ്ലവം ആവശ്യമാണ്; സാമൂഹിക വിപ്ലവത്തിനാകട്ടെ, ഒരു ദാർശനിക വിപ്ലവവും ആവശ്യമാണ്. മറ്റു വാക്കുകളിൽ പറഞ്ഞാൽ, ഇന്ത്യയുടെ പാരമ്പര്യ മനോഭാവത്തിൽ മാറ്റം വരണം. ചരിത്രത്തിൽ ആ മാറ്റം അറിയപ്പെടുന്നത് നവോത്ഥാനം എന്നാണ്. ഇന്ത്യയിലെ നവോത്ഥാന പ്രസ്ഥാനത്തിന്റെ ലക്ഷ്യം ആ മാറ്റം കൊണ്ടുവരികയും വ്യവസ്ഥാപിത ധാരണകളും പഴയ വിശ്വാസങ്ങളും പാരമ്പര്യ പ്രമാണങ്ങളും ആദരണീയമായ ആശയസംഹിതകളുമെല്ലാം ഇന്ത്യൻ ജനതയുടെ വികാസസാദ്ധ്യതകളെ പരിമിതപ്പെടുത്തുന്നതാണ് എന്നു വലിയൊരു വിഭാഗം സ്ത്രീപുരുഷൻമാരെ കാണിക്കുന്ന തരത്തിൽ മനുഷ്യകലാപത്തിന്റെ സന്ദേശം വ്യാപകമാകുകയുമാണ്. ഒരു രാഷ്ട്രീയ ഗവൺമെന്റിനെ മാറ്റി മറ്റൊന്നിനെ കൊണ്ടുവരിക എന്ന പ്രശ്നമല്ല ഇത്: ഇന്ത്യൻ ജനത യഥാർത്ഥ സ്വാതന്ത്ര്യത്തിലേക്കും പുരോഗതിയിലേയ്ക്കും മുന്നേറി മറ്റ് ആധുനിക മനുഷ്യവംശങ്ങൾക്കൊപ്പം എത്തുന്നതിനു മുമ്പായി ഇന്ത്യൻ ജനതയുടെ മനോഭാവത്തിൽ മാറ്റംവരണം.

റിനായ്സൻസ് (നവോത്ഥാനം) എന്ന പദം വൈദേശികമാണ്; അത് ഇംഗ്ലീഷ് പോലുമല്ല; അതൊരു ഫ്രഞ്ചു പദമാണ്. അത് ഇംഗ്ലീഷിലേക്കു എടുത്തതാണ്. വൈദേശിക പദമായതിനാൽ അത് തെറ്റിദ്ധാരണകൾക്കും ദുർവ്യാഖ്യാനങ്ങൾക്കുമെല്ലാം ഇടവരുത്തുന്നുണ്ട്. നിരുക്തിപരമായി, അത് അർത്ഥമാക്കുന്നത് പുനർജന്മം എന്നാണ്. അത് നമ്മുടെ തന്നെ അതിപുരാതനമായ ആശയങ്ങളുമായി പൊരുത്തമുള്ളതായി തോന്നിപ്പിക്കുന്നു. ഇന്ത്യക്കാരും പുനർജന്മത്തിൽ

വിശ്വസിക്കുന്നു: മനുഷ്യൻ മരിക്കുകയും പുനർജനിക്കുകയും ചെയ്യുന്നു, വീണ്ടും വീണ്ടും. പക്ഷെ, ഇന്ത്യ മരിച്ചിട്ടില്ല; അപ്പോൾ എങ്ങനെ അവൾക്കു വീണ്ടും ജനിക്കാനാവും? അത്ര പരിഹാസ്യമായ തലത്തിലേക്ക് ഈ തെറ്റിദ്ധാരണ പോയേക്കില്ല. എന്നാൽ, അത് നവോത്ഥാനത്തെയും പുനരുജ്ജീവനവാദ(Revivalism)ത്തെയും കൂട്ടിക്കുഴയ്ക്കുന്നു. നവോത്ഥാന പ്രസ്ഥാനം ഈ ആശയക്കുഴപ്പത്തിനെതിരായി ജാഗ്രത പുലർത്തണം. നവോത്ഥാനം എന്നത് പുനരുജ്ജീവനം അല്ല. ഭൂതകാലത്തെ ഒരിയ്ക്കലും പുനരുജ്ജീവിപ്പിക്കാൻ കഴിയില്ല എന്നതാണ് അതിനു കാരണം. ഭൂതകാലം മരിച്ചുകഴിഞ്ഞു. അതിനെ കുഴിച്ചിടണം. എന്നാൽ, ഭൗതികമായ മരണത്തെ അതിജീവിക്കുന്ന ചിലതുണ്ട്. എന്റെ മുത്തച്ഛൻ മരിച്ചു. എനിക്ക് അദ്ദേഹത്തെ പുനരുജ്ജീവിപ്പിക്കാൻ കഴിയില്ല എന്നിരിക്കിലും, ഉദാഹരണത്തിന് അദ്ദേഹം ഒരു വലിയ കലാകാരനോ തത്ത്വചിന്തകനോ ആയിരുന്നുവെങ്കിൽ അദ്ദേഹത്തിന്റെ ആത്മീയസൃഷ്ടികൾ അദ്ദേഹത്തിന്റെ മരണത്തെ അതിജീവിക്കും. ആ മൂല്യങ്ങളെ വിവേചിച്ചറിയാനും വലിയൊരു വിഭാഗം ജനങ്ങൾക്ക് അവകൊണ്ട് ഗുണം ഉണ്ടാകുമെന്നു കാണാനും എനിക്കു കഴിയുമെങ്കിൽ ഞാൻ അദ്ദേഹത്തെ മാനിക്കും, ഞാൻ അദ്ദേഹത്തിന്റെ യോഗ്യനായ പിന്തുടർച്ചക്കാരനാകും, ആ പൈതൃകത്തെ നല്ലവണ്ണം ഉപയോഗപ്പെടുത്തും. ഈ അർത്ഥത്തിൽ മാത്രമേ ഭൂതകാലത്തെ പുനരുജ്ജീവിപ്പിക്കാനാവൂ.

ഭൂതകാലത്ത് സൃഷ്ടിക്കപ്പെട്ട ബൗദ്ധികവും ലാവണ്യാത്മകവുമായ മൂല്യങ്ങൾ വിസ്മൃതമായ ഉദാഹരണങ്ങൾ ഇവിടെയുണ്ട്. അവയെ വീണ്ടെടുക്കാനുള്ള ശ്രമങ്ങൾ നടത്തേണ്ടതാണ്. അജ്ഞാതമായ ഭാവിയിലേയ്ക്കു ശരിയായ പാതയിലൂടെ സഞ്ചരിക്കുന്നതിന് നമ്മുടെ ഭൂതകാലസ്മരണകളെ താലോലിക്കാനും ഭൂതകാലത്തിൽനിന്നു പ്രചോദനം ഉൾക്കൊള്ളാനും നാം ആഗ്രഹിക്കുന്നുവെങ്കിൽ ഭൂതകാലത്തിൽ ജഡമായിട്ടുള്ളത് എന്താണ്, അനശ്വരമായിട്ടുള്ളത് എന്താണ് എന്നു വേർതിരിച്ചറിയേണ്ടതുണ്ട്. ഭൂതകാലത്തെ അനശ്വരമായ മാനവികമൂല്യങ്ങളെ മൃതമായ, മൂർത്തവും ഭൗതികവുമായ ഭൂതകാലത്തിൽനിന്നു വേർതിരിച്ചു കാണുകയും, മൃതമായ ഭൂതകാലത്തിന്റെ അവശിഷ്ടങ്ങളിൽനിന്ന് അനശ്വരമായ ആ മൂല്യങ്ങളെ - അവ വിസ്മൃതമായിട്ടുണ്ടെങ്കിൽ - വീണ്ടെടുക്കാൻ ശ്രമിക്കുകയും ചെയ്യുന്നിടത്തോളം നവോത്ഥാനത്തെ പുനരുജ്ജീവനവുമായി സമീകരിക്കാവുന്നതാണ്. ഭൂതകാലത്തെ ചില കാര്യങ്ങൾ വിസ്മരിക്കപ്പെട്ടിട്ടുണ്ട്. അവയ്ക്ക് ഇപ്പോഴും പ്രസക്തി ഉണ്ടെങ്കിൽ അവയെ പുനരുജ്ജീവിപ്പിക്കേണ്ടതാണ്. എന്നാൽ, നമ്മുടെ രാജ്യത്ത് സാധാരണയായി പറയപ്പെടുന്ന പുനരുജ്ജീവനവാദം നവോത്ഥാനം അല്ല,

മറിച്ച്, പ്രതിരൂപീകരണം ആണ്. നവോത്ഥാനത്തെക്കുറിച്ച് സംസാരിക്കുകയും എന്നാൽ, രാമരാജ്യത്തിന്റെ പുനരുജ്ജീവനത്തെയും വൈദികസംസ്കാരത്തിലേക്കുള്ള പിൻമടക്കത്തെയും മുന്നോട്ടുവയ്ക്കുകയും വിക്രമയുഗത്തെ ആദർശവൽക്കരിക്കുകയും ചെയ്യുന്ന ആളുകൾ നമ്മുടെ രാജ്യത്തുണ്ട്. ഇന്ത്യയിൽ എപ്പോഴോ ഒരു സുവർണ്ണ യുഗം ഉണ്ടായിരുന്നു എന്നും ആ ഐതിഹാസിക ഭൂതകാലത്തിൽ ഇന്ത്യ, മറ്റു ലോകരാജ്യങ്ങളൊന്നും എത്താതിരുന്ന സംസ്കാരത്തിന്റെയും നാഗരികതയുടെയും ഒരു നിലവാരത്തിലേക്ക് എത്തിയിരുന്നുവെന്നും സങ്കൽപ്പിച്ചുകൊണ്ട് ആ യുഗത്തിലേയ്ക്കു തിരിച്ചുപോകുക എന്നത് തീർത്തും അസാദ്ധ്യമാണ്. പക്ഷെ, വാസ്തവത്തിൽ, ഇവിടെ ഒരു സുവർണ്ണകാലം ഉണ്ടായിരിക്കുകയും അക്കാലത്ത് സ്രഷ്ടാക്കളുടെ ശരീരങ്ങളോടൊപ്പം മരിക്കാത്ത തരത്തിലുള്ള മൂല്യങ്ങൾ ഇന്ത്യൻ ചേതന സൃഷ്ടിക്കുകയും ചെയ്തിട്ടുണ്ടെങ്കിൽ അവ തീർത്തും വിസ്മരിക്കപ്പെട്ടിരിക്കുന്നു. കാലങ്ങളായി കുന്നുകൂട്ടിവച്ചിരിക്കുന്ന പാരമ്പര്യച്ചവറുകളുടെ അവശിഷ്ടങ്ങൾക്കിടയിൽ ആ അനശ്വരമൂല്യങ്ങളുടെ അംശങ്ങൾ ഇപ്പോഴും കിടക്കുന്നുണ്ടാവാം. പഴയ മഹിമയുടെ ആ അടയാളങ്ങൾ കണ്ടെത്തിയതിനുശേഷം അവയെ ഭാവനയിൽ നമുക്കു പുനഃസൃഷ്ടിക്കാൻ കഴിഞ്ഞേക്കും. തത്ത്വശാസ്ത്രപദ്ധതികളോ ശാസ്ത്രചിന്തയോ പോലുള്ള ബൗദ്ധികമൂല്യങ്ങളുടെ കാര്യത്തിൽ ഈ പുനർനിർമ്മാണ പ്രക്രിയ താർക്കികസ്വഭാവമുള്ളതായിരിക്കും. പക്ഷെ, വിസ്മരിക്കപ്പെട്ടതോ അവഗണിക്കപ്പെട്ടതോ ആയ പൈതൃകത്തെ വീണ്ടെടുക്കുന്നതിനു മൃതഭൂതകാലത്തിന്റെ അവശിഷ്ടങ്ങൾക്കടിയിൽ ആഴത്തിൽ കുഴിക്കണം; ഇന്ത്യയുടെ സാംസ്കാരിക പാരമ്പര്യം എന്ന നിലയിൽ പോഷിപ്പിക്കപ്പെടുന്ന ഐതിഹ്യങ്ങളുടെയും പുരാവൃത്തങ്ങളുടെയും കട്ടിയുള്ള മാറാലകളെ വകഞ്ഞുമാറ്റണം.

നവോത്ഥാനം എന്ന് അറിയപ്പെടുന്ന കാലഘട്ടത്തിൽ യൂറോപ്പിൽ വാസ്തവത്തിൽ ഉണ്ടായത് അതാണ്. മദ്ധ്യകാലഘട്ടത്തിന്റെ അന്ത്യത്തിൽ, ഏതാണ്ട് ഇരുന്നൂറുവർഷത്തോളം നീണ്ടുനിന്ന ശക്തമായ ഒരു മനുഷ്യവിപ്ലവം നടക്കുകയുണ്ടായി. അതു സഭയുടെയും പുരോഹിതവൃന്ദത്തിന്റെയും പ്രാമാണികതയെ വെല്ലുവിളിച്ചു. ആധുനിക നാഗരികതയ്ക്ക് ആത്മീയമായ അസ്തിവാരമിട്ട ഒരു വിപ്ലവമായിരുന്നു അത്. നമുക്ക് ഇന്ത്യയിൽ അത്തരമൊരു പ്രസ്ഥാനം ആവശ്യമാണ്. നവോത്ഥാന മനോഭാവവും അന്വേഷണത്വരയും വിമർശനാത്മകതയും കുഴിച്ചുമൂടപ്പെട്ട രത്നങ്ങളെയും നിധികളെയും കണ്ടെത്തുക എന്ന ലക്ഷ്യത്തോടെ ഭൂതകാലത്തിന്റെ ഇരുണ്ട മൂലകളിലേക്ക് വെളിച്ചം വീശാനുള്ള ത്വരയും ഉള്ള ഒരു മനുഷ്യവിപ്ലവം.

ഭാഗ്യവശാൽ, നമുക്കിന്ന് യൂറോപ്യൻ നാഗരികതയുടെ അഗ്രഗാമികളേക്കാൾ അതു ചെയ്യുന്നതിന് എളുപ്പമാണ്. എന്തെന്നാൽ, അവർക്കു സ്വയം ആധുനികശാസ്ത്രത്തിന്റെ വിളംബരക്കാർ കൂടി ആകേണ്ടതുണ്ടായിരുന്നു. അതേസമയം, നമ്മളാകട്ടെ യൂറോപ്യൻ നവോത്ഥാന കാലം മുതൽ സഞ്ചയിച്ചിട്ടുള്ള ആധുനികശാസ്ത്ര വിജ്ഞാനത്തിന്റെ ആ വിപുലമായ ശേഖരത്തിന്റെ അവകാശികളാണ്. എന്നാൽ, ഈ ആനുകൂല്യത്തെ നമുക്കു വിലമതിക്കാൻ കഴിയില്ലെങ്കിൽ, ഇന്ത്യയുടെ ആത്മീയ ചേതനയുമായി പൊരുത്തപ്പെടുത്താൻ കഴിയാത്ത, ഇന്ത്യയ്ക്ക് അന്യമായ ഒന്നായി ആ അനുഭവത്തെ നാം നിന്ദിക്കുകയാണെങ്കിൽ ഒരു നവോത്ഥാന പ്രസ്ഥാനത്തെ സൃഷ്ടിക്കാൻ നമുക്കു കഴിയില്ല; നേരേമറിച്ച്, വാസ്തവത്തിൽ നഗ്നമായ പ്രതിലോമതയ്ക്ക് ആത്മീയമായ അനുമതി നൽകുന്ന പുനരുജ്ജീവനവാദത്തിലേയ്ക്ക് നാം അധഃപതിക്കും; ഇന്ത്യയ്ക്ക് ഒരു വിപ്ലവം ആവശ്യമായിരിക്കുന്ന ഘട്ടത്തിൽ, പ്രത്യയശാസ്ത്രപരമായ ഒരു പ്രതിവിപ്ലവത്തെ സൃഷ്ടിക്കുകയായിരിക്കും നാം ചെയ്യുന്നത്.

ഭൂതകാലത്തെക്കുറിച്ചുള്ള വിമർശനാത്മകമായ അന്വേഷണത്തിനു പുറമെ, നവോത്ഥാന പ്രസ്ഥാനത്തിന്റെ വിജയത്തിന് മറ്റൊരു ഘടകം കൂടിയുണ്ട്. ആ ഘടകം യൂറോപ്യൻ നവോത്ഥാനകാലത്തും നിലനിന്നിരുന്നു; നമ്മുടെ കാലത്ത് കുറേക്കൂടി വലിയ അളവിൽ അതു നിലനിൽക്കുന്നുണ്ട്. യൂറോപ്യൻ നാഗരികതയുടെ പൂർവ്വഗാമികൾ ഗ്രീസിന്റെയും റോമിന്റെയും ക്ലാസിക്കൽ വിജ്ഞാനത്തിന്റെ ഉറവകളിൽ നിന്നു മതിയാവോളം കുടിക്കുക മാത്രമല്ല, യൂറോപ്പ് മദ്ധ്യകാലത്വത്തിന്റെ അരണ്ടവെളിച്ചത്തിൽ പതുങ്ങിനിൽക്കുമ്പോൾ യവനസംസ്കാരത്തിന്റെയും ചിന്തയുടെയും ക്രിയാത്മകഫലത്തെ നിധിപോലെ കാത്തുസൂക്ഷിച്ച് പരിപോഷിപ്പിച്ച അറബിപണ്ഡിതരുടെ നീണ്ടനിരയുടെ ശാസ്ത്രജ്ഞാനവും യുക്തിപരമായ അന്വേഷണവും തത്ത്വശാസ്ത്രപരമായ ചിന്തയും അവരെ വളരെയധികം സഹായിക്കുകയും ചെയ്തു. ആധുനിക നാഗരികതയുടെ വിളംബരക്കാർ ക്ലാസിക്കൽ വിജ്ഞാനത്തിന്റെയും പുരാതന സംസ്കാരത്തിന്റെയും യഥാർത്ഥ ഉറവിടങ്ങളിലേക്കു ചുഴിഞ്ഞിറങ്ങുക മാത്രമല്ല ചെയ്തത്; അവിശ്വാസികളായ അറബികളിൽ നിന്നു തങ്ങൾക്കു പഠിക്കാൻ കഴിയുന്ന പാഠങ്ങളെ അവർ ആത്മാർത്ഥമായി സ്വീകരിക്കുകയും ചെയ്തു. സഹിഷ്ണുതയുടെയും ധീരതയുടെയും ആ മനോഭാവമാണ് നമുക്കിന്നുണ്ടാവേണ്ടത്. നമ്മുടെ ഭൂതകാലത്ത് ഉണ്ടായിരുന്ന മഹത്തായ കാര്യങ്ങളെ കണ്ടെത്തിയാൽ മാത്രം പോരാ; വിദേശികളിൽ നിന്നു പഠിക്കാനുള്ള ധീരതയും - ജ്ഞാനതിനെ വിനയം എന്നു വിളിക്കും - നമുക്കുണ്ടായിരിക്കണം. മാത്രമല്ല, അവർക്ക് നമ്മെ

പഠിപ്പിക്കാനുള്ളതിനെ പാശ്ചാത്യ ഭൗതികവാദം എന്നുപറഞ്ഞ് നിന്ദിക്കുകയുമരുത്.

ചരിത്രത്തെ പഠിക്കുകയും എഴുതുകയും ചെയ്യുന്ന രീതിതന്നെ പാശ്ചാത്യലോകത്തു നിന്നും പഠിക്കാത്ത പക്ഷം, ഇന്ത്യയുടെ ഭൂതകാലത്ത് മഹത്തായതായി എന്താണ് ഉണ്ടായിരുന്നത് എന്ന് നാമൊരിക്കലും അറിയില്ല. ഇന്നു പഠിപ്പിക്കുന്ന ഇന്ത്യൻ ചരിത്രം മുഴുവൻ ഐതിഹ്യമാണ്. ഇന്ത്യയുടെ യഥാർത്ഥ ചരിത്രം ഇനിയും എഴുതപ്പെടേണ്ടിയിരിക്കുന്നു. ലോകത്തെ ഓരോ രാജ്യത്തിനും ഇതേ അനുഭവം ഉണ്ടായിട്ടുണ്ട്. ചരിത്രം എഴുതുക എന്നത് ഒരു പക്ഷെ, ഏറെ ദുഷ്കരമായ ഒരു പണിയാണ്. രേഖകൾ ദൈനംദിനം സൂക്ഷിക്കുമ്പോൾ മാത്രമേ ചരിത്രം ശരിയായി എഴുതാനാവൂ. വളരെ കുറച്ചുപേർക്കു മാത്രം എഴുതാനും വായിക്കാനും അറിയുമായിരുന്ന ഒരു കാലം ഉണ്ടായിരുന്നു. അക്കാലങ്ങളിൽ ചരിത്രം മിക്കവാറും എഴുതിയിരുന്നത് രാജസേവകരായിരുന്നു. ആയതിനാൽ, പഴയ ചരിത്രം പൂർണ്ണമായും രാജാക്കൻമാരുടെയും രാജവംശങ്ങളുടെയും കഥകളാണ്; അവരുടെ ഭാവനാപരമോ പർവ്വതീകരിച്ചതോ ആയ സാഹസകൃത്യങ്ങളുടെ കഥകൾ. ചരിത്രപഠനത്തിൽ വിമർശനാത്മക മനോഭാവവും ശാസ്ത്രീയരീതിയും പ്രയോഗിക്കുമ്പോൾ മാത്രമേ ചരിത്രം ഒരു ശാസ്ത്രമായി മാറുകയുള്ളൂ. ചരിത്രരചനയ്ക്ക് ചുഴിഞ്ഞിറങ്ങുന്ന ഒരു ദാർശനിക വീക്ഷണം ആവശ്യമാണ്. എന്തെന്നാൽ, വിശ്വസനീയമായ രേഖകളൊന്നും സൂക്ഷിച്ചുവെയ്ക്കപ്പെടാതിരിക്കുമ്പോൾ, ആ കാലത്തെ ചിന്തയുടെ പാരമ്പര്യത്തിൽ നിന്നു മാത്രമേ ഭൂതകാല ചരിത്രത്തെ പുനർനിർമ്മിക്കാൻ കഴിയൂ. ആയതിനാൽ, നമ്മുടെ സ്വന്തം ചരിത്രത്തെ അറിയുന്നതിന്, നമ്മുടെ പൈതൃകത്തെ തിരിച്ചറിഞ്ഞ് അതിന്റെ ഗുണം ഉണ്ടാകുന്നതിന്, പാശ്ചാത്യലോകത്തെ വിജ്ഞാനത്തിന്റെയും ശാസ്ത്രത്തിന്റെയും തത്ത്വചിന്തയുടെയും മഹാപുരുഷൻമാരുടെ കാൽക്കീഴിലിരുന്ന് നമ്മുടെ സ്വന്തം ഭൂതകാലത്തിന്റെ ഇരുണ്ടമുറികളിൽ ചൂഴ്ന്നിറങ്ങുന്ന അന്വേഷണ മനോഭാവത്തിന്റെയും ശാസ്ത്രീയചിന്താരീതിയുടെയും അന്വേഷണവിളക്ക് അവരിൽനിന്നു നമുക്ക് നേടേണ്ടതുണ്ട്.

നവോത്ഥാനത്തിന്റെ ഈ വശത്തെക്കുറിച്ച് ഈ സന്ദർഭത്തിൽ വിശദമായൊന്നും ഞാൻ പറയില്ല. നമ്മുടെ സാംസ്കാരിക പൈതൃകം എന്ന് നാം വിളിക്കുന്നതിലേക്ക് ഒരു തിരിഞ്ഞുനോട്ടം മാത്രം ഇപ്പോൾ മതിയാകും. ഇന്ത്യൻ സംസ്കാരവും തത്ത്വശാസ്ത്രവും എല്ലായ്പ്പോഴും പാശ്ചാത്യ ചിന്താമാർഗങ്ങളിൽനിന്നു വ്യതിരിക്തമായിരുന്നു എന്നത് എങ്ങനെയോ ഒരു വിശ്വാസപ്രമാണമായിത്തീർന്നിട്ടുണ്ട്: അതായത്, പാശ്ചാത്യചിന്ത ഭൗതികവാദപരമായിരുന്നപ്പോൾ ഇന്ത്യൻചിന്ത

ആത്മീയവാദപരമായിരുന്നു. പുറംപകിട്ടു മാത്രമുള്ള ഈ സങ്കൽപ്പത്തെ ചരിത്രം സാധൂകരിക്കുന്നില്ല. ഇന്ത്യൻചിന്ത മദ്ധ്യകാല യൂറോപ്പിലേതിനേക്കാൾ കൂടുതൽ മതാത്മകമോ അതീന്ദ്രിയമോ അതിഭൗതികമോ ആത്മീയമോ ആയിരുന്നില്ല. എന്നാൽ, യൂറോപ്പ് മതാത്മകതയുടെ ഇരുട്ടിലേക്കു കൂപ്പുകുത്തുന്നതിനു മുമ്പ്, ദൈവശാസ്ത്ര ആധിക്യത്തിന്റെ കാലഘട്ടത്തിൽപ്പോലും, അവിടെ എല്ലാ ചിന്തകളും മുളപൊട്ടിയിരുന്നതുപോലെ, അതിഭൗതിക ചിന്തകൾക്കൊപ്പം മറ്റു ചിന്താപ്രവാഹങ്ങളും ഇന്ത്യയിലും വികസിച്ചിരുന്നു. ഫലത്തിൽ ഇവയെല്ലാം വിസ്മരിക്കപ്പെട്ടിരിക്കുന്നു.

പ്രാചീന ഗ്രീക്ക് വിജ്ഞാനത്തിന്റെ കാലഘട്ടം ഒഴിച്ചു നിർത്തിയാൽ, യൂറോപ്യൻ നാഗരികതയുടെ അഗ്രഗാമികൾ ചെയ്തതിനേക്കാൾ വലിയൊരളവിൽ ഇന്ത്യ ഭൗതികവാദപരവും യുക്തിവാദപരവും ശാസ്ത്രീയവുമായ ചിന്ത വികസിപ്പിച്ചിരുന്നു എന്ന് ഇന്ത്യയുടെയും യൂറോപ്പിന്റെയും പ്രാചീന ചരിത്രത്തെയും ചിന്തയെയും പഠിക്കുന്നവർക്ക് അറിയാം. നാം വൈദിക കാലഘട്ടത്തിൽനിന്നു പുറത്തുവന്ന് ഇന്ത്യൻ തത്ത്വശാസ്ത്രത്തിന്റെ അടിത്തറ അടങ്ങിയിരിക്കുന്ന ഉപനിഷത്തുകൾ വായിക്കുമ്പോൾ, നാം കാണുന്നത് യുക്തിവാദവും പ്രകൃതിവാദവും അജ്ഞേയവാദവും മാത്രമല്ല, തികഞ്ഞ നിരീശ്വരവാദവും ഭൗതികവാദവും കൂടിയാണ്. പതിനെട്ടു പ്രധാന ഉപനിഷത്തുകളിൽ ഒന്ന്, യുക്തിവാദപരവും പ്രകൃതിവാദപരവും ആയ ചിന്തകളുടെയും ഒളിമറവില്ലാത്ത നാസ്തികവീക്ഷണങ്ങളുടെയും അത്യുജ്ജ്വലമായ വ്യാഖ്യാനത്തിനായി പൂർണ്ണമായും സമർപ്പിക്കപ്പെട്ടിരിക്കുന്നു. അത് ദൈവത്തിന്റെയും ആത്മാവിന്റെയും അസ്തിത്വത്തെ നിഷേധിക്കുന്നു; ദ്രവ്യമല്ലാതെ മറ്റൊന്നും നിലനിൽക്കുന്നില്ലെന്നും ഈ ലോകത്തിനപ്പുറം മറ്റൊരു ലോകം ഇല്ലെന്നും അതു വാദിക്കുന്നു. അതിന്റെ വാദത്തെ താഴെ പറയും പ്രകാരം സംഗ്രഹിക്കാം:

അവതാരമില്ല, ദൈവമില്ല, സ്വർഗ്ഗനരകങ്ങളില്ല; എല്ലാ പരമ്പരാഗത മതസാഹിത്യങ്ങളും അഹങ്കാരികളായ വിഡ്ഢികളുടെ കൃതികളാണ്. കാര്യങ്ങളെയെല്ലാം ഭരിക്കുന്നത് സ്രഷ്ടാവായ പ്രകൃതിയും സംഹാരകർത്താവായ കാലവുമാണ്. മനുഷ്യർക്കു സുഖദുഃഖങ്ങളെ നൽകുമ്പോൾ നന്മതിന്മകളെ കണക്കിലെടുക്കുന്നുമില്ല. ആകർഷകമായ വാഗ്ധോരണിയാൽ വ്യാമോഹിതരായ ആളുകൾ അമ്പലങ്ങളെയും പുരോഹിതൻമാരെയും പറ്റിപ്പിടിച്ചു നിൽക്കുന്നു. എന്നാൽ, വാസ്തവത്തിൽ വിഷ്ണുവും നായയും തമ്മിൽ ഒരു വ്യത്യാസവും ഇല്ല. (സ്വസംവേദ്യോപനിഷത്ത്, എലിയറ്റ് 2, പുറം 322).

പ്രജാപതിയുടെ തന്നെ കാൽക്കീഴിലിരുന്ന് വർഷങ്ങളോളം അദ്ധ്യ യനം നടത്തുകയും ബ്രഹ്മവിദ്യ പഠിക്കുകയും ചെയ്ത വിരോചനന്റെ കഥയും നമുക്ക് അതേ ഉപനിഷത്തിൽ വായിക്കാം. അതിനുശേഷം ഭൂമിയിലേക്ക് തിരിച്ചുവന്ന് അദ്ദേഹം ഉപദേശിച്ചു: 'ഈ ലോകത്തിൽ ശരീരമാകുന്ന ആത്മാവിനെ സന്തോഷിപ്പിക്കുകയും പരിചരിക്കുകയും വേണം. ഈ ലോകത്തിൽ സ്വയം സന്തോഷിക്കുന്നവൻ ഈ ലോകവും പരലോകവുമാകുന്ന രണ്ടു ലോകങ്ങളെയും നേടുന്നു.'

'ഓം നമുക്കു തിന്നാം, ഓം നമുക്കു കുടിക്കാം' എന്നു ഭക്തിപുരസ്സരം മന്ത്രം ചൊല്ലിക്കൊണ്ട് മുമ്പിലുള്ളതിന്റെ വാല് പിടിച്ചുകൊണ്ട് പിന്നി ലുള്ളവ നീങ്ങുന്ന ഒരു ശ്വാനഘോഷയാത്രയോട് യാഥാസ്ഥിതിക ബ്രാഹ്മണരെ 'ഛാന്ദോഗ്യോപനിഷത്ത്' താരതമ്യം ചെയ്യുന്നുണ്ട്. (1.12)

ചില പ്രധാന ഉപനിഷത്തുകൾ വികസിപ്പിച്ച പ്രകൃതിവാദപരവും സന്ദേഹവാദപരവുമായ ചിന്തകളുടെ ഉറവിടം തീർച്ചയായും ഋഗ്വേദ ത്തിൽ പോലും കണ്ടെത്താനാകും. ഉദാഹരണത്തിന്, സൃഷ്ടിസൂക്തം നോക്കുക. മനുഷ്യവംശത്തിന്റെ മാതാപിതാക്കളായ, ഇരട്ടകളും സഹോദരിയും സഹോദരനുമായ, യമനും യമിയും തമ്മിലുള്ള സംഭാ ഷണത്തോടെയാണ് സൃഷ്ടിസൂക്തം ഉപസംഹരിക്കപ്പെടുന്നത്.

വിശ്വാസത്തെയും സ്മൃതിനിയമങ്ങളെയും ചോദ്യംചെയ്ത സന്ദേ ഹവാദിയും താർക്കികനുമായ ജബാലിയുടെ കഥ രാമായണം രേഖ പ്പെടുത്തുന്നുണ്ട്. 'ആത്മാവുകളുടെ യാഥാർത്ഥ്യത്തെ നിഷേധിക്കുന്ന സന്ദേഹികളെയും നാസ്തികരെയും' മഹാഭാരതവും നിന്ദിക്കുന്നുണ്ട്. അവർ 'ഈ ഭൂമിയിലാകെ അലഞ്ഞുനടക്കുന്നു'; അവർ 'യുക്തിവാദികളും വേദവിമർശകരും ബ്രാഹ്മണനിന്ദകരും' ആയിരുന്നു. 'ദൈവാസ്തിത്വ ത്തെ നിഷേധിക്കുന്ന' നാസ്തികരെ ഗീതയും പരാമർശിക്കുന്നുണ്ട്.

ഇന്ത്യൻ തത്ത്വശാസ്ത്രത്തിലെ ആറു പദ്ധതികളിൽ മൂന്നെണ്ണമെങ്കിലും പ്രകടമായും യുക്തിവാദപരമാണ്. ആ മൂന്നെണ്ണത്തിന് വളരെ പ്രാധാന്യ മുണ്ട്. സാംഖ്യൻമാർ നിരീശ്വരവാദപരമായ പ്രകൃതിവാദത്തെ വിശദീക രിച്ചപ്പോൾ, വൈശേഷിക-ന്യായദർശനങ്ങൾ വ്യക്തമായും ഭൗതികവാ ദത്തിലേക്കാണ് നീങ്ങിയത്. വൈദികമതത്തിന്റെയും ഔപനിഷദിക ആദ്ധ്യാത്മിക വിചാരത്തിന്റെയും പശ്ചാത്തലത്തിൽ നിന്ന്, വളരെ പ്രധാനപ്പെട്ട ആ ചിന്താപരിണാമം കാലപൂർണ്ണതയിൽ ഇന്ത്യയുടെ സുവർണ്ണയുഗത്തെ - അത്തരമൊന്ന് എപ്പോഴെങ്കിലും ഇവിടെ ഉണ്ടാ യിരുന്നുവെങ്കിൽ - അതായത്, ബൗദ്ധകാലഘട്ടത്തെ സാദ്ധ്യമാക്കി. പിൽക്കാല ഉപനിഷത്തുകളിലും ആദ്യകാല ബൗദ്ധസാഹിത്യത്തിലും

നിറയെ 'മതനിഷേധികളെയും നിരീശ്വരവാദികളെയും ഭൗതികവാദി കളെയും' കുറിച്ചുള്ള പരാമർശങ്ങളാണ്. ബുദ്ധൻ ഒരു യുവാവായിരുന്ന കാലത്ത്, ഉത്തരേന്ത്യയിലെ മഹാശാലകളിലും മഹാരണ്യകങ്ങളിലും വേദങ്ങളുടെ ദിവ്യോൽപ്പത്തിയെയും ബ്രാഹ്മണരുടെ പ്രാമാണിക തയെയും നിഷേധിക്കുന്ന ഗംഭീര ശബ്ദങ്ങളും അജ്ഞേയവാദവും നിരീശ്വരവാദവും ഭൗതികവാദവും ഉദ്ഘോഷിക്കുന്ന പ്രഭാഷണങ്ങളും മാറ്റൊലികൊള്ളുകയായിരുന്നു. നിരവധി നൂറ്റാണ്ടുകൾ നീണ്ടുനിന്ന ബൗദ്ധകാലഘട്ടത്തിലാണ് ഇന്ത്യ യഥാർത്ഥത്തിൽ ഭൗതികവും ധാർ മ്മികവുമായ സംസ്കാരത്തിന്റെ വളരെ ഉയർന്ന ഒരു നിലവാരത്തിൽ എത്തിച്ചേർന്നത്.

പക്ഷെ, പ്രാചീന ഇന്ത്യയിലെ പ്രകൃതിവാദപരവും യുക്തിവാദപര വും സന്ദേഹവാദപരവും അജ്ഞേയവാദപരവും ഭൗതികവാദപരവും ആയ ചിന്തകളുടെ നീണ്ട വികാസപ്രക്രിയ പരകോടിയിലെത്തുന്നത് ചാർവ്വാക ദർശനത്തിലാണ്. ആ ചാർവ്വാകദർശനത്തെ ഗ്രീക്ക് എപ്പിക്യൂറിയനിസവുമായി താരതമ്യപ്പെടുത്താവുന്നതും പ്രാചീന ഇന്ത്യ യിലെ ബൗദ്ധികസംസ്കാരത്തിന്റെ ക്രിയാത്മകഫലമായി വിലയി രുത്താവുന്നതുമാണ്. നിർഭാഗ്യവശാൽ, ആ അമൂല്യമായ പൈതൃകം ചെറുശകലങ്ങളായി മാത്രമാണ് നമ്മളിലെത്തിയിട്ടുള്ളത്. അവയെ ഏറെ പണിപ്പെട്ട് കൂട്ടിച്ചേർത്താൽ ആ ദർശനത്തിന്റെ ഏകദേശരൂപം നമുക്ക് ലഭിക്കും. പക്ഷെ, ആ ദർശനത്തിന്റെ അടയാളങ്ങളെയെല്ലാം നശിപ്പിച്ചുകളയുന്നതിൽ ഏതാണ്ട് വിജയിച്ച യാഥാസ്ഥിതികരായ എതിരാളികളുടെ രേഖപ്പെടുത്തപ്പെട്ട ഉഗ്രതയുടെയും കാർക്കശ്യത്തി ന്റെയും ഫലമായി അതിനെയാകെ വീണ്ടെടുക്കാമെന്ന പ്രതീക്ഷയുണ്ട്. ചാർവാകൻമാർക്കെതിരെ പോരാടാനായി ഉപയോഗിച്ച വാദങ്ങളിൽ നിന്നുള്ള താർക്കിക അനുമാനങ്ങളുടെ അടിസ്ഥാനത്തിൽ ആ ദർശ നത്തെ മുഴുവനായി പുനർനിർമ്മിക്കാനാവും. ഒരുപക്ഷെ, അതാണ് ഇന്ത്യൻ നവോത്ഥാനത്തിന്റെ അടിസ്ഥാന കർത്തവ്യം.

ആദ്യകാല ബൗദ്ധസാഹിത്യത്തിൽ പരാമർശിച്ചിട്ടുള്ള പരിവ്രാജക രിൽ - പ്രാചീന ഇന്ത്യയിലെ സോഫിസ്റ്റുകളും സ്റ്റോയിക്കുകളും - മഹാൻ ഒരു ബൃഹസ്പതിയായിരുന്നു. അദ്ദേഹമായിരുന്നു ഇന്ത്യൻ എപ്പിക്ക്യൂറി യനിസമായ ചാർവ്വാകദർശനത്തിന്റെ സ്ഥാപകൻ. അക്കാലത്തെ ബൗദ്ധ-ബ്രാഹ്മണ ഗ്രന്ഥങ്ങളിൽ ബൃഹസ്പതി സൂത്രങ്ങൾ നിരന്തരം പരാ മർശിക്കപ്പെടുന്നുണ്ട്. പക്ഷെ, ആ സൂത്രങ്ങളുടെ ചില അവശിഷ്ടങ്ങൾ മാത്രമേ ബുദ്ധമതത്തിന്റെ പതനത്തെ തുടർന്ന് അതിജീവിച്ചിട്ടുള്ളൂ. 'സുഖ കരമായ ഒരു ഉപജീവനമാർഗ്ഗം നൽകുന്നു എന്നതിനാൽ വേദത്തിന്റെ

പ്രാമാണ്യത്തെ ഉയർത്തിപ്പിടിക്കുന്ന ബുദ്ധിയും പൗരുഷവും ഇല്ലാത്ത മനുഷ്യരായി' ബ്രാഹ്മണരെ ബൃഹസ്പതി അധിക്ഷേപിച്ചിട്ടുണ്ട് എന്ന് നാം അവയിൽ നിന്ന് അറിയുന്നു.

ദൈവികമായി വെളിവാക്കപ്പെട്ട സത്യമാണ് വേദങ്ങൾ എന്ന ആശയത്തെ ചാർവ്വാകൻമാർ പരിഹസിക്കുന്നു; ഇന്ദ്രിയങ്ങളിലൂടെയല്ലാതെ സത്യത്തെ ഒരിക്കലും അറിയാൻ കഴിയില്ല എന്ന് അവർ കരുതി. ആയതിനാൽ, ആത്മാവ് എന്ന ആശയം ഒരു മിഥ്യാഭ്രമം മാത്രമാണ്. അങ്ങനെ ചാർവ്വാകൻമാർ തീവ്ര ആനുഭവികവാദത്തിന്റെ ആധുനിക ദാർശനികചിന്തയെ മുൻകൂട്ടി കണ്ടു. യുക്തിയെ പോലും വിശ്വസിക്കരുത് എന്ന് അവർ കരുതി. എന്തെന്നാൽ, ഓരോ അനുമാനവും കൃത്യമായ നിരീക്ഷണത്തെയും ശരിയായ യുക്തിവിചാരത്തെയും മാത്രമല്ല ആശ്രയിച്ചിരിക്കുന്നത്; മറിച്ച്, ഭൂതകാലത്തെപ്പോലെ തന്നെയായിരിക്കും ഭാവിയും പെരുമാറുക എന്ന സങ്കൽപ്പത്തെയും കൂടിയാണ്. അതിനാകട്ടെ, യാതൊരു ഉറപ്പും ഇല്ലതാനും.

ഹ്യൂമിന് രണ്ടായിരം വർഷങ്ങൾക്കുമുമ്പ് ആധുനിക ആജ്ഞേയവാദത്തെ മുൻകൂട്ടി കാണുകയായിരുന്നു അത്. പക്ഷെ, ചാർവാകൻമാർ കേവലം നിഷേധികളോ ആജ്ഞേയവാദികളോ സന്ദേഹവാദികളോ ആയിരുന്നില്ല. ക്രിയാത്മകമായ ദാർശനികചിന്തയുടെ വിശദമായ ഒരു പദ്ധതി തന്നെ അവർ വികസിപ്പിച്ചിരുന്നു:

'എല്ലാ പ്രതിഭാസങ്ങളും പ്രകൃത്യാനുസാരിയാണ്. അനുഭവത്തിലോ ചരിത്രത്തിലോ പ്രകൃത്യതീതശക്തികളുടെ ഇടപെടലുകളൊന്നും നാം കാണുന്നില്ല. പദാർത്ഥം മാത്രമാണ് യാഥാർത്ഥ്യം; മനസ്സ് ചിന്തിക്കുന്ന പദാർത്ഥമാണ്. ലോകത്തെ മനസ്സിലാക്കുന്നതിനോ വിശദീകരിക്കുന്നതിനോ ഒരു സ്രഷ്ടാവിനെക്കുറിച്ചുള്ള പരികൽപ്പന ഉപയോഗരഹിതമാണ്. മതം ഒരു ശീലമായതിനാൽ അത് അത്യാവശ്യമാണെന്ന് മനുഷ്യർ ചിന്തിക്കുന്നു. വിജ്ഞാനത്തിന്റെ വളർച്ച വിശ്വാസത്തെ നശിപ്പിക്കുമ്പോൾ നഷ്ടബോധവും അസ്വസ്ഥമായ ശൂന്യതയും അവർ അനുഭവിക്കുന്നു. ധാർമ്മികത പ്രകൃത്യാനുസാരിയാണ്; അതൊരു സാമൂഹികമായ സമ്പ്രദായവും സൗകര്യവുമാണ്, ദൈവികമായ കൽപ്പനയല്ല. സഹജവാസനകളെയും വികാരങ്ങളെയും നിയന്ത്രിക്കേണ്ട ആവശ്യമൊന്നുമില്ല; അവ പ്രകൃതിയുടെ കൽപ്പനകളാകുന്നു. ജീവിതത്തിന്റെ ഉദ്ദേശ്യം ജീവിക്കുക എന്നതാണ്; ആനന്ദമാണ് ഒരേയൊരു അറിവ്.'

ഇന്ത്യൻ തത്ത്വശാസ്ത്രത്തോട് വളരെ ആഭിമുഖ്യമുള്ള ഒരു ആധുനിക എഴുത്തുകാരന്റെ അഭിപ്രായത്തെ പങ്കുവയ്ക്കാൻ ഈ തിരിഞ്ഞുനോട്ടം

മുൻവിധിയില്ലാത്ത അന്വേഷകനെ പ്രേരിപ്പിക്കും. 'തങ്ങളുടെ രാജ്യത്തിന്റെ ചരിത്രത്തെ കാത്തുസൂക്ഷിച്ചിട്ടുള്ള നല്ല ബ്രാഹ്മണൻമാർ ഹിന്ദു മിസ്റ്റിസിസത്തിന്റെയും ഈശ്വരഭക്തിയുടെയും ഏകാഭിപ്രായത്തെപ്പറ്റി ഒരുപക്ഷെ, നമ്മെ കുറച്ചൊക്കെ കബളിപ്പിച്ചിട്ടുണ്ട്.' (വിൽ ഡ്യുറന്റ്, ദി സ്റ്റോറി ഓഫ് സിവിലൈസേഷൻ).

ഇന്ത്യയിലെ വ്യവസ്ഥാപിതമായ സാമൂഹികക്രമത്തിന് ധാർമ്മികാനുമതി പ്രദാനം ചെയ്തിട്ടുള്ളത് ബുദ്ധമതത്തിന്റെ പതനത്തിനുശേഷം സ്ഥാപിതമായ ബ്രാഹ്മണ വ്യവസ്ഥയാണ്. ഏറെക്കാലമായി ഇന്ത്യ മദ്ധ്യകാലത്വത്തിൽ പറ്റിപ്പിടിച്ചു നിൽക്കുകയാണ്. അതിൽനിന്നു ഇന്ത്യ പുറത്തു കടക്കണമെങ്കിൽ ഒരു സാമൂഹികവിപ്ലവം ആവശ്യമാണ്. അതിന്, നിരവധി നൂറ്റാണ്ടുകളോളം ഇന്ത്യയെ പിന്നാക്കാവസ്ഥയിൽ തളച്ചിട്ട ബ്രാഹ്മണ പ്രതിലോമതയെ വെല്ലുവിളിക്കേണ്ടതുണ്ട്. ബ്രിട്ടീഷുകാരുടെ കീഴടക്കൽ അടക്കമുള്ള - ബ്രിട്ടീഷുകാർക്കുമുമ്പ് മുഹമ്മദീയർ, അവർക്കുമുമ്പ് മറ്റു പലരും - എല്ലാ ദുരിതങ്ങൾക്കും അപമാനങ്ങൾക്കും കാരണം ബ്രാഹ്മണ പ്രതിലോമതയാണ്.

ഇന്ത്യാചരിത്രത്തിലെ ആ വ്രണത്തിൽ തൊടാത്തപക്ഷം നിങ്ങൾക്കതിനെ വിശദീകരിക്കാനാവില്ല. തങ്ങളുടെ സ്വരാജ്യത്തിൽ നിന്ന് ആയിരക്കണക്കിനു നാഴികകൾക്കപ്പുറത്തുള്ള ഇന്ത്യയുടെ തീരങ്ങളിൽ എത്തിച്ചേർന്ന ഒരുപിടി വർത്തകസാഹസികർക്ക്, കവർച്ചക്കാരായി, ഏതാനും പതിറ്റാണ്ടുകൾക്കകം അതിനെ കീഴടക്കി ഇരുന്നൂറുവർഷം ഈ വിശാലമായ ഉപഭൂഖണ്ഡത്തെ ഭരിക്കാൻ എങ്ങനെ സാധിച്ചുവെന്ന് വിശദീകരിക്കാൻ നിങ്ങൾക്കു കഴിയില്ലെങ്കിൽ ഇന്ത്യാചരിത്രത്തെ ഒട്ടുംതന്നെ നിങ്ങൾക്കു വിശദീകരിക്കാനാവില്ല; ഇന്ത്യയുടെ പിന്നാക്കാവസ്ഥയുടെ കാരണങ്ങൾ കണ്ടെത്താനോ ഇന്ത്യയെ മുന്നോട്ടു നയിക്കാനോ കഴിയില്ല. ഇതിനെല്ലാം കാരണം ആരുടെയെങ്കിലും കള്ളപ്പണിയോ വഞ്ചനയോ ആയിരുന്നു എന്ന വാദം വിമർശനബുദ്ധിയുള്ള അന്വേഷകനെ ബോദ്ധ്യപ്പെടുത്തുന്നതല്ല.

ഇന്ത്യക്കാർ സ്വാതന്ത്ര്യത്തെ വിലമതിച്ചിരുന്നില്ല എന്നതിനാലാണ് ഇന്ത്യ വീണ്ടും വീണ്ടും കീഴടക്കപ്പെട്ടത്. ആയതിനാൽ തന്നെ ഇന്ത്യക്കാർ സ്വാതന്ത്ര്യത്തിനു വേണ്ടി പോരാടിയതുമില്ല. ഇന്ന് എന്താണ് സംഭവിക്കുന്നത് എന്നതിനെക്കുറിച്ച് അലോസരപ്പെടേണ്ടതില്ല എന്നാണ് അവരെ എപ്പോഴും പഠിപ്പിക്കുന്നത്; അതായത്, ഈ ജീവിതത്തിലെ കാര്യങ്ങൾ പ്രസക്തമല്ല; ഭാവിയിലെ ജീവിതത്തെക്കുറിച്ചാണ് അവർ ചിന്തിക്കേണ്ടത്. എന്തെന്നാൽ ഈ ലോകം മായയാണ്. ഭൗതികക്ഷേമത്തിൽ തൽപ്പരനായിരിക്കുക എന്നത് ആത്മാവിനു ദോഷമാണ്;

ഭൗതികക്ഷേമത്തോടുള്ള അവഗണന ആത്മാവിന്റെ മോക്ഷത്തെ ഉറപ്പാക്കുന്നു. മനുഷ്യസമുദായങ്ങളുടെയെല്ലാം ചരിത്രത്തിലെ ചില ഘട്ടങ്ങളിൽ ഈ സിദ്ധാന്തം ഉപദേശിക്കപ്പെട്ടിരുന്നു. ഇത് ഇന്ത്യയുടെ ആത്മീയ പ്രതിഭയല്ല. പരലോകത്തേക്കുള്ള താക്കോൽ തങ്ങളുടെ കൈയിലുണ്ടെന്ന് അവകാശപ്പെട്ട പൗരോഹിത്യത്തെ വെല്ലുവിളിക്കാൻ ഒരിക്കലും പഠിപ്പിച്ചില്ല എന്നതാണ് ഭൂതകാല ഇന്ത്യൻ സംസ്കാരത്തിന്റെ പ്രത്യേകത. ആത്മീയ അടിമത്തത്തിനെതിരായ മനുഷ്യകലാപത്തിന്റെ വിളംബരക്കാരുടെ ശബ്ദത്തെ ഞെക്കിക്കൊന്ന ബ്രാഹ്മണ പ്രതിലോമതയാണ് ഇന്ത്യയുടെ ആത്മീയ പ്രതിഭയായി മഹത്വീകരിക്കപ്പെടുന്നത്. ഇന്ത്യയുടെ ആത്മീയസന്ദേശത്തെ ലോക വ്യവസായ തൊഴിലാളികളുടെ പ്രസിദ്ധമായ ഗാനത്തിലെ വരികളുപയോഗിച്ച് ഹാസ്യാനുകരണം നടത്താം:

പണിയെടുക്കുക, പ്രാർത്ഥിക്കുക,
വയ്ക്കോൽകൊണ്ട് ജീവിക്കുക;
നിങ്ങൾക്കു കിട്ടും ചില്ലിക്കാശുകൾ
മരിക്കുമ്പോൾ ആകാശത്തുനിന്ന്;
എന്നാലതൊരു നശിച്ച നുണ.

ഈ ലോകത്ത് മെച്ചപ്പെട്ട ഒരു ജീവിതം ഉണ്ടാകണം എന്ന് ജനങ്ങൾ സ്വയം ആഗ്രഹിക്കാത്തപക്ഷം അവരുടെ അവസ്ഥകളെ മെച്ചപ്പെടുത്തുന്നതിനെക്കുറിച്ച് നമുക്കെങ്ങനെ സംസാരിക്കാൻ കഴിയും? തങ്ങളുടെ കർമ്മങ്ങളുടെ ഫലമാണ് എല്ലാം എന്ന വിശ്വാസത്തിൽ ജനങ്ങൾ ആശ്വാസം കണ്ടെത്തുന്ന കാലത്തോളം; തങ്ങൾക്കു സംഭവവക്കുന്നതെല്ലാം തങ്ങൾ മുൻജന്മത്തിൽ ചെയ്തതിന്റെ ഫലമാണെന്നും തങ്ങളുടെ ദുരിതങ്ങളുടെയെല്ലാം ഉത്തരവാദികൾ തങ്ങൾ തന്നെയാണെന്നും വിചാരിക്കുന്നിടത്തോളം; ഒരു ജനത, ഒരു സംസ്കാരം, ഒരു മതം ദുരിതത്തെ നന്മയായി കാണാൻ പഠിപ്പിക്കുകയും അതു നമ്മുടെ തത്ത്വശാസ്ത്രമായി നിലനിൽക്കുകയും ചെയ്യുന്ന കാലത്തോളം സ്വാതന്ത്ര്യത്തെയും പുരോഗതിയെയും കുറിച്ചുള്ള സങ്കൽപ്പങ്ങൾ ഇന്ത്യയ്ക്ക് അന്യമായിരിക്കും. ഈ സങ്കൽപ്പങ്ങൾ എന്താണ് അർത്ഥമാക്കുന്നത് എന്ന് അവർക്കു മനസ്സിലാവില്ല. വിദേശികളെ വെറുക്കാൻ നമ്മെ പഠിപ്പിക്കുന്നുണ്ട്; എന്നാൽ, സ്വയം സ്നേഹിക്കാൻ നമ്മെ പഠിപ്പിക്കുന്നില്ല. മിഥ്യയായ ദൈവസ്നേഹത്തിൽ നിന്നു നാം മുക്തരാകേണ്ടതുണ്ട്. മനുഷ്യൻ സ്വയം സ്നേഹിക്കണം. ആയതിനാലാണ് നവോത്ഥാന തത്ത്വശാസ്ത്രത്തെ മാനവവാദം എന്നു വിളിക്കുന്നത്. നമുക്ക് വേണ്ടത്ര ദൈവം ഉണ്ടായിട്ടുണ്ട്; വേണ്ടത്ര രാഷ്ട്രവും ഉണ്ടായിട്ടുള്ള കാലം ഇപ്പോൾ വന്നിരിക്കുന്നു. രാഷ്ട്രവിപ്ലവത്തിനു പിന്നാലെ മനുഷ്യവിപ്ലവം വരണം.

അല്ലാത്തപക്ഷം, ദേശീയ സ്വാതന്ത്ര്യം നമുക്ക് ഗുണത്തേക്കാളേറെ ദോഷം വരുത്തും - അതെ, നാം മുമ്പൊരിക്കലും അനുഭവിക്കാത്തതര ത്തിലുള്ള മോശപ്പെട്ട ചിലത്.

നമ്മൾ ദുരിതമനുഭവിച്ച വിദേശഭരണം ആയിരുന്നിടത്തോളം ജനങ്ങളെ അതിനെതിരെ ഇളക്കിവിടാൻ എളുപ്പമായിരുന്നു; പക്ഷെ, ഇപ്പോൾ നമ്മുടെ സ്വന്തം ആളുകളുടെ ഭരണമാണ്; ഇത് നമ്മുടെ സ്വന്തം ഗവൺമെന്റാണ്. അതിന് നമ്മുടെ സ്വന്തം സാംസ്കാരികവും മതപരവു മായ പഴയ പാരമ്പര്യത്തിന്റെ അനുമതിയുമുണ്ട്. ഈ ഗവൺമെന്റിന്റെ ഉദ്ദേശ്യങ്ങളെ സംശയിക്കുന്നതുപോലും പാപമാകും; നമ്മുടെ പാര മ്പര്യത്തിനും സംസ്കാരത്തിനും എതിരായിപ്പോകും; 'രാജ്യദ്രോഹം' ആകും. ആയതിനാൽ, രാഷ്ട്രത്തെ മഹത്താക്കാൻ നാം സ്വമേധയാ ദുരിതമനുഭവിക്കാനും കൂടുതൽ ത്യാഗം ചെയ്യാനും പഠിക്കണം. രാഷ്ട്രം എന്ന സാങ്കൽപ്പികസത്തയുടെ അഭിവൃദ്ധിക്ക് രക്തവും മാംസവുമുള്ള സ്ത്രീപുരുഷൻമാർ സഹിക്കുകയും ത്യാഗം ചെയ്യുകയും വേണം എന്നു നിർദ്ദേശിക്കുന്ന ഈ അസംബന്ധത്തെക്കുറിച്ച് ചിന്തിക്കുന്നത് നിങ്ങൾ എപ്പോഴെങ്കിലും നിർത്തിയിട്ടുണ്ടോ? ഒരു രാഷ്ട്രത്തിന്റെ സ്വാതന്ത്ര്യ ത്തെയോ മഹത്വത്തെയോ പടുത്തുയർത്തേണ്ടത് ആ രാഷ്ട്രത്തെ സൃഷ്ടിക്കുന്ന മനുഷ്യരുടെ അടിമത്വത്തിനും ദുർബലതയ്ക്കും മുകളിലാണ് എന്നത് ഒരു മിഥ്യയാണ് - തീർച്ചയായും ഒരു തട്ടിപ്പാണ്. ഈ മിഥ്യാ ബോധത്തിൽ നിന്നു നമ്മുടെ ജനങ്ങളെ പുറത്തുകൊണ്ടുവരാൻ നമുക്കു കഴിയാത്ത പക്ഷം, രാഷ്ട്രീയസ്വാതന്ത്ര്യത്തിന്റെ വരവോടെ വഴിതുറന്നു നൽകപ്പെട്ടിട്ടുള്ളതും നമ്മുടെ രാജ്യത്തിന് അത്യാവശ്യമായിട്ടുള്ളതുമായ സാമൂഹികവിപ്ലവം അസാദ്ധ്യമായിത്തീരും.

പക്ഷെ, സാമൂഹിക വിപ്ലവത്തിനു കളമൊരുക്കുന്ന ദാർശനിക വിപ്ലവം നടത്താൻ സമകാലിക രാഷ്ട്രീയത്തിൽ വ്യാപരിക്കുന്ന ആളു കൾക്ക് കഴിയില്ല. അധികാരത്തിനുവേണ്ടിയുള്ള വൃത്തികെട്ട പിടിവലി യിൽ പങ്കാളികളാകാൻ വിസമ്മതിക്കുകയും രാഷ്ട്രീയ പ്രവർത്തനത്തെ ധാർമ്മികമായ ഒരു നിലവാരത്തിലേക്ക് ഉയർത്താൻ ശ്രമിക്കുകയും ചെയ്യുന്ന ആളുകളുടെ പണിയാണത്. അവരുടെ ശ്രമങ്ങൾ മനു ഷ്യന്റെ ക്ഷേമത്തെയും പുരോഗതിയെയും ഉയർച്ചയെയും അടിസ്ഥാ നപ്പെടുത്തി ചിന്തിക്കുന്ന നവോത്ഥാന പ്രസ്ഥാനത്തെ, മാനവവാദ പ്രസ്ഥാനത്തെ സൃഷ്ടിക്കും. കഴിയുന്നത്ര മനുഷ്യരിൽ സ്വാതന്ത്ര്യത്വര ഉണർത്തുക എന്നതായിരിക്കും ആ പ്രസ്ഥാനത്തിന്റെ മുഖ്യ ധർമ്മം. അതൊരു ജ്ഞാനോദയ വിദ്യാഭ്യാസ പ്രവർത്തനമാണ്. നാമിപ്പോൾ, ആളുകൾക്കു വിദ്യാഭ്യാസം നൽകുന്നവരെ പഠിപ്പിക്കുന്ന ഘട്ടത്തിൽ

തന്നെയാണ്. അത്തരം ആളുകളെ വേണ്ടത്ര സൃഷ്ടിക്കുന്നതിന് ആധുനികശാസ്ത്രത്തിന്റെ സഹായം നമുക്കുണ്ട്. നമ്മുടെ പഴയ സംസ്കാരവും മതഗ്രന്ഥങ്ങളും ആ ജോലിയിൽ നമ്മെ സഹായിക്കില്ല. വികാസത്തിന്റെ അനന്തസാദ്ധ്യതകൾ മനുഷ്യനുണ്ട് എന്ന കാര്യം ആധുനികശാസ്ത്രത്തിന്റെ വെളിച്ചത്തിൽ മാത്രമേ നമുക്ക് കാണിച്ചുകൊടുക്കാൻ കഴിയൂ. ആ വെളിച്ചത്തിൽ, ദൈവം ഒരു മനുഷ്യസൃഷ്ടി എന്ന നിലയിൽ വെളിപ്പെടുന്നു. തന്റെ സൃഷ്ടിയെ നശിപ്പിക്കാനോ പുനഃസൃഷ്ടിക്കാനോ ഉള്ള സ്രഷ്ടാവിന്റെ ശക്തിയിലാണത്. ഈ വിശ്വാസത്തിന്, ഈ ആത്മവിശ്വാസത്തിനു മാത്രമേ സ്വാതന്ത്ര്യത്വരയെയും തന്റെ സ്വാതന്ത്ര്യത്തിനുവേണ്ടി പ്രവർത്തിക്കാനുള്ള ആവേശത്തെയും മനുഷ്യനിൽ ഉണർത്താൻ കഴിയൂ. ഈ ആത്മവിശ്വാസത്തെ സൃഷ്ടിക്കുന്നതാകട്ടെ, ആധുനികശാസ്ത്രവിജ്ഞാനവും.

അത്തരമൊരു പ്രസ്ഥാനത്തെ നയിക്കുന്നതിന് ആവശ്യമായത്ര ആളുകളെ സൃഷ്ടിക്കുന്നതിന് മാനവവാദദർശനത്തെ പ്രചരിപ്പിക്കുകയും ഭൂമിയിൽ എല്ലായിടത്തും ഉള്ള മനുഷ്യർ യുഗാന്തരങ്ങളായി ചിന്തിക്കുകയും ചെയ്യുകയും അറിയുകയും ചെയ്തതെല്ലാം എല്ലാ മനുഷ്യരുടെയും പൈതൃകമാണ് എന്ന് ജനങ്ങളോടു പറയുകയും വേണം. നാം അതെടുത്ത് നമ്മുടെ രാജ്യത്തിന്റെയും ജനങ്ങളുടെയും ഗുണത്തിനായി ഉപയോഗിക്കണം. ഇന്ത്യക്കാർക്ക് കഴിയാതിരുന്നപ്പോൾ, ചില വിദേശികൾ പ്രാചീന ഇന്ത്യൻ ചിന്തയുടെയും ജ്ഞാനത്തിന്റെയും ഇഴകളെടുത്ത് വികസിപ്പിച്ചു എന്നതിനാൽ നമ്മുടെ സ്വന്തം പൈതൃകത്തെ നാം ഉപേക്ഷിക്കണമോ? എന്തായാലും, അത് നമ്മുടെ പൈതൃകമാണ്. അതിനെ വിമർശനാത്മകമായി പഠിക്കുക മാത്രമാണ് വേണ്ടത്. നമ്മുടെ ഭൂതകാലത്തെ നാം യഥാർത്ഥത്തിൽ അറിയണം. ഇന്ത്യക്കാരിൽ സ്വാതന്ത്ര്യദാഹം ഉണർത്തുന്നതിന് അത് നമുക്ക് അറിവും ശക്തിയും ധൈര്യവും നൽകും. അതിനുശേഷം മാത്രമേ ഇന്ത്യയിൽ ഒരു പുതിയ സാമൂഹികക്രമം സ്ഥാപിക്കാൻ കഴിയൂ. ആയതിനാൽ, ഇന്ത്യൻ നവോത്ഥാന പ്രസ്ഥാനം - ക്ലബ്ബുകൾ കുറച്ചെണ്ണമേ ഉണ്ടാവൂ എങ്കിലും, തുടക്കത്തിൽ അംഗങ്ങൾ ഏറെയൊന്നും ഇല്ലെങ്കിലും - അവഗണിക്കാവുന്ന ഒരു പ്രസ്ഥാനമല്ല. ഈ പ്രസ്ഥാനത്തെ ഇവിടെ വ്യാപിപ്പിക്കുന്നതിനായി മുൻകൈ എടുത്ത ഇവിടുത്തെ കുറച്ചു സ്വാതന്ത്ര്യാത്മാക്കളായ നിങ്ങളോടു ഞാൻ പറയുന്നു, നിങ്ങൾ ചെയ്യുന്നത് വളരെ മഹത്തായതും പ്രധാനപ്പെട്ടതുമായ പ്രവർത്തനമാണ് എന്ന്. രാജ്യത്തിന്റെ മറ്റു ഭാഗങ്ങളിൽ ഇതുപോലെ പ്രവർത്തിക്കുന്ന നിങ്ങളെപ്പോലെയുള്ള സ്വാതന്ത്ര്യാത്മാക്കളുമായി സഹകരിച്ച്, ഇന്ത്യൻ

ജനതയെ ഞെരിച്ചുകൊണ്ടിരിക്കുന്ന നിസ്സഹായതയുടെയും നിരാശയുടെയും ഭാരത്തെ കുടഞ്ഞുകളയാനും അവരിൽ സ്വാതന്ത്ര്യത്വരയെയും, മറഞ്ഞുകിടക്കുന്നതും ഉയർത്തപ്പെടാനും ഉത്തേജിക്കപ്പെടാനും കാത്തുനിൽക്കുന്നതുമായ മനുഷ്യന്റെ സൃഷ്ടിപരതയിലുള്ള വിശ്വാസത്തെയും ജ്വലിപ്പിക്കാനും നിങ്ങൾ സംഭാവന ചെയ്യും.

ദേശീയസ്വാതന്ത്ര്യത്തിന്റെ പ്രാപ്തിയോടെ വിദ്വേഷപ്രകടനങ്ങളിൽ നിന്നും നക്കാപ്പിച്ച കാര്യങ്ങൾക്കു വേണ്ടിയുള്ള പോരാട്ടങ്ങളിൽ നിന്നും ഇന്ത്യയിലെ സ്ത്രീപുരുഷൻമാരുടെ ഊർജ്ജം സ്വതന്ത്രമാകുകയും, പിന്നാക്കാവസ്ഥയെയും അൽപ്പത്തരങ്ങളെയുമെല്ലാം തൂത്തുവാരിക്കളയുന്ന ശക്തമായ പ്രവാഹത്തിലേക്കു വികസിക്കുന്നതും ഇന്ത്യയിൽ മാത്രമല്ല, ലോകത്തുടനീളം സ്വതന്ത്രമനുഷ്യരുടെ യഥാർത്ഥത്തിലുള്ള ഒരു നവലോകത്തിന് അടിത്തറയിടുന്നതുമായ പുതിയ ചിന്തകളുടെ സൃഷ്ടിക്കായി സ്വയം സമർപ്പിക്കാൻ അവർക്കു കഴിയുന്നതുമായ ദിനത്തിനു വേണ്ടി ഞാൻ വർഷങ്ങളായി കാത്തിരിക്കുകയാണ്. സമാനമായ ഒരു ചിന്താപ്രസ്ഥാനം, മാനവവാദത്തിന്റെ പുനർജന്മത്തിനു വേണ്ടിയുള്ള ഒരു ത്വര, യുദ്ധാനന്തര ലോകത്ത് ഏതാണ്ടെല്ലായിടത്തും വീശിയടിക്കുകയാണ്. ഇന്ത്യയ്ക്ക് ആ പ്രസ്ഥാനത്തിന്റെ മുൻപന്തിയിൽ നിൽക്കാനാവും. എന്തെന്നാൽ, അതിന്റെ ചില അഗ്രഗാമികൾ തങ്ങളുടെ പ്രവർത്തനങ്ങൾ ഈ രാജ്യത്ത് ആരംഭിച്ചുകഴിഞ്ഞിട്ടുണ്ട്. ഇവിടുത്തെ നിങ്ങളുടെ നവോത്ഥാനസമിതി ഒരു ചെറിയ തുടക്കം മാത്രമായിരിക്കും. പക്ഷെ, അതിന് മഹത്തായ ഒരു പങ്ക് വഹിക്കാനുണ്ട്; ശോഭനമായ ഒരു ഭാവിയും. നിങ്ങൾ നിരന്തരമായി പ്രവർത്തിക്കുകയാണെങ്കിൽ, ചിന്താശീലവും കാര്യഗൗരവവും ഉള്ള എല്ലാവരെയും ഇത്തരം പരിശ്രമങ്ങളുടെ ഭ്രമണപഥത്തിനകത്തേയ്ക്ക് ആകർഷിക്കുന്നതിൽ നിങ്ങൾ വിജയിക്കും. ഇത്തരം പരിശ്രമങ്ങൾ രാജ്യത്തിന്റെ മറ്റു പല ഭാഗങ്ങളിലും നടന്നുകൊണ്ടിരിക്കുന്നുണ്ട്. അവയെല്ലാം കൂടി ഒരു പ്രസ്ഥാനത്തെ സൃഷ്ടിക്കും. അതുവളർന്ന്, വ്യാപിച്ച് അവസാനം ഇന്ത്യയുടെ മാനസിക പരിസ്ഥിതിയെ മാറ്റും. ഇന്ത്യൻ ജനതയുടെ സാമ്പത്തികാവസ്ഥയിലും സാമൂഹികനിലയിലും മെച്ചപ്പെട്ട മാറ്റങ്ങൾ ഉണ്ടാകുന്നതിനുള്ള മുന്നുപാധിയാണത്.

(1948).

ഇന്ത്യാചരിത്രപഠനം

ഇന്ത്യാ ചരിത്രത്തിൽ പഠനം നടത്തുക എന്നതാണ് റിനായ്സൻസ് ഇൻസ്റ്റിറ്റ്യൂട്ടിന്റെ ഒരു ലക്ഷ്യം. ഒന്നല്ലെങ്കിൽ, മറ്റൊരു കാരണത്താൽ ഇന്ത്യയുടെ യഥാർത്ഥ ചരിത്രം ഇതുവരെയും എഴുതപ്പെട്ടിട്ടില്ല. അടുത്തകാലത്തായി നമ്മുടെ രാജ്യത്തിന്റെ ചരിത്രത്തെ പുനർ രചിക്കാനായി പല ശ്രമങ്ങളും നടന്നുകൊണ്ടിരിക്കുന്നു. ദേശീയ സർക്കാരിന്റെ വരവോടെ ഇത്തരം ചില ശ്രമങ്ങൾക്ക് ഔദ്യോഗികമായ പിന്തുണയും ലഭിക്കുന്നുണ്ട്. സർക്കാരിന്റെ പ്രോത്സാഹനത്തോടെയുള്ള ഇത്തരം പുതിയ ശ്രമങ്ങൾ അവസാനം ഇന്ത്യയുടെ ഒരു യാഥാർത്ഥ ചരിത്രത്തെ ഉത്പാദിപ്പിക്കുമെന്നും വർത്തമാനകാല പ്രശ്നങ്ങളെ കൂടുതൽ യാഥാർത്ഥ്യബോധത്തോടെ മനസ്സിലാക്കുന്നതിനു ഭൂതകാലാനുഭവത്തിൽനിന്നു നാം പഠിക്കുമെന്നും പ്രതീക്ഷിക്കപ്പെടുന്നു. നമ്മുടെ രാജ്യത്തിന്റെ ഭാവി ഇത്തരം പ്രശ്നങ്ങളുടെ പരിഹാരത്തെ ആശ്രയിച്ചാണിരിക്കുന്നത്.

ഇന്ത്യാചരിത്രത്തെക്കുറിച്ച് ഗവേഷണം നടത്തുന്നതിനെപ്പറ്റി ഒരാൾ പറയുമ്പോൾ അതിനു രാജ്യത്തിന്റെ പ്രായോഗിക ജീവിതവുമായി ഒരു ബന്ധവുമില്ല എന്ന ഒരു ധാരണ സൃഷ്ടിക്കപ്പെടുന്നുണ്ട്. തൽഫലമായി, പൊതുജനങ്ങൾ ഇത്തരം പരിശ്രമങ്ങളിൽ താൽപര്യമൊന്നും കാണിക്കേണ്ട ആവശ്യമില്ല എന്നും കരുതപ്പെടുന്നു. ഒരർത്ഥത്തിൽ, ചരിത്രഗവേഷണം എന്നത് അക്കാദമീഷ്യൻമാരുടെ പണിയാണ്. എന്നാൽ, തങ്ങളുടെ സംതൃപ്തിക്കു മാത്രമായല്ല അവർ ഈ പണി ചെയ്യുന്നത്. പിന്നെയോ, ആനുഭവികമായും യുക്തിവിചാരത്തിലൂടെയും ആർജ്ജിച്ച അറിവിനെ അവർ പൊതുജനസമക്ഷം വെയ്ക്കുകയും ചെയ്യുന്നുണ്ട്. ആ

അറിവ് പൊതുജനമനസ്സിനെ പ്രകാശമുള്ളതാക്കുകയും പൊതുപ്രവർത്തനത്തെ ലക്ഷ്യബോധവും വിവേകവും ഉള്ളതാക്കാൻ സഹായിക്കുകയും ചെയ്യുന്നു. ആയതിനാൽ, ചരിത്രപഠനത്തിൽ പൊതുജനങ്ങൾ താൽപര്യം ഉള്ളവരായിരിക്കണം. മാത്രമല്ല, ഈ താൽപര്യം കോളേജ് ജീവിതത്തോടെ അവസാനിപ്പിക്കുകയുമരുത്.

എന്നാൽ, നമ്മുടെ പണ്ഡിതൻമാർ ചരിത്രഗവേഷണത്തിൽ ശാസ്ത്രീയമായ സമീപനം സ്വീകരിക്കാത്തപക്ഷം ചരിത്രത്തിൽ ഫലപ്രദമായ ഗവേഷണം സാദ്ധ്യമാവുകയില്ല; സത്യസന്ധമായ ഒരു ഇന്ത്യാചരിത്രം എഴുതപ്പെടുകയുമില്ല. ചരിത്ര ഗവേഷണത്തിൽ ഏർപ്പെട്ടിട്ടുള്ള യൂറോപ്യൻ പണ്ഡിതൻമാർ ഒരു രീതി വികസിപ്പിച്ചെടുത്തിട്ടുണ്ട്. യാതൊരുവിധ മുൻവിധികളും ഇല്ലാതെ, സത്യം കണ്ടെത്തുക എന്ന ലക്ഷ്യത്തോടെ ചരിത്രഗവേഷണം ശാസ്ത്രീയമായി നടത്തണം.

ഇനി ഏഷ്യാറ്റിക്ക് സൊസൈറ്റി എന്നറിയപ്പെടാൻ പോകുന്ന, റോയൽ ഏഷ്യാറ്റിക്ക് സൊസൈറ്റിയുടെ വാർഷിക സമ്മേളനത്തെ അഭിസംബോധനചെയ്തുകൊണ്ട് ആ പ്രവിശ്യയിലെ ഗവർണർ ഇന്ത്യാചരിത്രത്തെക്കുറിച്ച് ദീർഘമായി സംസാരിക്കുകയുണ്ടായി. രാജാക്കൻമാരുടെയും അവരുടെ യുദ്ധങ്ങളുടെയും കഥകളാണ് സാമാന്യചരിത്രമെങ്കിലും, ഇന്ത്യയിൽ ജനങ്ങളുടെ സ്വകാര്യ ജീവിതത്തിൽ രാജാക്കൻമാർ ഇടപെട്ടിരുന്നില്ലെന്നും ആയതിനാൽ, ജനങ്ങളുടെ അനുഭവങ്ങളുടെ അടിസ്ഥാനത്തിൽ കീഴ്വഴക്കങ്ങളെന്ന നിലയിൽ രാജ്യത്തെ നിയമങ്ങൾ വളർന്നുവന്നു എന്നും അദ്ദേഹം പറഞ്ഞു. അങ്ങിനെ ആയിരുന്നുവെങ്കിൽ നമ്മുടെ രാജ്യത്തിന്റെ ചുറ്റുപാടുകൾ വ്യത്യസ്തമാകുമായിരുന്നു. നിർഭാഗ്യവശാൽ അങ്ങനെ ആയിരുന്നില്ല അത്. അതിപുരാതന ചരിത്രത്തെ വിടുക; ഇന്ത്യൻ മദ്ധ്യയുഗത്തിന്റെയും ആധുനികകാലത്തിന്റെ ആരംഭഘട്ടത്തിന്റെയും ചരിത്രംപോലും ജനങ്ങളെപ്പറ്റി ഒന്നും പറയുന്നില്ല. ചരിത്രം എന്ന പേരിൽ പ്രചരിക്കുന്നതിൽ നിന്നും ജനങ്ങളുടെ അവസ്ഥയെക്കുറിച്ച് - ജനങ്ങൾ എങ്ങനെ ജീവിച്ചു, തങ്ങളുടെ ഭരണകൂടങ്ങളോട് അവരുടെ മനോഭാവം എന്തായിരുന്നു, എങ്ങനെയാണ് രാജ്യം ഭരിക്കപ്പെട്ടിരുന്നത് - യാതൊരു ധാരണയും ഒരാൾക്കു ലഭിക്കുന്നില്ല. ഇന്ത്യയുടെ മാത്രം കാര്യമായിരുന്നില്ല അത്. പതിനെട്ടാം നൂറ്റാണ്ടുവരെ, ഭരണവംശങ്ങളുടെ ചരിത്രവും യുദ്ധങ്ങളുടെ വിവരണവും മഹാപുരുഷൻമാരുടെ ജീവചരിത്രവുമൊക്കെയായിരുന്നു യൂറോപ്പിന്റെ ചരിത്രവും. മഹാപുരുഷൻമാരും ജേതാക്കളും രാജാക്കൻമാരും വിശുദ്ധൻമാരുമാണ് ചരിത്രത്തെ സൃഷ്ടിച്ചിട്ടുള്ളതെന്നും അവരുടെ ചെയ്തികളുടെ രേഖയാണ് ചരിത്രമെന്നും വിശ്വസിക്കപ്പെട്ടിരുന്നു.

ചരിത്രത്തെ ശാസ്ത്രീയമായി രചിക്കുക എന്ന സമ്പ്രദായം താരതമ്യേന പുതിയതാണ്. ചരിത്രം എഴുതുക എന്ന സമ്പ്രദായം പ്രചാരത്തിൽ വന്നതിനുശേഷം പോലും അത് ചെയ്തിട്ടുള്ളത് സംഭവം നടന്നതിനുശേഷമാണ്. സംഭവങ്ങൾ നടന്നുകൊണ്ടിരുന്ന സമയത്ത് അവ രേഖപ്പെടുത്തിയിരുന്നില്ല. ഉദാഹരണത്തിന്, വാത്മീകി രാമചന്ദ്രനോടൊപ്പം സഞ്ചരിച്ചുകൊണ്ട് യഥാർത്ഥ സംഭവങ്ങളുടെ രേഖ എന്ന നിലയിൽ രാമായണം എഴുതി എന്ന് ആരും പറയില്ല. ആരും മഹാഭാരതത്തെക്കുറിച്ചും അത് പറയില്ല. ഇതിഹാസങ്ങൾ മാത്രമല്ല, പരമ്പരാഗതമായി ചരിത്രം എന്നു വിളിക്കപ്പെടുന്ന മറ്റു പ്രാചീന സാഹിത്യകൃതികളും സംഭവാനന്തരമാണ് എഴുതപ്പെട്ടിട്ടുള്ളത്. യഥാർത്ഥത്തിൽ നടന്ന സംഭവങ്ങളുടെ സത്യസന്ധമായ വിവരണമാകാൻ അവയ്ക്കാവില്ല.

മറ്റൊരു കാരണത്താലും പരമ്പരാഗത ചരിത്രത്തെ ആശ്രയിക്കാനാവില്ല. സാധാരണഗതിയിൽ രാജധാനികളിൽ ജീവിച്ചവരായിരുന്നു അവ എഴുതിയത്. തങ്ങൾ ജീവിച്ചിരുന്ന രാജധാനിയുടെ പകിട്ടുകണ്ട് മഞ്ഞളിച്ചാണ് പ്രാചീനകാല ഇതിഹാസലേഖകർ കൊട്ടാരജീവിതത്തെക്കുറിച്ചുള്ള വിവരണങ്ങൾ രചിച്ചിട്ടുള്ളത്. അവയ്ക്കു സത്യസന്ധമായ രേഖകളാകാനാവില്ല. രാജാക്കൻമാരുടെ സംരക്ഷണത്തിൽ ജീവിതം നയിക്കുന്നതിനാൽ സ്വാഭാവികമായും ചരിത്രകാരൻമാർ അവരെ പ്രകീർത്തിക്കാനുള്ള പ്രവണത കാണിക്കും. ആയതിനാൽ, പരമ്പരാഗത ചരിത്രകൃതികൾ വലിയൊരളവിൽ കല്പിത സ്വഭാവമുള്ളതാണ്.

എന്തായാലും, ആധുനിക ചരിത്രഗവേഷണത്തിന്റെ വിമർശനാത്മകമായ ഈ ആരംഭബിന്ദു എല്ലാ പ്രാചീന രേഖകളെയും ഗുണരഹിതമെന്ന് പറഞ്ഞ് തള്ളിക്കളയുന്നില്ല. നമ്മുടെ കയ്യിലുള്ള രേഖപ്പെടുത്തപ്പെട്ട രേഖകൾ അവ മാത്രമാണ്. കുറേക്കൂടി വിശ്വസനീയമായ മറ്റു രേഖകളും ഉണ്ട്. അവയെ കണ്ടെത്തുകയും, കുഴിച്ചെടുക്കുകയും ചെയ്യേണ്ടിയിരിക്കുന്നു. പുരാവസ്തുവിദഗ്ദരും നരവംശശാസ്ത്രജ്ഞരും അടുത്തകാലത്തായി അതു ചെയ്തുകൊണ്ടിരിക്കുകയാണ്. പക്ഷേ ആ പരിശ്രമങ്ങളുടെ അനന്തരഫലമായി, മറയ്ക്കപ്പെട്ട സത്യങ്ങൾ കണ്ടെത്തുന്നതു തൽക്കാലം അവിടെ നിർത്തിക്കൊണ്ട് പുരാണേതിഹാസങ്ങളെയും വേദങ്ങളെയും പുരാവൃത്തങ്ങളെയും പോലുള്ള ആദ്യകാല സാഹിത്യത്തെ ചരിത്രപണ്ഡിതൻമാർ വിമർശനാത്മകമായി പരിശോധിക്കണം. ചരിത്രത്തിന്റെ അംശങ്ങൾ അവയിലെല്ലാം ഉണ്ട്. ഭാഷാശാസ്ത്രത്തിന്റെയും നരവംശശാസ്ത്രത്തിന്റെയും മനഃശാസ്ത്രത്തിന്റെയും ആധുനികവിജ്ഞാനത്താൽ സമ്പുഷ്ടമായ വിമർശനത്തിന് ഐതിഹ്യങ്ങളിൽനിന്നും ഭാവനകളിൽനിന്നും ചരിത്രസത്യത്തിന്റെ കാമ്പ് വേർതിരിച്ചെടുക്കാനും പ്രാചീനകാലത്തെ

യഥാർത്ഥ ജീവിതത്തിന്റെ ഒരു ചിത്രം സൈദ്ധാന്തികമായി നെയ്തെടുക്കാനും കഴിയും.

ഇത്തരത്തിലുള്ള ജോലിക്കു നല്ലൊരളവിൽ പാണ്ഡിത്യവും സ്വതന്ത്രചിന്തയും ആവശ്യമാണ്. ചരിത്രാദ്ധ്യാപനം തൊഴിലാക്കിയിട്ടുള്ളവർ ഈ ഗുണങ്ങളെ എപ്പോഴും പരിപോഷിപ്പിക്കാറില്ല. അടുത്തകാലംവരെ ഇന്ത്യാചരിത്രം എഴുതപ്പെട്ടത് രണ്ടു വീക്ഷണസ്ഥാനത്തുനിന്നാണ്: സാമ്രാജ്യത്വവാദത്തിന്റെയും ദേശീയവാദത്തിന്റെയും. യഥാർത്ഥത്തിൽ സംഭവിച്ചത് എന്താണ്, എന്തുകൊണ്ട് അങ്ങനെ സംഭവിച്ചു എന്നു കണ്ടെത്താൻ രണ്ടു കൂട്ടരും ആഗ്രഹിച്ചില്ല. ഇന്ത്യയിലേയ്ക്കുള്ള ബ്രിട്ടന്റെ ആഗമനം - വെള്ളക്കാരന്റെ പരിഷ്കരണ ദൗത്യം നടപ്പാക്കുക എന്നത് - അനിവാര്യമായിരുന്നു എന്നു തെളിയിക്കുകയായിരുന്നു. ഒരുകൂട്ടരുടെ ലക്ഷ്യം; അത് വലിയൊരളവുവരെ ചരിത്രത്തെ അസത്യവൽക്കരിക്കുകയായിരുന്നുവെങ്കിൽ ദേശീയവാദ ചരിത്രകാരൻമാർ നേരേ എതിർദിശയിലേയ്ക്കാണ് നീങ്ങിയത്. ബ്രിട്ടീഷുകാർ വരുന്നതിനുമുമ്പ് ഇന്ത്യ ആദർശാവസ്ഥയിൽ എത്തിയിരുന്നു എന്നു തെളിയിക്കാൻ അവർ ശ്രമിച്ചു. ഇന്ത്യ രാഷ്ട്രീയമായി ജനാധിപത്യപരം ആയിരുന്നു എന്നുമാത്രമല്ല, സാമ്പത്തികമായി വികസ്വരവും സാംസ്കാരികമായി അതിവികസിതവും ആയിരുന്നു; ഇന്നുപോലും മറ്റൊരിടത്തും കണ്ടെത്താത്ത മഹത്തായ ശാസ്ത്രീയ കണ്ടെത്തലുകൾ പ്രാചീനകാലങ്ങളിൽ ഇന്ത്യയിൽ നടത്തിയിരുന്നു എന്ന് ദേശീയവാദ ചരിത്രകാരന്മാർ അവകാശപ്പെട്ടു. ഒരുപക്ഷേ, അത്തരത്തിലുള്ള ചരിത്രം ചില ഇന്ത്യക്കാർക്ക് കുറച്ച് ആത്മവിശ്വാസം നൽകിയിരിക്കാം; തങ്ങൾ വാസ്തവത്തിൽ വെള്ളക്കാരേക്കാൾ താഴ്ന്നവരല്ല എന്ന വിശ്വാസം ദേശീയ പ്രസ്ഥാനം ആരംഭിക്കാൻ അവരെ പ്രാപ്തരാക്കുകയും ചെയ്തിരിക്കാം. എന്നാൽ, അതേസമയം, ഭൂതകാലത്തിന്റെ ആദർശവൽക്കരണം കണക്കറ്റ ദോഷമാണ് ഉണ്ടാക്കിയിട്ടുള്ളത്. സത്യം കണ്ടെത്തുക എന്ന ലക്ഷ്യത്തോടെ ഏറ്റെടുത്ത ചരിത്രാന്വേഷണ മനോഭാവത്തെ അത് നിരുത്സാഹപ്പെടുത്തി. അത് വിമർശനശേഷിയെ പൂർണ്ണമായും നശിപ്പിക്കുകയും സംതൃപ്ത മനോഭാവത്തെ പ്രോത്സാഹിപ്പിക്കുകയും ചെയ്തു. മറ്റു രാജ്യങ്ങൾക്കൊന്നും മറികടക്കാനാകാത്ത രീതിയിൽ തങ്ങളുടെ രാജ്യം പ്രാചീനകാലങ്ങളിൽ മഹത്വത്തിൽ എത്തിയിരുന്നു എന്ന ആശയത്തെ ഒഴിയാബാധപോലെ ഒരു ജനത കൊണ്ടുനടക്കുമ്പോൾ തുടർന്നുള്ള പുരോഗതിക്കുവേണ്ടിയുള്ള പ്രേരണ കൊല്ലപ്പെടുന്നു; സാമൂഹിക വികാസം മന്ദഗതിയിലാക്കപ്പെടുന്നു. വർത്തമാനകാലത്തെ അപമാനത്തിനും അധ:പതനത്തിനും ഒരു ആശ്വാസമായി സാങ്കല്പികമായ ഭൂതകാല പ്രതാപത്തിലുള്ള അഭിമാനം

മാറുന്നു. മനഃശാസ്ത്രം ഇതിനെയാണ് അപകർഷതാബോധം എന്നു വിളിക്കുന്നത്. വർത്തമാനകാല സാഹചര്യങ്ങളോടുള്ള അതൃപ്തി മാത്രമേ പുരോഗതിയിലേയ്ക്കു നയിക്കൂ; ഇന്നേവരെ നേടിയതിന് അപ്പുറത്തേയ്ക്ക് പോകാനുള്ള ആഗ്രഹം മനുഷ്യവംശത്തെ അതിന്റെ സാഹചര്യങ്ങളെ മെച്ചപ്പെടുത്തി കൂടുതൽ പുരോഗതിയും ഉയർന്ന സ്വാതന്ത്ര്യവുമുള്ള ഒരു ലോകത്തെ സൃഷ്ടിക്കാൻ സഹായിക്കുന്നു. ഇന്ത്യാചരിത്രത്തിലുള്ള ഗവേഷണങ്ങൾ ആത്മസംതൃപ്തിയെ ഇല്ലാതാക്കുകയും തുടർന്നുള്ള പുരോഗതിക്കു മുമ്പിലുള്ള തടസ്സങ്ങളെ മാറ്റുകയും ചെയ്യും.

ചരിത്രത്തെ ശാസ്ത്രീയമായി പഠിക്കണം. ചരിത്രഗവേഷണത്തിന്റെ മാർഗ്ഗദർശി തത്ത്വശാസ്ത്രമായിരിക്കണം. ചരിത്രത്തിന്റെ ദർശനം എന്ന ഒന്നുണ്ട്. യഥാർത്ഥ ചരിത്രകാരൻമാരെല്ലാവരും തത്ത്വചിന്തകരാണ്. നമ്മുടെ കാലഘട്ടത്തിലെ ഒരു പ്രമുഖ തത്ത്വചിന്തകൻ - ക്രോച്ചെയെയാണ് ഞാനുദ്ദേശിക്കുന്നത് - ഒരുപടികൂടി മുന്നോട്ടു കടന്നു പറഞ്ഞിട്ടുണ്ട്, ചരിത്രകാരൻമാർ കവികളാണെന്ന്. അതു ശരിയാണോ എന്ന് എനിക്കറിയില്ല. വ്യക്തിപരമായി ഇത്തരം വീക്ഷണങ്ങളെ ഞാൻ ഭയക്കുന്നു. തത്ത്വശാസ്ത്രത്തിലെന്നപോലെ ചരിത്രത്തിലും എനിക്കു താൽപര്യമുണ്ട്. എന്നാൽ, തീർച്ചയായും ഞാനൊരു കവിയല്ല. ചരിത്രത്തോടുള്ള നമ്മുടെ സമീപനത്തിൽ കാവ്യാത്മകമായ ഘടകങ്ങളെ തള്ളിക്കളയണം എന്നുപോലും ഞാൻ ചിന്തിക്കുന്നു. കാരണം, ഭൂതകാലത്തെ കാര്യങ്ങളെ, അവ യഥാർത്ഥത്തിൽ ഉണ്ടായിരുന്നതിനേക്കാൾ സുന്ദരമായി ചിത്രീകരിക്കുന്നതിലേക്ക് അതു നമ്മെ നയിച്ചേക്കാം.

ചരിത്രഗവേഷണത്തെ നയിക്കാനുള്ള തത്ത്വചിന്തയെ എന്നപോലെ ചരിത്രപഠനത്തിന്റെ ശാസ്ത്രീയരീതിയും യൂറോപ്പിൽനിന്നു പഠിക്കേണ്ടതാണ്. നമ്മൾ വിഴുങ്ങേണ്ട മറ്റൊരു കയ്പുഗുളികയാണത്. എന്തുകൊണ്ട് നാം മറ്റുള്ളവരിൽനിന്നു പഠിക്കാൻ പാടില്ല? യൂറോപ്പിന്റേതായ എന്തിനേയും ഇടിച്ചുതാഴ്ത്തി സംസാരിക്കുക എന്ന ശീലം ദേശസ്നേഹത്തിന്റെ ഒരു ഭാഗമാണ്. ചരിത്രത്തോടുള്ള ദേശീയവാദ സമീപനത്തിന്റെ ഫലമാണത്. അവരുടെ വാദം താഴെ പറയും പ്രകാരമാണ്: യൂറോപ്പ് കാടത്താവസ്ഥയിൽ ആയിരുന്ന കാലത്ത് ഇന്ത്യ നാഗരികതയിലും സംസ്കാരത്തിലും ഏറെ ഉയർന്ന നിലയിൽ എത്തിച്ചേർന്നിരുന്നു. പിന്നെ, യൂറോപ്പ് നമ്മെ എന്തു പഠിപ്പിക്കാനാണ്?

ഉൽകൃഷ്ട മനുഷ്യരാണെന്നു ഭാവിച്ചുകൊണ്ട് പിന്നാക്കാവസ്ഥ മറച്ചുവെയ്ക്കാൻ ഉദ്ദേശിച്ചുകൊണ്ടുള്ള ഈ അപകർഷതാബോധം ഉപേക്ഷിക്കപ്പെടേണ്ടതാണ്. പതിനെട്ടാം നൂറ്റാണ്ടുവരെ യൂറോപ്പിലും

ചരിത്രം എഴുതപ്പെട്ടിരുന്നത് സാഹിത്യത്തിന്റെ ഒരു ഭാഗം എന്ന നിലയിലായിരുന്നു. പതിനെട്ടാം നൂറ്റാണ്ടിന്റെ അവസാനത്തോടെയും പത്തൊമ്പതാം നൂറ്റാണ്ടിന്റെ ആരംഭത്തിലും യൂറോപ്പിലെ സർവക ലാശാലകളിൽ ചരിത്രത്തിന്റെ സ്വഭാവത്തെയും പങ്കിനെയും കുറിച്ച് വളരെ സജീവമായ ഒരു വിവാദം വളർന്നുവരികയുണ്ടായി. ചരിത്രം സാഹിത്യത്തിന്റെ ഒരു ഭാഗമാണോ അതോ വസ്തുതകളെ കൈകാര്യം ചെയ്യലാണോ ചരിത്രത്തിന്റെ ധർമ്മം? അങ്ങിനെയെങ്കിൽ അതിനെ ഒരു ആനുഭവികശാസ്ത്രമായി പരിഗണിക്കേണ്ടതുണ്ടോ? പത്തൊമ്പതാം നൂറ്റാണ്ടിന്റെ അവസാനംവരെ ഈ പ്രശ്നം പരിഹരിക്കപ്പെട്ടില്ല. എക്കാലത്തെയും വലിയ ചില ചരിത്രകാരൻമാർ ജീവിക്കുകയും പ്ര വർത്തിക്കുകയും ചെയ്തിരുന്ന പതിനെട്ടാം നൂറ്റാണ്ടിലുടനീളം ചരിത്രം എന്നത് സാഹിത്യമാണ്, അത് അത്തരത്തിൽത്തന്നെ എഴുതണം എന്ന ആശയം പ്രബലമായിരുന്നു. കാർലൈലിന്റെ 'ഫ്രഞ്ചുവിപ്ലവ ത്തിന്റെ ചരിത്ര'ത്തിൽ ചരിത്രത്തേക്കാൾ സാഹിത്യമാണുള്ളത്. എന്നാൽ, ഉദാഹരണമായി, ബക്കിളിന്റെ 'നാഗരികതയുടെ ചരിത്രം' പുതിയൊരു തരത്തിലുള്ള ചരിത്രമായിരുന്നു. അദ്ദേഹം ചരിത്രത്തെ ഒരു ശാസ്ത്രമെന്ന നിലയിലാണ് പരിഗണിച്ചത്; വസ്തുതകളുടെ ഒരു രേഖ. വസ്തുതകളെ പരസ്പരം ബന്ധിപ്പിക്കാത്തതോ ഭൂതകാല വസ്തുതകളെ പുനർനിർമ്മിക്കാൻ ശ്രമിക്കാത്തതോ ആയ ഒരു കൃതിയെയും ചരിത്രം എന്നു വിളിക്കാനാവില്ല എന്ന് അദ്ദേഹം കരുതുകയും ചെയ്തു.

ഈ വീക്ഷണത്തിനു സ്വാധീനം ലഭിക്കുന്നതുവരെ ചരിത്രം പ്രധാന മായും അല്പസ്വല്പം വസ്തുതകളുള്ള ഭാവനകളുടെയും കഥകളുടെയും ഒരു സമാഹാരമായിരുന്നു. അവ അതിശയോക്തിപരവും ഒരളവോളം വികലമാക്കപ്പെട്ടതുമായ വസ്തുതകലുടെ വിവരണമായിരുന്നു. ചരിത്രം എന്നത് മനുഷ്യന്റെ വൈയക്തികവും സാമൂഹികവുമായ ജീവിത സംഭ വങ്ങളുടെ രേഖയാണ് എന്ന തത്ത്വത്തിന്റെ അടിസ്ഥാനത്തിലുള്ള ഒരു വിമർശനാത്മക വിശകലനത്തിനു പ്രാചീന രേഖകളെയെല്ലാം വിധേയമാക്കേണ്ടതാണ്. ചരിത്രത്തെ ഒരു ആനുഭവികശാസ്ത്രം എന്ന നിലയിൽ പഠിക്കണം എന്നർത്ഥം.

ചരിത്രത്തെക്കുറിച്ചുള്ള ഈ വീഷണത്തെ ആദ്യമായി ആവിഷ്കരി ച്ചത് ഇറ്റാലിയൻ പണ്ഡിതനായ ജിയാം ബാറ്റിസ്റ്റ വിക്കോ ആയിരുന്നു. പതിനേഴാം നൂറ്റാണ്ടിന്റെ ആരംഭത്തിലാണ് അദ്ദേഹം ജീവിച്ചിരുന്നത്. അദ്ദേഹം ചരിത്രത്തെ ഒരു ശാസ്ത്രം എന്നാണു വിളിച്ചത്. ഭാഷാശാസ്ത്ര ത്തിന്റെയും നരവംശശാസ്ത്രത്തിന്റെയും പുരാവസ്തുശാസ്ത്രത്തിന്റെയും സാമൂഹിക മനഃശാസ്ത്രത്തിന്റെയും വെളിച്ചത്തിൽ മാത്രമേ ചരിത്രത്തെ

പഠിക്കാനാവൂ എന്ന് അദ്ദേഹം വിചാരിച്ചു. ഇവയെല്ലാം ശാസ്ത്രശാഖക ളല്ല എന്നാരും പറയില്ല. ഈ ശാസ്ത്രശാഖകളിൽ നടത്തിയ അന്വേ ഷണങ്ങളിൽ നിന്ന് അനുമാനിച്ചെടുത്ത ജ്ഞാനസഞ്ചയം ശാസ്ത്രീയ ജ്ഞാനമാണ്. ചരിത്രത്തിന്റെ ഈ അടിസ്ഥാനതത്ത്വം ആദ്യം ആവിഷ്ക്കരിച്ചത് വിക്കോ ആയിരുന്നെങ്കിലും അദ്ദേഹത്തിനു ബേക്കണെപ്പോലുള്ള മുൻഗാമികൾ ഉണ്ടായിരുന്നു. വിക്കോ ഒരു മികച്ച പണ്ഡിതനായിരുന്നെങ്കിലും അതിനെല്ലാമുപരി ഒരു കത്തോലിക്കാ മതഭ്രാന്തനായിരുന്നു. ആ മതഭ്രാന്തിൽനിന്നു രൂപംകൊണ്ട പലതരം വൈകല്യങ്ങളെയും ഒഴിവാക്കി പിന്നീട് വിക്കോയുടെ ആശയങ്ങളെ വികസിപ്പിക്കുകയുണ്ടായി. ചരിത്രത്തെ മനുഷ്യവംശത്തിന്റെ സ്വയം സൃഷ്ടിയായാണ് അദ്ദേഹം വിവരിച്ചത്. എന്നാൽ, അതേസമയം ചരിത്രത്തെ സൃഷ്ടിക്കുന്നതിനു മനുഷ്യവംശത്തെ പ്രാപ്തമാക്കുന്നത് ദൈവാനുഗ്രഹമാണെന്ന് അദ്ദേഹം കരുതി. ഹെർഡർ, ഹെഗൽ, മിഷലേ, ബക്കിൾ മുതലായവർ വിക്കോയുടെ 'നവശാസ്ത്ര'ത്തെ വികസി പ്പിക്കുകയും ചരിത്രത്തിന്റെ ദർശനത്തെ ആവിഷ്കരിക്കുകയും ചെയ്തു.

ചരിത്രദർശനത്തിന്റെ അടിസ്ഥാനതത്ത്വം മാനവവാദപരമാണ്. ചരിത്രം എന്നത് മനുഷ്യപരിണാമത്തിന്റെ രേഖയാണ്. ജൈവപശ്ചാ ത്തലത്തിൽ നിന്നുള്ള മനുഷ്യന്റെ പരിണാമം വാസ്തവത്തിൽ ചരിത്ര ത്തിന്റെ ഭാഗമല്ല. ചരിത്രം എന്നത് വലിയൊരളവോളം സാമൂഹികചരി ത്രമാണ്. ഒരു സാമൂഹികജീവി എന്ന നിലയിലുള്ള മനുഷ്യന്റെ ജീവിത ത്തിലെ സംഭവങ്ങളെ അതു രേഖപ്പെടുത്തുന്നു. ഹോമോസാപിയൻസി ന്റെ - മനുഷ്യവർഗ്ഗത്തിന്റെ - ആവിർഭാവവും സമൂഹത്തിന്റെ ഉദ്ഭവവും തമ്മിൽ വലിയൊരു കാലയളവിന്റെ വിടവുണ്ട്. ഭൂവിജ്ഞാനീയപരമായ കാലത്തിന്റെ അടിസ്ഥാനത്തിൽ കണക്കാക്കേണ്ട വളരെ വലിയൊരു കാലയളവാണത്. ആ കാലഘട്ടത്തിൽ നടന്നുകൊണ്ടിരുന്ന സംഭ വങ്ങളാണ് സാമൂഹിക പരിണാമത്തിന്റെ പ്രേരകശക്തികളായി ഭവിച്ചത്. സാമൂഹികപരിണാമത്തിന്റെ ആരംഭഘട്ടങ്ങളെക്കുറിച്ചുള്ള അന്വേഷണം നരവംശശാസ്ത്രവുമായി ബന്ധപ്പെട്ടിരിക്കുന്നു. ഒരു സാമൂ ഹികജീവി ആകുന്നതിനുമുമ്പ് ഒരു നരവംശശാസ്ത്ര പ്രതിഭാസം എന്ന നിലയിൽ മനുഷ്യൻ എങ്ങനെ വികസിച്ചു? തുടർന്ന് മനുഷ്യരുടെ പ്രത്യേക കൂട്ടങ്ങൾ എങ്ങനെ വികസിച്ചുവരുന്നു? ഹോമോസാപിയൻസി ന്റെ ഒരുപറ്റം ഇനിയും തീർത്തും മനുഷ്യരായിട്ടില്ലെങ്കിലും മറ്റു മൃഗങ്ങളുടെ കൂട്ടത്തിൽനിന്ന് ഒഴിവാക്കപ്പെട്ട ജീവികളുടെ ഒരുപറ്റം - സമൂഹം എന്നു വിളിക്കപ്പെടുന്ന ഒരു സംഘടിത ഏകകമായി എങ്ങനെ വികസിച്ചു? പ്രാ ഗ്ചരിത്രഘട്ടം എന്നു വിളിക്കാവുന്ന മനുഷ്യവംശത്തിന്റെ ആരംഭകാല

ചരിത്രഘട്ടത്തിൽ ജൈവപരിണാമപ്രക്രിയയുടെ പശ്ചാത്തലത്തി ലാണ് സഹജവാസന, സഹജാവബോധം എന്നും മറ്റും പറയുന്ന നിഗൂഢമായ മനുഷ്യഗുണങ്ങൾ വളർന്നുവന്നത്. സഹജവാസനകൾ, സഹജാവബോധം എന്നൊക്കെ വിളിക്കപ്പെടുന്ന നിഗൂഢശക്തികളുടെ പ്രവർത്തനരീതി മനസ്സിലാക്കാത്തപക്ഷം ചരിത്രത്തിൽ സംഭവങ്ങൾ എങ്ങനെ നടക്കുന്നു, എന്തുകൊണ്ട് മറ്റൊരു വിധത്തിൽ നടക്കുന്നില്ല എന്നൊന്നും നമുക്കു മനസ്സിലാക്കാൻ കഴിയില്ല.

മനുഷ്യസമൂഹത്തിന്റെ വേരുകൾ കണ്ടെത്തുന്നതിനായി നരവംശ ശാസ്ത്ര പഠനം മാത്രം പോരാ; അതിനും അപ്പുറത്തേയ്ക്കു പോകേണ്ടതുണ്ട്. ജീവശാസ്ത്രവും ഭൂഗർഭശാസ്ത്രവും പഠിക്കേണ്ടതുണ്ട്. എതിർദിശയിൽനിന്നു മനഃശാസ്ത്രത്തിന്റെ ഇരുണ്ട മൂലകളിലേയ്ക്കു നരവംശശാസ്ത്രം വെളിച്ചം വീഴ്ത്തുന്നുണ്ട്. മനഃശാസ്ത്രമാകട്ടെ, ശരീരധർമ്മശാസ്ത്രത്തിൽ ലയിക്കുന്നു. മനുഷ്യശരീരത്തിന്റെ മുഴുവൻ ഘടനയെയും മനസ്സിലാക്കുന്നതിലേക്കു, ചിന്തയുടെയും താഴ്ന്നതരം ജന്തുക്കളിൽ നിന്നു മനുഷ്യനെ വേർതിരിക്കുന്ന എല്ലാ സ്വഭാവഗുണങ്ങളുടെയും ഇരിപ്പിടമായ മസ്തിഷ്കം അടക്കമുള്ള മനുഷ്യജൈവഘടനയെ മനസ്സിലാക്കുന്നതിൽനിന്നു വികസിച്ചുവന്നിട്ടു ള്ള ശാസ്ത്രത്തിന്റെ വ്യത്യസ്ത ശാഖകളിലേയ്ക്കും അതു നമ്മെ നയിക്കുന്നു.

ചരിത്രദർശനത്തിന്റെ നിർണ്ണായക കാര്യം ഇതാണ്: മനുഷ്യവം ശത്തിന്റെ സാമൂഹിക പ്രവർത്തനങ്ങളെ പ്രാഥമികമായി പ്രചോദിപ്പി ക്കുന്ന ശക്തികൾ എന്തൊക്കെയാണ്? പത്തൊമ്പതാം നൂറ്റാണ്ടിന്റെ മദ്ധ്യത്തിൽ ഇക്കാര്യത്തെക്കുറിച്ച് വ്യത്യസ്തമായ അഭിപ്രായങ്ങൾ നിലവിലുണ്ടായിരുന്നു. ചരിത്രത്തെക്കുറിച്ചുള്ള സമഗ്രമായ ഒരു ദർശനം ആദ്യമായി ആവിഷ്കരിച്ചത് ഹെഗൽ ആയിരുന്നു. നാഗരികതയുടെ ചരിത്രം ആത്യന്തികമായി ദർശനത്തിന്റെ ചരിത്രമാണ് എന്ന് അദ്ദേഹം പ്രഖ്യാപിച്ചു. ഒരു ആശയവാദ ദാർശനികൻ എന്ന നിലയിൽ, ചിന്തി ക്കാനുള്ള കഴിവ് അതിപ്രധാനമായ മനുഷ്യസവിശേഷതയായതിനാൽ ചരിത്രത്തിന്റെ മുഖ്യ പ്രേരകശക്തി ആശയങ്ങളാണ് എന്ന് അദ്ദേഹം കരുതി. ചരിത്രത്തെക്കുറിച്ചുള്ള ഹെഗലിന്റെ ആശയവാദപരമായ വ്യാ ഖ്യാനത്തിനെതിരായുള്ള മറ്റു വീക്ഷണങ്ങളും ഉണ്ടായിരുന്നു. ചരിത്രത്തെ സൃഷ്ടിക്കുന്നത് മനുഷ്യനാണ് എന്ന വിക്കോവിന്റെ സിദ്ധാന്തത്തെ യാണ് അവയെല്ലാം തന്നെ പിൻപറ്റിയിരുന്നത്. ചരിത്രത്തെ സൃഷ്ടിച്ചത് മനുഷ്യനാണെങ്കിൽ, എന്നാൽ മനുഷ്യപ്രവർത്തനങ്ങളുടെയെല്ലാം അടിയിലായി പൊതുവായ പ്രേരണയൊന്നും ഇല്ലെങ്കിൽ ചരിത്രം ക്ര മരഹിതമായ ഒന്നാകുമായിരുന്നു. മാത്രമല്ല, ചരിത്രഗതി എന്തുകൊണ്ട് അങ്ങനെ ആയി എന്നു വിശദീകരിക്കാനും ആകുമായിരുന്നില്ല.

മനുഷ്യപ്രവർത്തനങ്ങളുടെ മുഖ്യ പ്രേരകശക്തി എന്താണ് എന്നു കണ്ടെത്താനുള്ള ഗവേഷണങ്ങൾ നിരവധി പണ്ഡിതൻമാർ നടത്തിയിട്ടുണ്ട്. കാൾമാർക്സ് അവരിൽ ഒരാളായിരുന്നു; അദ്ദേഹം ഹെഗലിന്റെ ആശയവാദ സങ്കല്പത്തിനെതിരായി ഒരു ചരിത്രദർശനം മുന്നോട്ടുവെച്ചു. മനുഷ്യന്റെ പ്രവർത്തനങ്ങളെയും സ്വഭാവത്തെയുമെല്ലാം നിർണ്ണയിക്കുന്നത് അവൻ ഉപജീവനത്തിനായി ഉപയോഗിക്കുന്ന പണിയായുധങ്ങളാണ് എന്ന നിഗമനത്തിലാണ് അദ്ദേഹം എത്തിയത്. അദ്ദേഹത്തിന്റെ യുക്തി ഇങ്ങനെയായിരുന്നു: മറ്റെല്ലാ മൃഗങ്ങളെയും പോലെ മനുഷ്യനും പ്രാഥമികമായി നിലനിൽപ്പിനുവേണ്ടിയുള്ള ഒരു പോരാട്ടത്തിൽ ഏർപ്പെട്ടിരിക്കുകയാണ്. പണിയായുധങ്ങൾ സൃഷ്ടിക്കാനുള്ള കഴിവിനാൽ അവൻ മറ്റു താഴ്ന്നതരം ജീവികളിൽ നിന്നു സ്വയം വേർതിരിഞ്ഞു നിൽക്കുന്നു. ആ പണിയായുധങ്ങൾ കൈകാലുകളുടെ ഒരു നീട്ടലായി ഭക്ഷണാന്വേഷണത്തിലും പ്രകൃതിക്കെതിരായ പോരാട്ടത്തിലും സഹായകമാകുന്നു. പണിയായുധ നിർമ്മാണത്തിനുള്ള കഴിവ് മനുഷ്യന്റെ സവിശേഷ ലക്ഷണം ആയതിനാൽ, ഒരു നിശ്ചിത കാലത്ത് മനുഷ്യൻ ഉണ്ടാക്കിയ പണിയായുധങ്ങളുടെ തരത്തിലാണ് മനുഷ്യചരിത്രം നിർണ്ണയിക്കപ്പെടുന്നത്. ഉൽപ്പാദന ഉപാധികളുടെ പരിണാമം മനുഷ്യചരിത്രത്തെ വിശദീകരിക്കുന്നു.

തെളിവില്ലാതെ യാതൊന്നും അംഗീകരിക്കരുത് എന്ന സാമാന്യമായി സ്വീകരിക്കപ്പെട്ട തത്ത്വത്തിൽ അധിഷ്ഠിതമായിരുന്നു പത്തൊമ്പതാം നൂറ്റാണ്ടിലെ ശാസ്ത്രചിന്ത. സന്ദേഹവാദമായിരുന്നു നിലവിലുണ്ടായിരുന്ന മനോഭാവം. ഹെഗലിന്റെ വീക്ഷണം വലിയ തോതിൽ നിരാകരിക്കപ്പെട്ടു; മാത്രമല്ല, മാർക്സിസ്റ്റ് ചരിത്ര വ്യാഖ്യാനം രൂപംകൊള്ളുകയും പല രൂപങ്ങളിലായി നിലനിൽക്കുകയും ചെയ്തു. ആത്യന്തികമായി, പത്തൊമ്പതാം നൂറ്റാണ്ടിന്റെ അന്ത്യപാദത്തിലും ഇരുപതാംനൂറ്റാണ്ടിന്റെ തുടക്കത്തിലും അത് ഏറെക്കുറെ സാമാന്യമായി സ്വീകരിക്കപ്പെട്ടു.

ചരിത്രത്തിന്റെ മാർക്സിയൻ സാമ്പത്തിക വ്യാഖ്യാനത്തെ വിമർശിക്കുക എന്നത് ഈ പ്രഭാഷണത്തിന്റെ പരിധിക്കകത്തു വരുന്നില്ല. ന്യായവൈകല്യങ്ങൾ എല്ലാം ഉള്ളപ്പോൾത്തന്നെ അത് പ്രായോഗികമായി ആശയവാദവീക്ഷണത്തേക്കാൾ പ്രതീക്ഷ നൽകുന്നതായിരുന്നു. ആ അർത്ഥത്തിൽ ഇന്ത്യൻ ചരിത്രത്തെയും പഠിക്കുന്നതിന് അതിനെ പരീക്ഷണാടിസ്ഥാനത്തിൽ സ്വീകരിക്കാവുന്നതാണ്. പ്രാചീനകാലത്തോ മദ്ധ്യകാലത്തോ നടന്ന സംഭവങ്ങളെ വിവരിക്കുന്നതിനപ്പുറം നമ്മുടെ ആധുനിക ചരിത്രകാരൻമാർ പോലും ഒന്നും ചെയ്യുന്നില്ല. സംഭവങ്ങൾ

എന്തുകൊണ്ട് അങ്ങനെ സംഭവിച്ചു എന്നു വിശദീകരിക്കാൻ ഇതുവരെയും ആരും ശ്രമിച്ചിട്ടില്ല. ഇന്ത്യയുടെ സവിശേഷമായ ആത്മഭാവത്താലാണ് ഇന്ത്യയുടെ ചരിത്രം നിർണ്ണയിക്കപ്പെട്ടത് എന്നാണ് സാമാന്യമായ വിശ്വാസം. ഈ രാജ്യത്തിന്റെ പരിണാമത്തിന്റെയും ചരിത്രത്തിന്റെയും പ്രക്രിയയെ നിർണ്ണയിക്കുന്ന സവിശേഷമായ ഒരു ആത്മഭാവം ഇന്ത്യയ്ക്ക് ഉള്ളതിനാലാണ് മറ്റു രാജ്യങ്ങളിൽനിന്നു വ്യത്യസ്തമായി ഇന്ത്യയിൽ സംഭവങ്ങൾ ഉണ്ടായത്. ചരിത്രത്തെക്കുറിച്ചുള്ള ആശയവാദപരമായ സങ്കല്പത്തിന്റെ മറ്റൊരു രൂപം മാത്രമാണത്. ചരിത്രത്തെ മനസ്സിലാക്കണമെങ്കിൽ ഈ മുൻവിധിയെ ഉപേക്ഷിക്കേണ്ടതാണ്. ഒരുപക്ഷേ, ഇന്ത്യയ്ക്ക് ഒരു സവിശേഷമായ ആത്മഭാവം ഉണ്ടായിരിക്കാം; അതെന്തായാലും എനിക്കറിയില്ല. അങ്ങനെയൊന്നുണ്ടെങ്കിൽ എന്താണതെന്നു നാം അറിയണം.

പാശ്ചാത്യരാജ്യങ്ങളുടെ ഭൗതികവാദത്തിനെതിരായി ഇന്ത്യയുടെ സവിശേഷമായ ആത്മഭാവം ആത്മീയമാണ് എന്നു ധരിക്കപ്പെടുന്നു. ലോകത്തിന്റെ വ്യത്യസ്തഭാഗങ്ങളിൽ അധിവസിക്കുന്നു എന്നതിനാൽ മാത്രം, രണ്ടുതരം മനുഷ്യരുണ്ടെന്നും ഇക്കാരണത്താൽ ജീവിതപ്രശ്നങ്ങളെക്കുറിച്ച് അവർക്കു തികച്ചും വ്യത്യസ്തമായ വീക്ഷണങ്ങളാണ് ഉള്ളതെന്നും ഉള്ള സങ്കല്പത്തെ യാതൊരു തെളിവും ഇല്ലാതെ അംഗീകരിക്കാനാവില്ല. അത് സൈദ്ധാന്തികമായി ന്യായയുക്തമോ ആനുഭവികമായി തെളിവുകളുള്ളതോ അല്ല. ഇന്ത്യയ്ക്കു സവിശേഷമായ ഒരു ആത്മഭാവം ഉണ്ടെന്നും അത് ആത്മീയമാണെന്നും ഉള്ള വരട്ടുവാദപരമായ സങ്കല്പത്തിന്റെ സാധുതയെ വെല്ലുവിളിക്കുക എന്നതാണ് ഇന്ത്യാചരിത്ര പഠന ഗവേഷണങ്ങൾക്കുള്ള മുന്നുപാധി. അതു നമ്മെ ഭൂതകാലത്തെപ്പറ്റിയുള്ള സത്യത്തോട് അടുപ്പിക്കും. കണ്ണടച്ചുള്ള ഈ പ്രസ്താവനയ്ക്ക് അനുകൂലമായി പാശ്ചാത്യജീവിതത്തിലേക്കാൾ ഇന്ത്യൻ ജീവിതത്തിൽ മതത്തിന് ഇന്നുപോലും വളരെ വലിയ സ്ഥാനമാണ് ഉള്ളത് എന്നു ചൂണ്ടിക്കാണിക്കപ്പെടുന്നു.

പതിനെട്ടാം നൂറ്റാണ്ടുവരെ പാശ്ചാത്യദേശങ്ങളിലും ഇതുപോലെ ആധിപത്യം ചെലുത്തിയിരുന്നത് മതപരവും നിഗൂഢാത്മകവുമായ മുൻധാരണകളായിരുന്നു എന്ന് യൂറോപ്യൻ ചരിത്രത്തെക്കുറിച്ചു സാമാന്യമായ പരിചയമുള്ളവർക്ക് അറിയാം. മൊത്തത്തിൽ നോക്കുമ്പോൾ ഇന്നുപോലും യൂറോപ്യൻ മനോഭാവം ഇത്തരം മുൻവിധികളിൽനിന്ന് തീർത്തും വിമുക്തമല്ല എന്നു കാണാം. ഒരു വിധത്തിൽ അല്ലെങ്കിൽ മറ്റൊരു വിധത്തിൽ ദ്രവ്യം ചൈതന്യമായി ലഘൂകരിക്കപ്പെടുന്നു എന്നും ഈ പ്രാതിഭാസികലോകം മനുഷ്യമനസ്സിന്റെ സൃഷ്ടിയാണ് എന്നും ഒരു

ശാസ്ത്രജ്ഞൻ പിടിവിട്ട ഒരു നിമിഷത്തിൽ പ്രഖ്യാപിക്കുമ്പോൾ പാശ്ചാത്യലോകം അതിന്റെ പാപിഷ്ഠമായ ഭൗതികവാദ പാരമ്പര്യത്തെക്കുറിച്ച് പശ്ചാത്തപിക്കുകയാണ് എന്നും ഇന്ത്യയുടെ ആത്മീയ സന്ദേശം പീഡിതവും വഴിപിഴപ്പിക്കപ്പെട്ടതുമായ പാശ്ചാത്യമനുഷ്യകുലത്തിൽനിന്ന് പ്രതികരണം കണ്ടെത്തുകയാണ് എന്നുമുള്ള നിഗമനത്തിലേയ്ക്ക് ഇന്ത്യൻ ബുദ്ധിജീവികൾ എടുത്തുചാടുന്നു.

ആത്മീയകാര്യങ്ങളോടും പരലോക കാര്യങ്ങളോടുമുള്ള ആഭിമുഖ്യം, ഇഹലോക ജീവിതനിന്ദ എന്നിവ ഇന്ത്യയുടെ സവിശേഷ സ്വഭാവമാണ് എന്ന വാദത്തെ വിശുദ്ധൻമാരെയും മതവിഷയങ്ങളെയുംകുറിച്ച് പ്രതിപാദിക്കുന്ന ഏതാണ്ടെല്ലാ പ്രാചീന സാഹിത്യവും പുരാണങ്ങളും മതഗ്രന്ഥങ്ങളും പിന്തുണയ്ക്കുന്നു. ജനങ്ങളുടെ ലൗകികമായ അവസ്ഥകളെക്കുറിച്ചോ സാധാരണക്കാരായ സ്ത്രീപുരുഷൻമാരുടെ ജീവിതത്തെക്കുറിച്ചോ അവയ്ക്ക് ഒന്നും പറയാനില്ല. എന്നാൽ, രാജ്യം വിശുദ്ധൻമാരെക്കൊണ്ടു നിറഞ്ഞതായിരുന്നില്ല. ജനങ്ങളിൽ മഹാഭൂരിപക്ഷവും നശ്വരരായ മനുഷ്യരായിരുന്നു. പരലോകത്തോടുള്ള അമിത താൽപര്യത്തിന് ഇഹലോക ആവശ്യങ്ങളിൽനിന്ന് അവരെ മുക്തരാക്കാൻ കഴിഞ്ഞില്ല. ഈ ലോകത്തെ സാധാരണ മനുഷ്യരുടെ ജീവിതത്തെക്കുറിച്ച് പൗരാണികസാഹിത്യം നിശ്ശബ്ദമായിരുന്നുവെങ്കിൽ അക്കാലങ്ങളിൽ സാമാന്യജനങ്ങളെ മനുഷ്യരായി കണക്കാക്കിയിരുന്നില്ല എന്നു മാത്രമാണ് അതു തെളിയിക്കുന്നത്. എങ്കിലും അവർ ജീവിക്കുകയും പൗരാണികകൃതികളിൽ വിവരിച്ചിട്ടുള്ള സകല ആഡംബരങ്ങളോടും മഹിമയോടും കൂടിയുള്ള സാമൂഹ്യഘടനയെ നിലനിർത്തിക്കൊണ്ടു പോകുന്നതിന് അദ്ധ്വാനിക്കുകയും ചെയ്തു. മഹാഭൂരിപക്ഷം വരുന്ന ജനങ്ങൾ വാസ്തവത്തിൽ ജീവിച്ചത് എങ്ങനെയാണെന്നു വിശദമാക്കുന്ന ജീവിതാവസ്ഥകളുടെ യഥാർത്ഥ ചിത്രത്തെ ഉൾപ്പെടുത്താത്തപക്ഷവും ഉൾപ്പെടുത്തുന്നതുവരെയും ഭൂതകാലചരിത്രം അപൂർണ്ണവും വഴിതെറ്റിക്കുന്നതും ആയിരിക്കും. ആ യഥാർത്ഥചിത്രത്തെ പുനർനിർമ്മിക്കുക എന്നതാണ് ചരിത്രഗവേഷണത്തിന്റെ ഉദ്ദേശ്യം.

മഹാഭാരതത്തെയും രാമായണത്തെയും നമുക്കെടുക്കാം. എങ്ങനെയാണ് ഭാഷ വികസിച്ചുവന്നത് എന്ന് അന്വേഷിക്കുന്ന ഭാഷാശാസ്ത്രമുണ്ട്. സാഹിത്യവിമർശനത്തിലേയ്ക്ക്, പ്രാചീന കാവ്യവിമർശനത്തിലേയ്ക്ക്, പ്രതീകങ്ങളുടെ ഘടന മനസ്സിലാക്കുന്നതിലേയ്ക്ക്, വാക്കുകൾ എങ്ങനെ രൂപംകൊണ്ടു എന്നതിലേയ്ക്ക് എല്ലാം നയിക്കുന്ന ശാസ്ത്രമാണത്. മനുഷ്യഭാഷയുടെയും സാഹിത്യത്തിന്റെയും ഈ ശാസ്ത്രശാഖയാകെ, അവ എഴുതപ്പെട്ട കാലത്തെ സാമൂഹിക അവസ്ഥകളെ, ഉദാഹരണത്തിന്,

മഹാഭാരതത്തിൽ വിവരിച്ചമാതിരിയിൽ ജനങ്ങൾ ചിന്തിക്കുകയും പെരുമാറുകയും ചെയ്ത സാമൂഹിക സാഹചര്യങ്ങളെ കണ്ടെത്തുന്നതിനു നമ്മെ സഹായിക്കുന്നു. ചില നിശ്ചിത സാമൂഹിക അവസ്ഥകളിൽ ഒരു നിശ്ചിതതരത്തിലുള്ള കഥകൾ മാത്രം എഴുതപ്പെടാൻ ഉതകുന്ന രീതിയിൽ മനുഷ്യന്റെ ഭാവന ഒരു നിശ്ചിത ദിശയിലേയ്ക്കു നീങ്ങുന്നതായി നമുക്കു കാണാനും കഴിയും. പുരാണേതിഹാസങ്ങളുടെ അത്തരത്തിലുള്ള വിമർശന പഠനം അവ ഉൾക്കൊള്ളുന്ന കാലഘട്ടത്തിന്റെ ചരിത്ര പശ്ചാത്തലത്തെ പുനർനിർമ്മിക്കാൻ നമ്മെ പ്രാപ്തരാക്കും. ഈ ലോകത്തെ ഒട്ടും ഗൗനിക്കാത്ത വിശുദ്ധൻമാരാൽ നിറഞ്ഞതായിരുന്നുവോ ഈ രാജ്യം, അല്ലെങ്കിൽ ഇവിടെ സാധാരണക്കാരായ മനുഷ്യരും ഉണ്ടായിരുന്നുവോ എന്നും അവരിൽ അധികവും യോഗാനുഷ്ഠാനങ്ങൾ നടത്തുകയോ പരിത്യാഗം പ്രസംഗിക്കുകയോ ചെയ്തിരുന്നില്ല എന്നും രാജധാനികളിൽ അവരെയൊന്നും ആദരിച്ചിരുന്നില്ല എന്നും അപ്പോൾ നാം കണ്ടെത്തും.

അവർക്ക് അവരുടെ ഉപജീവനത്തിനു വേണ്ടത് അവരുടെ നെറ്റിയിലെ ആത്മാർത്ഥമായ വിയർപ്പുകൊണ്ടു സമ്പാദിക്കേണ്ടതുണ്ടായിരുന്നു. ആയതിനാൽ, ഈ അനാകർഷകമായ ഭൂമിയിലെ ജീവിതാവസ്ഥകളോടു താൽപര്യം കാണിക്കാതെ ഇരിക്കാൻ കഴിയുമായിരുന്നില്ല. ചരിത്രത്തിലുള്ള ഒരു ശാസ്ത്രീയ ഗവേഷണം സാദ്ധ്യമായ പരികല്പനകളെയൊന്നും തിരസ്കരിക്കരുത് എന്നു ഞാൻ സമ്മതിക്കുമ്പോൾത്തന്നെ സാമാന്യബോധത്തിന്റെ പരിഗണനകളെ അവഗണിക്കാൻ കഴിയില്ല. ലോകത്തിന്റെ മറ്റു ഭാഗങ്ങളിലുള്ള മനുഷ്യർ ഇഹലോക ജീവിതവുമായി ബന്ധപ്പെട്ട കാര്യങ്ങളിൽ തൽപ്പരരാണ് എന്ന കാര്യം അറിയാവുന്നതാണ്. പ്രകൃതിനിയമങ്ങളെ ഇന്ത്യക്കാർക്കു വെല്ലുവിളിക്കാൻ കഴിഞ്ഞിരുന്നു എന്നു കരുതാത്തപക്ഷം ഇന്ത്യക്കാരും ഇഹലോക ജീവിതകാര്യങ്ങളിൽ അത്രതന്നെ തൽപ്പരരായിരിക്കണം. ഇന്ത്യക്കാർ പരലോകാഭിമുഖ്യമുള്ള ഒരു വംശമാണ് എന്ന ആശയം ഒഴിയാബാധയായി കൊണ്ടുനടക്കുന്നതു ശാസ്ത്രീയമായ ചരിത്രഗവേഷണത്തിനുള്ള പ്രേരണയെ നശിപ്പിക്കുന്നു. ഈ മുൻവിധിയെ തിരസ്കരിക്കാത്തപക്ഷം ഇന്ത്യയുടെ ഒരു യഥാർത്ഥ ചരിത്രം ഒരിക്കലും എഴുതപ്പെടില്ല.

മതം എന്ന പേരിൽ പവിത്രീകരിക്കപ്പെട്ട അന്ധവിശ്വാസങ്ങളാണ് ഇന്ത്യൻ ജനതയുടെ മനോഭാവത്തെ ഇന്നും ഭരിക്കുന്നത് എന്നതു വാസ്തവമാണ്. ഈ വസ്തുതയിൽ നിന്ന് അനുമാനിക്കാവുന്ന കാര്യം ഇന്ത്യക്കാർ ഭൂതകാലത്ത് കുറേക്കൂടി മതാത്മകരായിരുന്നു എന്നാണ്. പക്ഷേ, ഈ മതബോധം ജനങ്ങളുടെ ആത്മവിശ്വാസത്തെ നശിപ്പിച്ചിട്ടുണ്ട് എന്ന

കാര്യവും വാസ്തവമാണ്. സാമൂഹിക പുരോഗതിയുടെ പ്രേരകമായ, അധികാരശക്തിക്കും പാരമ്പര്യത്തിനും എതിരായ കലാപത്തെയും അന്വേഷണ മനോഭാവത്തെയും അത് ഒഴിവാക്കുകയും ചെയ്തിട്ടുണ്ട്. അത് സമകാലിക ഇന്ത്യയുടെ സാമ്പത്തിക പ്രശ്നങ്ങളെ കുഴയ്ക്കുന്നുണ്ട്. ബഹുജനങ്ങളെ സംബന്ധിച്ചിടത്തോളം ഇന്ത്യയുടെ ആത്മീയശക്തി സ്വയം ആവിഷ്കൃതമാകുന്നത് വിധിവാദത്തിലാണ്. ദൈവേച്ഛയുടെ മറ്റൊരു പേരായ കർമ്മനിയമത്തെ അവർ ആന്തരികമായി അനുസരിക്കുന്നുണ്ട്. ഒരാളുടെ ജീവിതത്തിലെ എല്ലാം തന്നെ മുൻകൂട്ടി നിശ്ചയിക്കപ്പെട്ടിരിക്കുന്നതിനാൽ - ഒന്നുകിൽ കർമ്മനിയമത്താൽ, അല്ലെങ്കിൽ ദൈവേച്ഛയാൽ - മനുഷ്യ പ്രയത്നത്തിലൂടെ ജീവിത സാഹചര്യങ്ങളെ മാറ്റുക എന്ന ആശയത്തെ മതാത്മക മനോഭാവം താർക്കികമായി ഒഴിച്ചുനിർത്തുകയാണ് ചെയ്തിട്ടുള്ളത്. ആയതിനാൽ, രാജ്യം പുരോഗമിക്കാൻ തക്ക തരത്തിൽ കൂടുതൽ ഉൽപ്പാദനം നടത്തണം എന്ന നേതാക്കൻമാരുടെ ഭ്രാന്തമായ അഭ്യർത്ഥനകൾക്കൊന്നുംതന്നെ പൊതുജനങ്ങളിൽനിന്ന് യാതൊരു പ്രതികരണവും കാണുന്നില്ല.

ഇന്ത്യയുടെ ആത്മീയഭാവം എന്നത് കലർപ്പറ്റ ഒരു അനുഗ്രഹമല്ല. ഈ ഒഴിയാബാധയെ മറികടക്കണം. പക്ഷേ, മറ്റു രാജ്യങ്ങളെ അപേക്ഷിച്ച് കൂടുതൽ കാലം ഇന്ത്യൻ മനസ്സിൽ മതപരമായ ചിന്താരീതി ആധിപത്യം പുലർത്തിയത് എന്തുകൊണ്ട് എന്നും ഈ ജനതയുടെ ജീവിതത്തിനുമേൽ അന്ധവിശ്വാസങ്ങളും മതപരമായ മുൻവിധികളും ഇപ്പോഴും പിടിമുറുക്കിയിരിക്കുന്നത് എന്തുകൊണ്ട് എന്നും അറിയാത്ത പക്ഷം അതിനെ മാറ്റാൻ കഴിയില്ല. നിരീക്ഷിക്കപ്പെട്ട പ്രതിഭാസങ്ങളെ ശാസ്ത്രം വിശദീകരിക്കുന്നു. ഒരു ആത്മീയ പ്രതിഭയെക്കുറിച്ചുള്ള മിഥ്യാ സങ്കല്പത്തെ പോഷിപ്പിക്കുന്ന വസ്തുതയെ ശാസ്ത്രീയമായ ഇന്ത്യാചരിത്ര ഗവേഷണം വിശദീകരിക്കണം. അതിനെ വിശദീകരിക്കുന്നതിനു ചരിത്ര ഗവേഷണം അതിന്റെ കാരണത്തെ കണ്ടെത്തണം. ആ കാരണത്തിന്റെ നശീകരണം ഇന്ന് അഭിമുഖീകരിക്കുന്ന പ്രശ്നങ്ങളെ പരിഹരിക്കുന്നതിനു സഹായിക്കുകയും ഭാവിയെക്കുറിച്ചുള്ള പ്രതീക്ഷാനിർഭരമായ ഒരു വീക്ഷണത്തിലേയ്ക്കു നയിക്കുകയും ചെയ്യും.

സമീപ ഭൂതകാലത്തിലേയ്ക്കു വരുമ്പോൾ ചരിത്രത്തെ വസ്തുനിഷ്ഠമായി പഠിക്കുന്ന ഒരു വിദ്യാർത്ഥി കുഴയ്ക്കുന്ന മറ്റൊരു വസ്തുതയെ അഭിമുഖീകരിക്കുന്നു. ആ വസ്തുത വിശദീകരിക്കപ്പെടണം. ആ വിശദീകരണം ആദ്യകാല ചരിത്രത്തിനുമേൽ വെളിച്ചം വീശും. ഇംഗ്ലീഷുകാരും അതിനുമുമ്പ് മുഹമ്മദീയരും ഇന്ത്യയെ കീഴടക്കിയതിനെക്കുറിച്ചാണ് ഉദ്ദേശിക്കുന്നത്. നിരവധി അദ്ഭുതകഥകളിൽ വിവരിക്കപ്പെട്ടിട്ടുള്ള വീരൻമാർ

അധിവസിച്ച വിശാലമായ ഒരു രാജ്യം; പ്രാചീനകാലത്തുതന്നെ ഉൽകൃഷ്ടമായ ഒരു സംസ്കാരം വികസിച്ചിരുന്നു എന്നു കരുതപ്പെടുന്ന ഒരു ഉന്നത നാഗരികദേശം. അങ്ങനെയുള്ള ദേശം ഒരുപിടി വിദേശികളാൽ വീണ്ടും വീണ്ടും കീഴടക്കപ്പെട്ടു.

ക്ലൈവിന്റെ കൃത്രിമംകൊണ്ടാണ് ബ്രിട്ടീഷുകാർ ഇന്ത്യയെ കീഴടക്കിയത് എന്ന പരിചിതമായ വിശദീകരണത്തെ ആദ്യംതന്നെ തള്ളിക്കളയണം. ക്ലൈവ് ഒന്നല്ല, പത്തു രേഖകളിൽ കൃത്രിമം കാണിച്ചിരിക്കാം. പക്ഷേ, ഇന്ത്യക്കാരുടെ സഹായമില്ലാതെ വിദേശികൾക്ക് ഇന്ത്യക്കാരെ കീഴടക്കാൻ കഴിയുമായിരുന്നില്ല എന്നത് ഒരു വസ്തുതയാണ്. ഒരു മിർജാഫർ ഒറ്റുകാരനായിരിക്കാം; മറ്റൊരാൾ കൈക്കൂലി വാങ്ങിയിരിക്കാം. പക്ഷേ, ഇംഗ്ലീഷുകാർക്കുവേണ്ടി ഇന്ത്യയെ കീഴടക്കിയ ഇന്ത്യൻ സൈനികരെക്കുറിച്ച് എന്താണ് പറയുന്നത്? ഇന്ത്യക്കാർ കൈക്കൂലിയ്ക്ക് എളുപ്പം വശംവദരാകുന്നവരാണ് എന്ന നിഗമനത്തിൽ ഒരാൾ അപ്പോൾ എത്തും. കൈക്കൂലി വാങ്ങാനുള്ള പ്രവണത ഭയങ്കരമായ ധാർമ്മികാധഃപതനത്തിന്റെ ചിഹ്നമാണ്. അല്പം ആത്മാഭിമാനമുള്ള ഒരാളും കൈക്കൂലി വാങ്ങില്ല. കൈക്കൂലിക്കു വശംവദരാകാൻ തയ്യാറുള്ളവർ ഇവിടെ ധാരാളം ഉണ്ടായിരുന്നു എന്ന നിഗമനത്തിൽ നാം എത്തുകയാണെങ്കിൽ, അതു നമ്മുടെ രാജ്യത്തിനു വളരെ അപമാനകരമായിരിക്കും. നമ്മൾ സത്യത്തെ തേടുകയാണെങ്കിൽ കാര്യങ്ങൾ തുറന്നു പറയുന്നതിൽ പേടിക്കരുത്.

മുഹമ്മദീയരുടെ കീഴടക്കലിന്റെ കാര്യത്തിൽ വ്യാജരേഖ പോലുള്ള നിസ്സാരമായ വിശദീകരണമൊന്നും നൽകപ്പെടുന്നില്ല. പക്ഷേ, എഴുന്നൂറു കുതിരപ്പടയാളികളാണ് ഈ രാജ്യത്തെ കീഴടക്കിയത് എന്നതാണ് വസ്തുത. ക്ലൈവ് വന്നപ്പോൾ ബംഗാളികൾ ഒരുപക്ഷേ ക്ഷീണിതരായിരുന്നിരിക്കാം; എന്നാൽ, ഇബൻ കാസിമിന്റെ കാലത്ത് ഇന്ത്യയിലെ സ്ത്രീപുരുഷൻമാരെല്ലാം വീരശൂരപരാക്രമികളായിരുന്നുവെന്നാണ് കരുതപ്പെടുന്നത്. വീരൻമാരുടെ ഈ ദേശത്തെ അറേബ്യയിൽനിന്നുള്ള എഴുന്നൂറു കൊള്ളക്കാർക്ക് എങ്ങനെ കീഴടക്കാൻ കഴിഞ്ഞു? കാര്യങ്ങൾ എങ്ങനെ ആ മട്ടിൽ സംഭവിച്ചു എന്നു വിശദീകരിക്കലാണ് ചരിത്രത്തിന്റെ ഉദ്ദേശ്യം. സംഭവങ്ങളോടു സ്വാഭാവികമായി പ്രതികരിക്കുന്നതിനെ തടയുന്ന ചില സവിശേഷതകൾ ഇന്ത്യൻ മനോഭാവത്തിലുണ്ടായിരുന്നു എന്ന നിഗമനത്തിൽ ചരിത്രഗവേഷണം എത്തിച്ചേരും. അത് ആത്മീയ പ്രതിഭയായിരുന്നു. വളച്ചുകെട്ടില്ലാത്ത ഭാഷയിൽ പറഞ്ഞാൽ വിധിവാദം. ബഹുജനങ്ങളുടെ സാമൂഹികമായ അധഃസ്ഥിതാവസ്ഥ മുസ്ലീങ്ങളുടെ കീഴടക്കലിനു സഹായകമായിട്ടുണ്ട്. അതുപോലെ,

സാമ്പത്തികത്തകർച്ചയും രാഷ്ട്രീയ അരാജകത്വവും ബ്രിട്ടീഷുകാർക്കും സഹായകമായ ഉപകരണങ്ങളാണ്. ഹിന്ദുസമൂഹത്തിന്റെ ജാതീയ മർദ്ദനത്തിന്റെയും അസഹിഷ്ണുതയുടെയും നിസ്സഹായരായ ഇരകളെ, മാർഗ്ഗംകൂടിയ എല്ലാവർക്കും സാഹോദര്യവും സമത്വവും വാഗ്ദാനം ചെയ്ത ഇസ്ലാമിന്റെ സന്ദേശം വശീകരിക്കുകയുണ്ടായി. ഇന്ത്യയിൽ ഇസ്ലാമിന്റെ അതിവേഗത്തിലുള്ള വ്യാപനത്തിനുള്ള ഒരേയൊരു വിശദീകരണമാണിത്. ബലപ്രയോഗത്തിലൂടെ ജനങ്ങളെ മതംമാറ്റാൻ കഴിയുമായിരുന്നില്ല.

മുഗൾഭരണത്തിന്റെ ക്ഷയവും പതനവും രാജ്യത്തെ അരാജകത്വത്തിൽ ആഴ്ത്തി; ആഭ്യന്തരയുദ്ധം രാജ്യത്തെ തകർത്തു. അഗതികളായ ജനങ്ങൾ ഡ്യൂപ്ലെയുടെയും ക്ലൈവിന്റെയും സൈന്യങ്ങളിലെ സൈനികരായിത്തീർന്നു. രാഷ്ട്രീയ സാഹസികരൊഴികെ എല്ലാവരും സമാധാനം ആഗ്രഹിച്ചു. വിദേശികൾ നിയന്ത്രണം നേടിയ ഇടങ്ങളിലെല്ലാം സമാധാനം തിരിച്ചുവന്നു. അവരുടെ താൽപര്യം അങ്ങനെ ഭൂരിപക്ഷം ഇന്ത്യക്കാരുടെയും താൽപര്യമായി മാറി. ബ്രിട്ടീഷ് ഭരണം സ്ഥാപിക്കപ്പെട്ടത് ഇന്ത്യക്കാരുടെ പ്രകടമായ സമ്മതത്തോടെ, അല്ലെങ്കിൽ സജീവമായ സഹായത്തോടെയും എതിർപ്പില്ലാത്ത സമ്മതത്തോടെയും ആയിരുന്നു.

ഇന്ത്യ നിരന്തരം കീഴടക്കപ്പെട്ടു എന്ന അവമാനകരമായ വസ്തുതയെ ഒരു ആംഗലേയ കവി പ്രകീർത്തിച്ചിട്ടുണ്ട്. ഇന്ത്യൻ സംസ്കാരത്തിന്റെ ആത്മീയമായ ഉൽകൃഷ്ടതയെ തെളിയിക്കുന്നതിനായി ഇന്ത്യൻ എഴുത്തുകാർ ഈ പ്രകീർത്തനത്തെ വെറുപ്പുളവാക്കുന്ന രീതിയിൽ നിരന്തരം ഉദ്ധരിച്ചിട്ടുണ്ട്: ജേതാക്കൾ വരികയും പോവുകയും ചെയ്തു; സാമ്രാജ്യങ്ങൾ ഉയരുകയും പതിക്കുകയും ചെയ്തു; പക്ഷേ, ഇന്ത്യൻ കർഷകൻ ഈ കൊടുങ്കാറ്റിനു കീഴിൽ തലതാഴ്ത്തി തന്റെ കൃഷിയിടത്തിൽ ഉഴവുപണി തുടർന്നു.

അതൊരു വസ്തുതയാണ്: പുണ്യവാളൻമാരോ രാജാക്കൻമാരോ അല്ലാത്ത, രക്തമാംസങ്ങളുള്ള നശ്വര മനുഷ്യരായ, വിശക്കുന്നതിനാൽ ഭക്ഷണം കഴിക്കേണ്ട, കൃഷിയിടം ഉഴുതുമറിക്കേണ്ട ഇന്ത്യക്കാർ അതിപുരാതനകാലം മുതൽ രാജ്യത്ത് എന്തുതന്നെ സംഭവിച്ചിട്ടുണ്ടെങ്കിലും അവയോടു പൂർണ്ണമായും ഉദാസീനരായിരുന്നു. ഇന്നും കാര്യം അങ്ങനെ തന്നെയാണ്. ഈ രാജ്യത്തെ കാര്യങ്ങൾ മെച്ചപ്പെടുത്താൻ നിങ്ങൾ ആഗ്രഹിക്കുന്നുവെങ്കിൽ, കർഷകർ മികച്ച കലപ്പകൾ ഉപയോഗിച്ച് ഉൽപ്പാദനം കൂട്ടാൻ നിങ്ങൾ ആഗ്രഹിക്കുന്നുവെങ്കിൽ നിങ്ങൾ ഏറെ

ഊറ്റംകൊള്ളുന്ന ഈ മതമനോഭാവത്തെ വേരോടെ അറുത്തുകളയണം; വേണ്ടെന്നുവയ്ക്കൽ മനോഭാവം ജീവിതപ്പോരാട്ടത്തിൽ പരാജയം സമ്മതിക്കലാണ്.

ഇന്ത്യ രാഷ്ട്രീയസ്വാതന്ത്ര്യത്തിൽ എത്തിയിരിക്കുന്നു. ഇനി നിങ്ങൾ ഇന്ത്യൻ സമൂഹത്തെ പുനർനിർമ്മിക്കുന്നതിനെക്കുറിച്ച് ചിന്തിക്കണം. ശാസ്ത്രീയമായ ചരിത്രഗവേഷണം സമൂഹ പുനർനിർമ്മാണത്തിന്റെ പ്രായോഗിക പ്രശ്നങ്ങളെ പരിഹരിക്കാൻ സഹായിക്കും. അതിനുവേണ്ടി, ചരിത്രദർശനത്തിന്റെ പരസ്പരം എതിർക്കുന്ന രണ്ടു സരണികൾ - ആശയവാദപരമായ സങ്കല്പവും സാമ്പത്തിക വ്യാഖ്യാനവും - തമ്മിലുള്ള വിവാദത്തെക്കുറിച്ച് ചരിത്രവിദ്യാർത്ഥി ഓർമ്മിക്കണം. ഈ രണ്ടു വീക്ഷണങ്ങളെയും പൊരുത്തപ്പെടുത്തുക എന്നത് ആധുനികലോകത്തിനു മുന്നിലെ വെല്ലുവിളികളിൽ ഒന്നാണ്. ഇവിടെ ചരിത്രം തത്ത്വശാസ്ത്രത്തിൽ ചെന്നു ലയിക്കുന്നു. ഒരുപക്ഷേ, മാർക്സിനേക്കാൾ സത്യത്തോട് അടുത്തുനിന്നത് ഹെഗൽ ആയിരുന്നു എന്ന് ഇന്ത്യാചരിത്ര പഠനം നിങ്ങൾക്കു കാണിച്ചുതരും. രണ്ടുപേരും ഭാഗികമായി ശരിയായിരുന്നു എന്നാണ് എന്റെ വ്യക്തിപരമായ വീക്ഷണം. രണ്ടു വീക്ഷണങ്ങളും വർജ്ജ്യകമല്ല. അവയെ പൊരുത്തപ്പെടുത്താനാകും. ഈ രണ്ടു വീക്ഷണത്തെയും സമന്വയിപ്പിക്കുക വഴി കുറേക്കൂടി സമഗ്രവും യഥാർത്ഥനിഷ്ഠവുമായ ഒരു ചരിത്രദർശനത്തിനു രൂപം നൽകാൻ കഴിയും.

ചിന്തയുടെ ചരിത്രത്തിൽനിന്നു താർക്കിക പ്രക്രിയയിലൂടെ വസ്തുതകളെ അനുമാനിച്ചെടുക്കുക വഴി വലിയൊരളവോളം ഇന്ത്യാചരിത്രത്തെ പുനർനിർമ്മിക്കേണ്ടതുണ്ട്. സാമ്പത്തികവും രാഷ്ട്രീയവും സാമൂഹികവുമായ വികാസങ്ങളെ രേഖപ്പെടുത്തുന്ന ചരിത്രമൊന്നും അനുഭവത്തിൽ നമുക്കില്ലെങ്കിലും തത്ത്വശാസ്ത്രത്തിന്റെ ഒരു ചരിത്രം നമുക്കുണ്ട്; നമ്മുടെ പ്രൊഫസർമാർ എഴുതിയിട്ടുള്ള തരത്തിലുള്ള ചരിത്രമല്ല; അവ ഏറെയും ആശ്രയിക്കാൻ കൊള്ളാത്തവയാണ്. ഒരുപക്ഷേ, ക്രിസ്തുവിനുമുമ്പ് 1500 മുതൽ 2000 വർഷം പിന്നിലോട്ടുവരെ ആ ആശയവികാസ പ്രക്രിയയെ അനുധാവനം ചെയ്യാനാകും. ആദ്യമായി ചെയ്യേണ്ടത്, അസംഖ്യം പുസ്തകങ്ങളിൽ രേഖപ്പെടുത്തിയിട്ടുള്ള ചിന്തയുടെ ഈ വ്യത്യസ്ത ഘട്ടങ്ങൾ തമ്മിലുള്ള പരസ്പരബന്ധത്തെ കണ്ടെത്തുക എന്നതാണ്. സമൂഹവികാസത്തിന്റെ ചരിത്രത്തിന്റെ കാര്യത്തെ അപേക്ഷിച്ച് ഇന്ത്യൻ തത്ത്വശാസ്ത്രത്തിന്റെ ചരിത്രത്തിന്റെ കാര്യത്തിൽ നാം അത്ര നിസ്സഹായരല്ല. മാനസിക പരിണാമത്തിന്റെ ആ പ്രക്രിയയുടെ സാമൂഹിക പശ്ചാത്തലത്തെ പുനർനിർമ്മിക്കുക എന്നതാണ് ചരിത്രഗവേഷണത്തിന്റെ

കർത്തവ്യം. ചരിത്രത്തിന്റെ ശാസ്ത്രം അതിനു വഴികാണിച്ചുതരുന്നു.

ഇക്കാര്യങ്ങൾ എന്നെ ഒരു നിഗമനത്തിലേയ്ക്കു നയിക്കുന്നു; ഇന്ത്യയുടെ സത്യസന്ധമായ ഒരു ചരിത്രം - സാമൂഹികവും രാഷ്ട്രീയവുമായ വികാസത്തിന്റെ ഒരു ചരിത്രം - എഴുതുന്നതിനുള്ള മുന്നുപാധി എന്നത് ഇന്ത്യൻ തത്ത്വശാസ്ത്രത്തിന്റെ താർക്കികപ്പൊരുത്തമുള്ള ഒരു ചരിത്രം എഴുതുക എന്നതാണ്. അതുകൊണ്ട്, പാഠപുസ്തകങ്ങളെ വെട്ടിവിഴുങ്ങുന്നതിനേക്കാൾ വളരെ വിഷമം പിടിച്ചതും വിപുലവുമായ ഒന്നാണ് ഇന്ത്യാചരിത്രപഠനം. മാനസികപരിണാമ പ്രക്രിയയുടെ ഇരുണ്ടമൂലകളിൽ വെളിച്ചം വീശുകവഴി ചരിത്രാരംഭം മുതലുള്ള മനുഷ്യന്റെ വൈയക്തികവും സാമൂഹികവുമായ പെരുമാറ്റത്തെ വിശദീകരിക്കുന്ന ശാസ്ത്രജ്ഞാനത്തിന്റെ സമഗ്രതയാൽ ചരിത്രഗവേഷണം നയിക്കപ്പെടണം. ഇന്ത്യാചരിത്രത്തിന്റെ ഫലപ്രദമായ ഒരു പഠനം ഏറ്റെടുക്കുന്നതിനു മുമ്പായി ഇന്ത്യൻചിന്തയുടെ വികാസത്തെക്കുറിച്ചുള്ള യുക്തിയുക്തമായ ഒരു വീക്ഷണം നമുക്കുണ്ടാകണം.

ചരിത്രപൂർവ്വ കാലഘട്ടത്തിലെ മനുഷ്യവംശത്തിന്റെ പെരുമാറ്റത്തെയും സാമൂഹിക ചുറ്റുപാടിനെയും അവരുടെ അറിയപ്പെട്ട ചിന്തകളിൽനിന്നു താർക്കികമായി അനുമാനിച്ചെടുക്കേണ്ടതുണ്ട്. ഒരു ലോകാത്മാവ് മനുഷ്യനിലൂടെ പ്രവർത്തിക്കുന്നു എന്ന ഹെഗലിന്റെ അഭിപ്രായം ശരിയല്ല. പക്ഷേ, എന്തായാലും ആശയങ്ങളെല്ലാം - മനുഷ്യന്റെ ചിന്തകൾ - മനുഷ്യനെ പ്രവർത്തിപ്പിക്കുന്ന പ്രേരകശക്തികളാണ് എന്ന കാര്യം ശരിയാണ്. ഏതൊരു പ്രവർത്തിക്കും മുന്നോടിയായി മനുഷ്യന്റെ മസ്തിഷ്കത്തിൽ ഒരു ചലനം നടക്കുന്നുണ്ട്. സ്വാഭാവിക പ്രവർത്തനങ്ങളായി കാണപ്പെടുന്നവയും അപവാദങ്ങളല്ല. നിങ്ങൾ ഈ ഹാളിൽ നിന്നു പുറത്തുകടന്ന്, പടിയിറങ്ങി, തെരുവിലൂടെ നടക്കുമ്പോൾ കൈകാലുകളുടെ ചലനത്തിനു മുന്നോടിയായി അങ്ങനെ ചെയ്യണം എന്ന ഒരു ഇച്ഛ നിങ്ങളിൽ ഉണ്ടാകും. ഈ മാനസിക പ്രവർത്തിയെക്കുറിച്ചു നിങ്ങൾ ബോധവാനാകണമെന്നില്ല; അതു സംഭവിക്കും. ഈ അർത്ഥത്തിൽ ഹെഗലിന്റെ കാഴ്ചപ്പാട് ഗഹനമാണ്. എന്നാൽ, നേരേ മറിച്ച്, മാർക്സിയൻ സാമ്പത്തിക നിർണ്ണയവാദം ഒരു പ്രധാനപ്പെട്ട സൂചകമാണ്.

നിങ്ങൾക്ക് അങ്ങനെ മനുഷ്യനെ നിർവചിക്കാതെ കേവലമായി സ്വീകരിക്കാനാവില്ല. മനുഷ്യനെയും നിങ്ങൾക്കു വിശദീകരിക്കേണ്ടതുണ്ട്. എന്തിനു മനുഷ്യൻ സമൂഹം സ്ഥാപിച്ചു? എന്തിനു സമൂഹം ഒരു രാഷ്ട്രീയ ഘടന സ്ഥാപിച്ചു? എന്തുകൊണ്ട് അത് നാമറിയുന്ന രൂപങ്ങൾ

കൈക്കൊണ്ടു? ചരിത്രത്തിന്റെ ഭൗതികവ്യാഖ്യാനത്തിന് ഒരളവോളം ഈ ചോദ്യങ്ങൾക്ക് ഉത്തരം നൽകാൻ കഴിയും. ജീവിതത്തിന്റെ ഭൗതികസാഹചര്യങ്ങൾ വലിയൊരളവോളം മനുഷ്യന്റെ ചിന്തയെയും അതുവഴി അവന്റെ പ്രവർത്തികളെയും സ്വാധീനിക്കുന്നുണ്ട്.

താൻ ഹെഗലിനെ ഏതു കാര്യത്തിനാണോ വിമർശിച്ചത് അതേ തെറ്റ് കാൾമാർക്സും ചെയ്തിട്ടുണ്ട്. അദ്ദേഹത്തിന്റെ പീഠികകൾ (Premises) വരട്ടുവാദപരമായിരുന്നു. ആയതിനാൽ അതിൽനിന്ന് അനുമാനിച്ച നിഗമനങ്ങൾ അയഥാർത്ഥമായിരുന്നു. ഉപകരണങ്ങൾ ഉണ്ടാക്കാനും അവ ഉപയോഗിക്കാനുമുള്ള കഴിവ് മനുഷ്യനെ മനുഷ്യപൂർവ്വ ജന്തുക്കളിൽനിന്നു വേർതിരിക്കുന്നു എന്നത് ശരിയാണ്. എന്നാൽ, ഉപകരണങ്ങൾ ഉണ്ടാക്കാൻ മനുഷ്യനെ പ്രാപ്തനാക്കുന്നത് എന്താണ്? ആദ്യത്തെ ഉപകരണം കണ്ടുപിടിക്കുന്നതിനുമുമ്പ് ആൾക്കുരങ്ങിൽനിന്നു മനുഷ്യനെ വേർതിരിക്കുന്നത് അവന്റെ മനസ്സാണ്. മസ്തിഷ്കവും ഒരു ഉപകരണമാണ് എന്ന കാര്യം കാൾമാർക്സ് മറന്നു. മനുഷ്യപൂർവ്വ ജീവിവർഗ്ഗങ്ങളുടെ മസ്തിഷ്കത്തിൽനിന്നു മനുഷ്യന്റെ മസ്തിഷ്കം വ്യതിരിക്തമാകുമ്പോൾ മാത്രമേ മനുഷ്യനു തന്റെ ജന്തുപൂർവ്വികരിൽനിന്നു വേർതിരിയാനും ജീവിതപ്രശ്നങ്ങളെ പരിഹരിക്കാനുള്ള യാന്ത്രികോപായങ്ങൾ കണ്ടുപിടിക്കാനും കഴിയുമായിരുന്നുള്ളൂ. മറ്റു വാക്കുകളിൽ, ചരിത്രത്തിന്റെ ആശയവാദപരമായ വ്യാഖ്യാനം സാമ്പത്തിക വ്യാഖ്യാനത്തേക്കാൾ കുറച്ചുകൂടി മുന്നോട്ടുപോകുന്നു. ആയതിനാൽ, ചരിത്രഗവേഷണം വരട്ടുവാദപരമായ പീഠികകളാൽ നിയന്ത്രിക്കപ്പെടരുത്.

ഇന്ത്യൻ ചിന്തയുടെ ചരിത്രത്തിൽ നിന്ന് ഇന്ത്യാചരിത്രത്തെ താർക്കികമായി പുനർനിർമ്മിക്കുന്നതിന് ചരിത്രത്തെക്കുറിച്ചുള്ള ആശയവാദപരമെന്നു വിളിക്കപ്പെടുന്ന സങ്കല്പം നമുക്കു മാർഗ്ഗദർശനം നൽകണം. അതേസമയം, രേഖപ്പെടുത്തപ്പെട്ട ചരിത്രകാലഘട്ടത്തിലും കുറച്ചുകൂടി ആധുനികകാലങ്ങളിലും എത്തുമ്പോൾ സാമ്പത്തിക വ്യാഖ്യാനം വളരെ ഫലപ്രദമായിരിക്കും. ഈ രണ്ടു സങ്കല്പങ്ങളിലെയും ശരിയായ ഘടകങ്ങളെ സമന്വയിപ്പിക്കുകവഴി ചരിത്രത്തെക്കുറിച്ചുള്ള ഒരു പുതിയ തത്ത്വശാസ്ത്രത്തിന്റെ വികാസത്തിന് ഇന്ത്യൻ ചരിത്രഗവേഷണം സംഭാവന നൽകാം. ചരിത്രഗവേഷണത്തിന്റെ പ്രാഥമികലക്ഷ്യമായ സത്യാന്വേഷണത്തിനും യഥാർത്ഥത്തിലുള്ള നമ്മുടെ ചരിത്രത്തിന്റെ പുനർനിർമ്മാണത്തിനും പുറമെ വലിയ പ്രാധാന്യമുള്ള ചിലതുകൂടി അങ്ങനെ നാം ചെയ്യും. എല്ലാ വിഷമങ്ങളെയും അഭിമുഖീകരിക്കുന്നതിന് ഈ വീക്ഷണം നമ്മെ പ്രോത്സാഹിപ്പിക്കും. നമുക്ക് ഔദ്യോഗിക പിന്തുണ ലഭിച്ചേക്കില്ല; മാത്രമല്ല, നാം കണ്ടെത്തുന്ന സത്യം എല്ലാവർക്കും ഇഷ്ടപ്പെട്ടെന്നും

വരില്ല; പക്ഷേ, ഈ ഗവേഷണം സത്യത്തെ വെളിപ്പെടുത്തുകതന്നെ ചെയ്യും. അതുതന്നെയാണ് മഹത്തായ പാരിതോഷികവും. ആ മനോഭാവത്തോടുകൂടി മാത്രമേ ശാസ്ത്രത്തെ പ്രോത്സാഹിപ്പിക്കാനാവൂ.

എന്നാൽ, ഇതിന് പ്രായോഗികമായ അനന്തരഫലങ്ങൾ കൂടി ഉണ്ടാകും. മസ്തിഷ്കത്തെ മരവിപ്പിക്കുന്ന മാറാലകളെ തുടച്ചുനീക്കാനും മനുഷ്യപ്രയത്നത്തെ തടയുന്ന പലതരം മുൻവിധികളെ തള്ളിക്കളയാനും മനുഷ്യവംശത്തിനു മുമ്പിൽ പുതിയ വീക്ഷണവും പ്രതീക്ഷകളും തുറന്നിടാനും ചരിത്രജ്ഞാനം നമ്മെ പ്രാപ്തരാക്കും. ഭൂതകാലത്ത് ഇന്ത്യ മഹത്തായിരുന്നിരിക്കാം. പക്ഷേ, ഇന്ത്യക്കാർ മനുഷ്യരായതിനാൽ അവർ കുറേക്കൂടി മഹത്തരമായതിലേയ്ക്ക് വികസിക്കണം. ധാരാളം പേർ ഈ മനോഭാവം പങ്കുവെയ്ക്കുന്നതോടെ ഭൂതകാലം ഒരു ഗൃഹാതുരത്വം അല്ലാതാവുകയും വർത്തമാനകാല പ്രവർത്തനങ്ങൾക്ക് ഒരു പ്രേരകശക്തിയായി മാറുകയും ഭാവി പ്രതീക്ഷകളെ പ്രചോദിപ്പിക്കുകയും ചെയ്യും.

സത്യത്തെ കണ്ടെത്താനും ഇന്ത്യൻ സമൂഹത്തിന്റെ പുനർനിർമ്മാണത്തിനു സംഭാവന നൽകാനും ആഗ്രഹിക്കുന്ന സാധാരണക്കാർക്കും പണ്ഡിതൻമാർക്കും അത്തരമൊരു പുനർനിർമ്മാണത്തിന് അടിത്തറയിടാൻ ആഗ്രഹിക്കുന്നവർക്ക്, മനുഷ്യവംശത്തെ മൊത്തത്തിൽ കണ്ട് ചിന്തിക്കുന്നവർക്ക്, ദേശീയവാദ മനോഭാവത്തിന്റെ പരിമിതികളെ കവിഞ്ഞു വളർന്നവർക്ക് - ഇന്ത്യാ ചരിത്ര ഗവേഷണം അതിവിശാലമായ ഒരു മേഖലയാണ്. ആധുനിക മനുഷ്യവംശം മൊത്തത്തിൽ നേരിടുന്ന പ്രശ്നങ്ങളെ - അവയുടെ പരിഹാരം നമ്മുടെ കാലഘട്ടത്തിന്റെ അത്യാവശ്യമാണ് - പരിഹരിക്കാനുള്ള ഉദ്യമത്തിൽ അവരും ചിലതു നേടും.

ഹിന്ദുമതവും ആധുനികചിന്തയും

ഈ വിഷയത്തെക്കുറിച്ചുള്ള ഫലപ്രദമായ ചർച്ച ആരംഭിക്കേണ്ടത് മതത്തെക്കുറിച്ചുള്ള ശരിയായ ധാരണയോടെ ആയിരിക്കണം. മറ്റു വാക്കുകളിൽ പറയുകയാണെങ്കിൽ മതത്തെ വ്യക്തമായി നിർവ്വചിക്കണം. ഹിന്ദുമതത്തിന്റെ കാര്യത്തിൽ അത് അതീവദുഷ്കരമാണ്. ഒരു മതമെന്ന നിലയ്ക്ക് ഹിന്ദുമതം മറ്റു മതങ്ങളിൽനിന്ന് വ്യത്യസ്തമാണ്. ഒരു പ്രത്യേക വ്യക്തിക്ക് വെളിപ്പെടുത്തപ്പെട്ടതാണ് എന്ന് വിശ്വസിക്കുന്ന ദൈവികസത്യത്തിലല്ല അത് അധിഷ്ഠിതമായിരിക്കുന്നത്; ആയതിനാൽ, പൊതുവായി സ്വീകരിക്കപ്പെട്ട സിദ്ധാന്തങ്ങളും പ്രമാണങ്ങളും അതിനില്ല. ഏതാണ്ട് വിശാലമായ അതിന്റെ അടിത്തറ കാരണം മിക്കപ്പോഴും പരസ്പരവിരുദ്ധമായ വ്യത്യസ്ത ചിന്താപ്രവാഹങ്ങളും പലതരത്തിലുള്ള വിശ്വാസങ്ങളും ഹിന്ദുമതം എന്നറിയപ്പെടുന്നു. ഒരു മതമെന്ന നിലയിൽ വാസ്തവത്തിൽ എന്താണ് ഹിന്ദുമതം എന്ന് വിലയിരുത്താൻ ഒരു ചരിത്രവിദ്യാർത്ഥിക്ക് വളരെ ബുദ്ധിമുട്ടാണ്. ഹിന്ദുമതം ഒരു മതമേയല്ല എന്നു കരുതുന്ന ഈ വിഷയത്തിൽ പ്രാമാണികരായവരുള്ളത്ര സന്ദിഗ്ധമാണത്. മതത്തിന്റെ സ്വഭാവ വിശേഷങ്ങൾക്ക് അനുസൃതമല്ല ഹിന്ദുമതത്തിന്റെ ചില വശങ്ങൾ എന്ന് തെളിയിക്കാനായേക്കും. പുരാതനകാലം മുതൽ ഇന്ത്യയിൽ പ്രചാരത്തിലുള്ളതും വിശാലമായ അർത്ഥത്തിൽ ഹിന്ദുമതം എന്നു വിളിക്കപ്പെടുന്നതുമായ വിശ്വാസങ്ങളെയാകെ നാം എടുക്കുമ്പോൾ അത് ഒരു മതമല്ല എന്നു കരുതാനാവില്ല. ഇസ്ലാമിക, ക്രൈസ്തവ, യഹൂദ മതങ്ങളെപ്പോലുള്ള ഒരു മതമല്ല ഹിന്ദുമതം എന്നതാണ് സത്യം.

ഒരു മതമെന്ന നിലയിൽ ഹിന്ദുമതത്തിന് സങ്കലന (Eclectic) സ്വഭാവമാണുള്ളത്. ആയതിനാൽ അതിനെ ആധുനികചിന്തയുമായി താരതമ്യം നടത്താനോ അന്തരം കണ്ടെത്താനോ വളരെ വിഷമമാണ്. പുരാവൃത്തങ്ങളായും ഐതിഹ്യങ്ങളായും ഭാവനകളായും പെരുകിയ അവിയൽ രൂപത്തിലുള്ള വൈപുല്യമാർന്ന ഹൈന്ദവമതസാഹിത്യം അത്തരം ശ്രമങ്ങളെ പ്രോത്സാഹിപ്പിച്ചിട്ടുണ്ട്. എന്നാൽ, അവ ചരിത്രഗവേഷണത്തിന്റെ വീക്ഷണബിന്ദുവിൽനിന്ന് വളരെ അകലെയായിരുന്നു. ആധുനികചിന്ത എന്ന് അറിയപ്പെടുന്നവ പണ്ടുകാലത്തേ ഇന്ത്യയ്ക്ക് അറിയാമായിരുന്നു എന്ന് തെളിയിക്കാൻ പല ഹൈന്ദവ എഴുത്തുകാരും ശ്രമിച്ചിട്ടുണ്ട്. ഈ വാദത്തിന്റെ അനന്തര ഫലം, മറ്റു മതങ്ങളിൽ നിന്ന് വ്യത്യസ്തമായി ആധുനികചിന്തയുടെ മൂല്യങ്ങളും മാനദണ്ഡങ്ങളും തത്ത്വങ്ങളുമായി ഹിന്ദുമതത്തിന് സ്വയം അളക്കേണ്ട ആവശ്യമില്ല എന്നതാണ്. എന്നാൽ, ഈ വാദം തന്നെ വെല്ലുവിളിക്ക് അതീതമല്ല. യുക്തിയുടെ പരീക്ഷണത്തിൽ പരാജയപ്പെടുകയാണെങ്കിൽ ഹിന്ദുമതത്തെ ചരിത്രത്തിന്റെ ചവറ്റുമുറിയിലേയ്ക്ക് നീക്കണം. ഇപ്പോൾപ്പോലും ഹിന്ദുമതം ഉദ്ബോധിപ്പിക്കുന്നവർ വിശ്വാസത്തിന്റെ വ്യത്യസ്തമായ ഒരു ഉറവിടത്തെ അന്വേഷിക്കുകയോ വ്യത്യസ്തമായ ഒരു ചിന്താരീതിയെ സ്വീകരിക്കുകയോ ചെയ്യണം.

പൗരാണിക ഹൈന്ദവസാഹിത്യത്തിൽ ആധുനികചിന്തയുടെ ചില വശങ്ങൾ ഭ്രൂണരൂപത്തിൽ കണ്ടെത്താനാവും എന്നാണ് വാദമെങ്കിൽ അതിനെ എതിർക്കേണ്ട കാര്യമൊന്നുമില്ല. അത് തികച്ചും വസ്തുതാപരമായ ഒരു പ്രസ്താവനയായിരിക്കും. മറ്റു മതങ്ങളുടെ കാര്യത്തിലും ഇതു തന്നെയാണ് കാര്യം. എന്തെന്നാൽ, മനുഷ്യചിന്തയ്ക്ക് ഒരു തുടർച്ചയുണ്ട്. അന്തസ്സത്തയിൽ ആധുനികചിന്ത എന്ന് വിളിക്കപ്പെടുന്നതിനെ ഭ്രൂണരൂപത്തിൽ മനുഷ്യരാശിയുടെ ആദ്യകാല ധൈഷണിക പരിശ്രമങ്ങളിൽ കണ്ടെത്താനാകും. മതവിമർശനത്തിന്റെ ആരംഭബിന്ദു അതായിരിക്കുകയും ചെയ്യും. പിൽക്കാലത്ത് നേടിയ അറിവിന്റെ ബീജങ്ങൾ പ്രാചീന ചിന്താരീതികളിൽ ഏതുവിധത്തിൽ, എത്രത്തോളം ഉണ്ടായിരുന്നു എന്ന് അന്വേഷിക്കലാണ് അതിന്റെ ലക്ഷ്യം. ഭ്രൂണരൂപത്തിലുള്ള ആ സത്യങ്ങളെ സ്ഥലകാലങ്ങളെ അതിവർത്തിക്കുന്ന മനുഷ്യരാശിയുടെ അനശ്വര പാരമ്പര്യമായി അങ്ങനെ കാത്തുസൂക്ഷിക്കാൻ കഴിയും.

ഒരു പ്രത്യേക പ്രവാചകന്റെ ഉദ്ബോധനങ്ങളിൽനിന്ന് രൂപം നൽകിയ പൊതുവായി സ്വീകരിക്കപ്പെട്ട പ്രമാണങ്ങളുടെ സമാഹാരമാണ് വെളിപാടുമതങ്ങൾ എന്നു വിളിക്കപ്പെടുന്നവയുടെ സ്വഭാവവിശേഷം. ക്രിസ്തുമതവും ഇസ്ലാംമതവും ഒരളവുവരെ യഹൂദമതവും ഈ

ഗണത്തിൽപ്പെടുന്നു. ഹിന്ദുമത ചരിത്രത്തിൽ വെളിപാട് അജ്ഞാതമല്ല. വെളിപാടിന്റെ അഭാവമല്ല ഹിന്ദുമതത്തിന്റെ സവിശേഷത. വെളിപാട് ഒരു വ്യക്തിയല്ല അവകാശപ്പെട്ടിട്ടുള്ളത്, മറിച്ച് അസംഖ്യം വ്യക്തികൾ അത് അനുഭവിച്ചിട്ടുണ്ട്. നിരവധി പ്രവാചകൻമാർ അഥവാ ഋഷിമാർ തങ്ങൾക്ക് ദൈവികസത്യം വെളിപ്പെട്ടിട്ടുണ്ട് എന്ന് അവകാശപ്പെട്ടിട്ടുണ്ട്. എങ്കിലും അവർ ഉദ്ബോധിപ്പിച്ച സിദ്ധാന്തങ്ങളിൽ ദൈവികസത്യത്തെക്കുറിച്ചുള്ള സങ്കല്പം എല്ലായ്പ്പോഴും സമാനമായിരുന്നില്ല എന്നത് വിമർശകനെ സംബന്ധിച്ചിടത്തോളം രസകരമായ വസ്തുതയാണ്.

എല്ലാ മതങ്ങൾക്കും - അത് വെളിപാടുമതമോ പ്രകൃതിമതമോ ആസ്തികമതമോ ആകട്ടെ - ഒരു പൊതുസ്വഭാവമുണ്ട്. അതാകട്ടെ, വളരെ കാതലായ സ്വഭാവമാണ്. പ്രകൃത്യതീതവും അമാനുഷികവുമായ ഒന്നിലുള്ള വിശ്വാസമാണത്. ആധുനികശാസ്ത്രീയ ചിന്താരീതിക്കെതിരായ മതപരമായ ജീവിതവീക്ഷണത്തിന്റെ സവിശേഷ സ്വഭാവമാണത്. അതീന്ദ്രിയവും പ്രകൃത്യതീതവും അമാനുഷികവുമായ ഒന്നിലുള്ള വിശ്വാസമാണ് ഹിന്ദുമതത്തിലെ ഓരോ വിഭാഗത്തിന്റെയും ആരംഭബിന്ദു. കാവ്യാത്മകമായ വൈദിക പ്രകൃതിമതത്തിൽനിന്ന് വേർപെട്ടുപോയ ആദ്യകാല ഹൈന്ദവദർശന പദ്ധതികളുടെ കാര്യംപോലും അങ്ങനെ ത്തന്നെയാണ്. ഔപനിഷദിക കാലത്തിന്റെ അഭ്യൂഹങ്ങളിൽനിന്നാണ് ഹൈന്ദവ ഷഡ്ദർശനങ്ങൾ വളർന്നുവന്നതെങ്കിലും അവ ഉപനിഷദ് അഭ്യൂഹങ്ങളിൽനിന്നും മുന്നോട്ടുനീങ്ങുകയും ചെയ്തു. മനുഷ്യന്റെ ഗ്രഹണശക്തിക്ക് അതീതമായ എന്തോ ഒന്നിലുള്ള വിശ്വാസമാണ് ഹിന്ദുമതത്തിന്റെ അടിസ്ഥാനം. എന്നാൽ, ആധുനികചിന്ത തെളിവില്ലാതെ ഒന്നിനെയും അംഗീകരിക്കുന്നില്ല. മനുഷ്യന്റെ ഗ്രഹണശക്തിക്ക് അഭിഗമ്യമാണ് സത്യം എന്നും മനുഷ്യന്റെ ഗ്രഹണശക്തിക്ക് അതീതമായ ഒന്നിനും തന്നെ അറിവിന്റെ ഉള്ളടക്കമാകാൻ കഴിയില്ല എന്നും അതിനാൽ അവയെ മിസ്റ്റിക്ക് ആയ മിഥ്യയായി നിരാകരിക്കാൻ കഴിയുമെന്നും അതു കരുതുന്നു.

ഈ വ്യത്യാസം മനസ്സിൽ വെച്ചുകൊണ്ട്, ഹിന്ദുമതത്തെ ആധുനികചിന്തയുമായി പൊരുത്തപ്പെടുത്താനുള്ള പലവിധ ശ്രമങ്ങളെ അല്ലെങ്കിൽ ആധുനികചിന്ത പുതിയതായൊന്നും കണ്ടെത്തിയിട്ടില്ല, അതു കണ്ടെത്തിയിട്ടുള്ളതെല്ലാം തന്നെ ഹിന്ദുമതത്തിന്റെ പൗരാണിക ഋഷിമാർക്കും പ്രവാചകൻമാർക്കും അറിയാമായിരുന്നു എന്ന നിലപാടിനെ പെട്ടെന്നു തന്നെ നമുക്ക് തള്ളിക്കളയാൻ കഴിയും.

വിമർശനാത്മകമായ ഈ മനോഭാവം മതവിശ്വാസത്തോടുള്ള അനാദരവിനെ ഒട്ടും സൂചിപ്പിക്കുന്നില്ല എന്ന് പ്രത്യേകം പറയട്ടെ; ധൈഷണിക വികാസത്തിന്റെ ആദ്യഘട്ടങ്ങളിൽ മതാത്മകമായ ചിന്താരീതിയാണ് മനുഷ്യന് അനിവാര്യമായും ഉണ്ടാകുക എന്നതിനെയും നിഷേധിക്കുന്നില്ല. ആ അനിവാര്യത ഇപ്പോഴും പൂർണ്ണമായും അപ്രത്യക്ഷമായിട്ടില്ല. ചില ആളുകൾക്ക് ആ അനിവാര്യത ഉള്ളിടത്തോളം അവർ മതാത്മകരീതിയിൽ ചിന്തിക്കും. ആധുനികചിന്തയെ ഗ്രഹിക്കാൻ കഴിവില്ലാത്തവനാണ് മതാത്മകമനുഷ്യൻ എന്നു പറയുന്നത് അനുചിതമായിരിക്കും.

മതത്തോടുള്ള വിമർശനാത്മക മനോഭാവം ചരിത്രപഠനത്തിന് ഒഴിച്ചുകൂടാനാവാത്തതാണ്. ചില കാലഘട്ടങ്ങളിൽ മതം വളരെ പ്രധാനപ്പെട്ട ഒരു ഘടകമായിരുന്നു - മനുഷ്യവംശ ചരിത്രത്തിലെ അതിപ്രധാനഘടകം. ആയതിനാൽ, മതവികാസചരിത്രം പൊതുചരിത്രത്തിലെ ഏതു കാലഘട്ടത്തിന്റെയും ഒരു അനിവാര്യ ഭാഗമാണ്. രേഖപ്പെടുത്തപ്പെട്ട ചരിത്രമായി വന്നിട്ടുള്ളത് ഭൂതകാല യാഥാർത്ഥ്യങ്ങളുടെ വാസ്തവത്തിലുള്ള ചിത്രത്തെ അവതരിപ്പിക്കുന്നില്ല. വിദൂരഭൂതകാലത്തിന്റെ ചരിത്രം മിക്കവാറും ഐതിഹ്യങ്ങളുടെ അടിസ്ഥാനത്തിലാണ് എഴുതപ്പെട്ടിട്ടുള്ളത് എന്നതാണ് അതിനുകാരണം. ആയതിനാൽ, ഭൂതകാല ജീവിതാവസ്ഥകളുടെ യഥാർത്ഥ ചിത്രത്തെ പുനർനിർമ്മിക്കുന്നതിന് ചരിത്രരേഖകളെയും ഐതിഹ്യങ്ങളെയും ഭാഷാശാസ്ത്രത്തിന്റെയും നരവംശശാസ്ത്രത്തിന്റെയും മന:ശാസ്ത്രത്തിന്റെയും വെളിച്ചത്തിൽ വിമർശനവിധേയമാക്കണം. പൊതുചരിത്രത്തിന്റെ ഭാഗമായി മതവികാസചരിത്രത്തെ ഈ മട്ടിൽ വിമർശനവിധേയമാക്കണം. നേരേ മറിച്ച്, മതപരമായ വിശ്വാസങ്ങളുടെയും സ്ഥാപനങ്ങളുടെയും പാരമ്പര്യങ്ങളുടെയും വിമർശനാത്മകമായ പരിശോധന ബന്ധപ്പെട്ട രാജ്യത്തിന്റെ സാമൂഹികവും സാംസ്കാരികവുമായ ചരിത്രത്തിന്റെ ഇരുണ്ടമൂലകളിലേയ്ക്ക് വെളിച്ചം വീശും.

മതവികാസത്തിന്റെ വിമർശനാത്മക ചരിത്രം മനുഷ്യന്റെ അജ്ഞതയിലാണ് മതം ഉദ്ഭവിച്ചത് എന്ന വസ്തുതയെ വെളിപ്പെടുത്തുന്നു. പ്രകൃതിയുടെ പരിധിക്കപ്പുറത്തേയ്ക്കു പോകാതെ പ്രകൃതി പ്രതിഭാസങ്ങളെ പ്രകൃതിയുടെ അടിസ്ഥാനത്തിൽ വിശദീകരിക്കാനുള്ള ആദിമമനുഷ്യന്റെ കഴിവില്ലായ്മ വിവിധ പ്രകൃതി പ്രതിഭാസങ്ങളുടെ പ്രാഥമിക ചാലകരായി അതിമാനുഷസത്തകളെ സങ്കല്പിക്കാൻ അവനെ നിർബന്ധിച്ചു. സാങ്കല്പികമായ ആ പ്രകൃതിശക്തികൾ അവസാനം പ്രകൃതി മതത്തിന്റെ ദൈവങ്ങളായി മാറി. പ്രകൃതി മതത്തിന്റെ ബഹുദേവതാരാധന പിന്നീട്

ഏകദൈവമതങ്ങളാൽ പകരംവെയ്ക്കപ്പെട്ടു.

ഏകദൈവമതത്തിനുവേണ്ടി വൈദികബഹുദേവതാരാധനയെ ഒരിക്കലും നിഷേധിച്ചില്ല എന്നതാണ് ഹിന്ദുമതചരിത്രത്തിന്റെ ഒരു സവിശേഷത. ഒരു പരമദൈവമെന്ന നിലയിൽ പരമസത്തയുടെ ആശയം സങ്കല്പിക്കപ്പെട്ടു. എന്നാൽ, ആ സങ്കല്പത്തിന് ഐകരൂപ്യമില്ലായിരുന്നു. പ്രാചീന ഇന്ത്യയിലെ മതചിന്ത ബഹുദേവതാരാധനയിൽ നിന്ന് വിശ്വദേവതാരാധന(Pantheism)യിലേയ്ക്കാണ് വികസിച്ചത്. ഇസ്ലാമിലോ ക്രിസ്തുമതത്തിലോ യഹൂദമതത്തിലോ ഉള്ളതരത്തിലുള്ള ഒരു വ്യക്തിദൈവ സങ്കല്പം ഹിന്ദുമതത്തിലില്ല. അവതാരങ്ങൾ വ്യക്തിദൈവങ്ങളല്ല. അവ നിർവ്യക്തികമായ (Impersonal) ദൈവികശക്തിയുടെ അവതാരങ്ങളാണ്. പരമസത്തയെക്കുറിച്ചുള്ള ഹൈന്ദവസങ്കല്പം ഒരിയ്ക്കലും മൂർത്തമായിരുന്നില്ല. അത് പ്രപഞ്ചത്തെ ദൈവവുമായി താദാത്മ്യമപ്പെടുത്തുന്ന വിശ്വദേവതാവാദത്തിലേയ്ക്ക് താർക്കികമായി നയിച്ചു.

പരമസത്തയെക്കുറിച്ചുള്ള ഈ ഹൈന്ദവസങ്കല്പത്തിൽ ആധുനികചിന്തയുടെ വിത്തുകൾ കണ്ടെത്താൻ കഴിയും. അവസാന വിശകലനത്തിൽ വിശ്വദേവതാവാദം എന്നത് തലകീഴായ ഭൗതികവാദമാണ്. ദൈവവും പ്രപഞ്ചവും ഒന്നാണ്. അനുഭവലോകമാകട്ടെ ഒരു ഭൗതികസത്തയും. ഹിന്ദുമതത്തിലെ ആധുനികചിന്തയുടെ വിത്തുകൾ ശങ്കരന്റെ അദ്വൈതവാദത്തിൽത്തന്നെ മുളയ്ക്കാൻ തുടങ്ങിയിരുന്നു; എന്തെന്നാൽ, വാസ്തവത്തിൽ അദ്ദേഹത്തിന്റെ ഏകേശ്വരവാദം മതത്തെ നശിപ്പിക്കുകയാണുണ്ടായത്. തന്റെ ദർശനത്തിന്റെ വിനാശകരമായ അനന്തരഫലങ്ങളുനിന്ന് മതത്തെ രക്ഷിക്കുന്നതിനായി കേവല ദ്വൈതവാദത്തിൽ അഭയംതേടുകയാണ് ശങ്കരാചാര്യർ തന്നെ ചെയ്തത്. എന്നാൽ, ദ്വൈതവാദത്തിന് പ്രാഥമികതയുടെ പ്രശ്നത്തിൽനിന്ന് ഒഴിഞ്ഞുമാറാനാവില്ല. അനന്തമായ പ്രതിഗമനം എന്ന താർക്കികദോഷത്തെ അത് അഭിമുഖീകരിക്കുന്നു.

ആത്മീയമായ പരമകാരണത്തിന്റെ വിശുദ്ധി നിലനിർത്തുന്നതിന് ശങ്കരൻ ചെയ്തതുപോലെ ഭൗതികലോകത്തിന് ബാഹ്യമായ അസ്തിത്വം അംഗീകരിച്ചുകൊടുക്കണം. അപ്പോൾ സൃഷ്ടി എന്ന പ്രശ്നം അപ്രസക്തമാകുന്നു. സ്രഷ്ടാവിനെ ആരു സൃഷ്ടിച്ചു എന്ന മറുചോദ്യത്തിനുപുറമെ ആത്മീയായ അന്തിമകാരണം. ഒരിയ്ക്കലും സൃഷ്ടിക്കപ്പെട്ടിട്ടില്ല എങ്കിൽ ഭൗതികലോകത്തിനും സ്വയം നിലനിൽക്കാൻ കഴിയും എന്നും വാദിക്കാനാവും. ഹിന്ദുമതത്തിൽ അന്തർലീനമായ ഈ ചിന്താഗതിയെ പിന്തുടർന്നുകൊണ്ട് മനുഷ്യൻ ബുദ്ധിക്കും അനുഭവത്തിനും അഭിഗമ്യമായ

സത്യങ്ങളിൽ തൃപ്തനാകണം എന്ന നിഗമനത്തിൽ ഒരാൾ എത്തിച്ചേരും. അതീന്ദ്രിയമായത് അഭ്യൂഹവും ഭാവനയും വിശ്വാസവുമാണ്. മനുഷ്യന്റെ ഗ്രഹണശേഷിക്ക് പ്രാപ്യമായ സത്യങ്ങളായിരിക്കണം ഈ ഭൂമിയിലെ ജീവിതത്തിന്റെ വഴികാട്ടിയാവേണ്ടത്. ആധുനികചിന്തയുടെ അടിത്തറയാണത്.

അങ്ങനെ ചരിത്രപരമായി ഹിന്ദുമതത്തിന്റെ ദാർശനികവശവും ആധുനികചിന്തയും തമ്മിൽ യാതൊരു പൊരുത്തക്കേടും ഇല്ല എന്ന് പറയാനാവും. ആധുനികചിന്തയുടെ ബീജങ്ങൾ ഹൈന്ദവദർശനത്തിൽ ഭ്രൂണരൂപത്തിൽ ഉണ്ടായിരുന്നു. എന്നാൽ ഒരാൾക്ക് ആധുനിക ശാസ്ത്രീയചിന്തയുടെ സത്ത് വേദാന്തികവിശ്വദേവതാവാദത്തിൽ അടങ്ങിയിരുന്നു എന്ന നിഗമനത്തിലേയ്ക്ക് എടുത്തുചാടാൻ കഴിയില്ല. മറ്റ് ഏതൊരു രാജ്യത്തെയുംപോലെ തങ്ങളും മികച്ചതാണ് എന്ന് തെളിയിക്കുന്നതിനുവേണ്ടി ഒരു രാജ്യം അതിവിദൂരഭൂതകാലത്തുതന്നെ ആധുനികചിന്തയുടെ നിലവാരത്തിൽ എത്തേണ്ട ആവശ്യമൊന്നുമില്ല. മതപരമായ ചിന്താരീതി ആധിപത്യം പുലർത്തിയ ഒരു കാലഘട്ടത്തിലൂടെ ഓരോ രാജ്യവും കടന്നുപോയിട്ടുണ്ട്. ആയതിനാൽ, ശാസ്ത്രീയചിന്തയുടേതായ പരിണാമഘട്ടത്തിലേയ്ക്ക് പ്രവേശിക്കുന്നതിനു മുമ്പായി ഓരോ ജനതയുടെയും മനോഭാവം ആ പാരമ്പര്യത്തിൽനിന്ന് സ്വയം വിമോചിതമാകേണ്ടതുണ്ടായിരുന്നു. മനുഷ്യജ്ഞാനം വെളിപാടിനെയോ നിഗൂഢവും അതിഭൗതികവുമായ സങ്കല്പങ്ങളെയോ ആശ്രയിച്ചല്ല നിൽക്കുന്നത്; മറിച്ച്, മനുഷ്യന്റെ അനുഭവത്തിന്റെ ഫലമാണ് എന്ന മാർഗ്ഗദർശകതത്ത്വമാണ് ശാസ്ത്രീയചിന്തയുടെ അടിസ്ഥാനം.

ആധുനികചിന്ത എന്നത് വളരെ സാമാന്യവും സമഗ്രവുമായ ഒരു പദമാണ്. ശാസ്ത്രീയ സമീപനമാണ് ആധുനികചിന്തയുടെ അടിസ്ഥാന സ്വഭാവം; അതിനെ പലപ്പോഴും യുക്തിവാദം എന്നു വിളിക്കാറുണ്ട്. എന്നാൽ, യുക്തിവാദം എല്ലായ്പ്പോഴും അനിവാര്യമായും ശാസ്ത്രീയമല്ല. അതിന് അതിഭൗതികം ആകാനും കഴിയും. കൂടുതൽ കൃത്യമായ പദം ശാസ്ത്രീയ ചിന്താരീതി എന്നതാണ്. അന്വേഷണമനോഭാവത്താൽ പ്രചോദിതമായ അത് ഒന്നിനെയും തെളിവില്ലാതെ അംഗീകരിക്കുന്നില്ല. അത് വിശ്വാസത്തെ യുക്തികൊണ്ട് എതിരിടുന്നു. ഹിന്ദുമതം എന്നു വ്യവഹരിച്ചു വന്നിട്ടുള്ളതും നമ്മുടെ ദേശീയ പൈതൃകമായി പരിലാളിക്കപ്പെടുന്നതുമായ വിശുദ്ധ ഗ്രന്ഥങ്ങളും ഐതിഹ്യങ്ങളും കഥകളും പുരാവൃത്തങ്ങളുമെല്ലാം അടങ്ങുന്ന ഹിന്ദുമതത്തെയാകെ വിമർശനവിധേയമാക്കി അതിന്റെ ശാശ്വതമായ ഉള്ളടക്കം കണ്ടെത്താത്തപക്ഷം അതിനെ ശാസ്ത്രീയ ചിന്താരീതിയുമായി പൊരുത്തപ്പെടുത്താൻ കഴിയില്ല.

ഞാൻ മുമ്പ് പറഞ്ഞതുപോലെ, പൗരാണിക ഭാരതീയകൃതികളിൽ ഉന്നതമായ ജ്ഞാനം അടങ്ങിയിരിക്കുന്നതിനാൽ നമുക്ക് കൂടുതലായി ഒന്നും പഠിക്കാനില്ല എന്ന ധാരണ പുലർത്തിക്കൊണ്ട് പാരമ്പര്യത്തെയും യാഥാസ്ഥിതികതയെയും തിരഞ്ഞെടുക്കാനുള്ള പ്രവണത സൂചിപ്പിക്കുന്നത് തുടർന്നുള്ള പുരോഗതിയുടെ പാതയെ ഉപേക്ഷിക്കുക എന്നതാണ്; കഴിഞ്ഞ 4500 കൊല്ലമായി സഞ്ചയിച്ചിട്ടുള്ള മനുഷ്യജ്ഞാനത്തിന്റെ വിപുലശേഖരമില്ലാതെ തന്നെ ഇന്ത്യയ്ക്ക് എല്ലാം ചെയ്യാൻ കഴിയും എന്നാണ് അതു കരുതുന്നത്. പൗരാണിക ജ്ഞാനത്തെപ്പോലെത്തന്നെ ആധുനികജ്ഞാനവും മനുഷ്യരുടെ പൊതുപൈതൃമാണ്. സ്വന്തം പൈതൃകത്തെ നിരാകരിക്കുന്നത് തെറ്റായ ഒരു തിരഞ്ഞെടുപ്പാണ്; അതു ചെയ്യരുത്. നമ്മുടെ പാരമ്പര്യധാരണകളുടെയും വിശ്വാസങ്ങളുടെയും അന്ധവിശ്വാസങ്ങളുടെയും വലിയൊരു ഭാഗത്തെ തിരസ്കരിക്കാൻ ആധുനികചിന്ത നിർബന്ധിക്കുന്നുണ്ട്. ഇത് തിരിച്ചറിയാത്തപക്ഷം നാം തെറ്റായ തിരഞ്ഞെടുപ്പിന് നിർബന്ധിക്കപ്പെടും.

ആധുനികചിന്ത മറ്റെല്ലാ മതങ്ങൾക്കും എന്നപോലെ ഹിന്ദുമതത്തിനും ഒരു വെല്ലുവിളിയാണ്. ഹിന്ദുമതത്തിന്റെ അവിഭാജ്യഘടകങ്ങളായി കരുതപ്പെടുന്ന പാരമ്പര്യ വിശ്വാസങ്ങളെ തിരസ്കരിക്കാതെ ഈ വെല്ലുവിളി ഏറ്റെടുക്കാൻ ഹിന്ദുമതത്തിന് കഴിയും എന്ന് തെളിയിക്കാൻ കഴിഞ്ഞ ഒരു ചരിത്രകാരനെയും പണ്ഡിതനെയും എനിക്കറിയില്ല. ഉദാഹരണമായി, ഹിന്ദുമതത്തിലെ ഏറ്റവും പ്രചാരമുള്ള തത്ത്വങ്ങളായ ആത്മാവിന്റെ ദേഹാന്തരപ്രാപ്തിയിലും കർമ്മത്തിലുമുള്ള വിശ്വാസത്തെ എടുക്കുക. അതിന് മനുഷ്യ സ്വാതന്ത്ര്യം എന്ന ആധുനിക ആശയവുമായി പൊരുത്തമില്ല എന്നു വ്യക്തമാണ്. സ്വാതന്ത്ര്യം എന്നത് ഈ ലോകത്തുതന്നെ ആസ്വദിക്കേണ്ടതാണ്. അല്ലാതെ, പരമസത്തയുമായി അഥവാ ലോകാത്മാവുമായി സാങ്കല്പികമായി താദാത്മ്യം പ്രാപിച്ച് എത്തിച്ചേരേണ്ട ഒന്നല്ല. കർമ്മസിദ്ധാന്ത പ്രകാരം മനുഷ്യന് ഈ ജീവിതത്തിൽ തിരഞ്ഞെടുക്കാനുള്ള അവസരം ഇല്ല. മുൻജന്മത്തിലെ തന്റെ പ്രവർത്തികളുടെ ഫലം ആസ്വദിക്കാനോ അനുഭവിക്കാനോ ഒരാൾ വിധിക്കപ്പെട്ടിരിക്കുന്നു. ആ മുൻജന്മമാകട്ടെ, ഇതേപോലെ മുൻകൂട്ടി നിർണ്ണയിക്കപ്പെട്ടതാണ്. ഇതൊരു ദൂഷിതവലയമാണ്. അതെങ്ങനെ ആരംഭിച്ചു എന്ന് ആർക്കും അറിയില്ല. ഒരു മനുഷ്യജീവിതം മാത്രമല്ല, മനുഷ്യരാശിയുടെ മുഴുവൻ ചരിത്രവും മുൻകൂട്ടി നിർണ്ണയിക്കപ്പെട്ടിരിക്കുന്നു എന്നാണ് ആത്മാവിന്റെ ദേഹാന്തരപ്രാപ്തി സിദ്ധാന്തം പറയുന്നത്. ഇത്തരം വിശ്വാസങ്ങൾ വച്ചുപുലർത്തിക്കൊണ്ട് ഒരാൾക്ക് മനുഷ്യന്റെ സർഗ്ഗാത്മകതയെ, സ്വന്തം ഭാഗധേയത്തെ സ്വയം നിർണ്ണയിക്കുക

എന്ന ആധുനിക ആശയത്തെ ഉൾക്കൊള്ളാനാവില്ല. ദു:ഖത്തിന്റെ താഴ്‌വരയായ ഈ ലോകത്തിൽനിന്നുള്ള പലായനം എന്ന മതാത്മക അർത്ഥത്തിൽ നിങ്ങൾ സ്വാതന്ത്ര്യത്തെ മനസ്സിലാക്കുകയാണെങ്കിൽ ഇവിടെ യാതൊരു പൊരുത്തക്കേടും ഉണ്ടാവില്ല. ഈ ലോകത്ത് എന്താണ് സംഭവിക്കുന്നത് എന്നതിനെക്കുറിച്ച്, സാമൂഹികമോ രാഷ്ട്രീയമോ ആയ പ്രശ്നങ്ങളെക്കുറിച്ച് ഉറച്ച മതവിശ്വാസിയായ ഒരു മനുഷ്യൻ വേവലാതിപ്പെടില്ല. പരമ്പരാഗത യാഥാസ്ഥിതിക ഹിന്ദുമതത്തിന്റെ വിശ്വാസപ്രമാണങ്ങൾക്ക് ആധുനികചിന്തയുമായി പൊരുത്തമില്ല എന്നത് വ്യക്തമാണ്.

ഹിന്ദുമതം എന്നത് ശാശ്വതവും അപരിവർത്തനീയവുമായ സനാതനധർമ്മമാണ് എന്നു കരുതുകയാണെങ്കിൽ ഇന്ത്യ സ്വയം ഒരാധുനിക രാഷ്ട്രമായി മാറില്ല; മറിച്ച്, ഒരു മദ്ധ്യകാല സംന്യാസിമഠമായി മാറും. അതാഗ്രഹിക്കുന്ന ആളുകളുണ്ടെങ്കിൽ അവരെ ബോദ്ധ്യപ്പെടുത്താൻ എനിക്കു കഴിയില്ല. ലോകത്തിൽനിന്ന് ഓടിരക്ഷപ്പെടുക എന്ന ഈ മനോഭാവം, ജീവിതപ്രശ്നങ്ങളെ പരിഹരിക്കുന്നതിനുള്ള മനുഷ്യന്റെ കഴിവുകേടിൽ നിന്നുണ്ടായ സാമൂഹികത്തകർച്ചയുടെ അന്തരീക്ഷത്തിൽ രൂപംകൊണ്ടതാണ് എന്നു ചരിത്രം പഠിക്കുകയാണെങ്കിൽ നിങ്ങൾക്കു കാണാനാകും. അറിവിന്റെ ശക്തി ഇല്ലാതിരുന്നതിനാൽ പ്രാചീനകാലങ്ങളിൽ മനുഷ്യൻ ജീവിതപ്രശ്നങ്ങളാൽ കുഴങ്ങിയിരുന്നു. ആധുനികശാസ്ത്രം മനുഷ്യനെ തന്റെ അപരിമിതമായ ശക്തിയെക്കുറിച്ച് ബോധവാനാക്കിയിട്ടുണ്ട്. ഇപ്പോൾപ്പോലും അവന് ജീവിതപ്രശ്നങ്ങളെയെല്ലാം പരിഹരിക്കാൻ കഴിയില്ല. പലായനത്വരയും തലവരബോധവും പരാജയമനോഭാവവും ഇപ്പോൾ അത്ര ശക്തമല്ല. അങ്ങനെയിരിക്കേ, മനുഷ്യൻ ദൈവേച്ഛയുടെ നിസ്സഹായനായ ഒരു ഇരയാണ്; മനുഷ്യന്റെ ഉന്നതജീവിതത്തിൽ ഭൗതികലോകത്തിന് ഒരു പ്രാധാന്യവുമില്ല; മനുഷ്യജീവിതത്തിന്റെ ലക്ഷ്യം ഭൗതികലോകത്തിൽനിന്ന് സ്വയം വിമോചിതനായി തന്റെ ഭാവനയിലുള്ള മറ്റൊരു ലോകത്തിൽ പരമാനന്ദം തേടുകയാണ് എന്നൊക്കെയുള്ള വിശ്വാസത്തിൽ മുറുകെപിടിച്ച നിൽക്കാനുള്ള യാതൊരു അടിസ്ഥാനവും കാണുന്നില്ല.

ആധുനികചിന്ത ഹിന്ദുമതത്തിന് പൂർണ്ണമായും എതിരല്ല. ഒരു മതത്തിനും അത് അങ്ങനെയല്ല. ഹോമോസാപിയൻസിന്റെ ആവിർഭാവത്തോടെ ആരംഭിച്ച അവിരാമമായ ധൈഷണിക വികാസപ്രക്രിയയുടെ യുക്ത്യനുസൃതമായ അനന്തരഫലം മാത്രമാണ് ആധുനികചിന്ത. ചില പ്രത്യേക ചുറ്റുപാടുകളിൽ മനുഷ്യമനസ്സ് ചില സങ്കല്പങ്ങളും മുൻവിധികളും ആശയങ്ങളുംകൊണ്ട് ക്ലേശിച്ചിരുന്നു. വികാസത്തിന്റെ

ഒരുയർന്ന ഘട്ടത്തിൽ എത്തുന്നതോടെ ഇത്തരം മുൻവിധികളും ആശയങ്ങളും പിൻവലിയുന്നു. എന്നാൽ, ഒരുയർന്ന ഘട്ടത്തിൽ എത്തിയതിനുശേഷവും മനുഷ്യമനസ്സ് ഒരു ശീലമെന്ന നിലയിൽ ചില പഴയ ആശയങ്ങളെ നിലനിർത്തുന്നു. ആയതിനാൽ, പരമ്പരാഗത ഹൈന്ദവ വിശ്വാസങ്ങളും ആചാരങ്ങളും ആധുനികചിന്തയുടെ സ്വാധീനത്തെ ചെറുത്തുനിൽക്കുന്നു എന്ന വസ്തുത അവ ഇപ്പോഴും ആവശ്യമാണ് എന്നതിനേയോ അവ നമ്മുടെ സാമൂഹികവും ദേശീയവുമായ ജീവിതത്തിന് ഒഴിച്ചുകൂടാനാവാത്തവയാണ് എന്നതിനേയോ തെളിയിക്കുന്നില്ല. ഒരു ശീലമെന്ന നിലയിൽ നിലനിൽക്കുന്ന മരിച്ച ഭൂതകാലത്തിന്റെ അവശിഷ്ടങ്ങൾ മാത്രമാണവ. ശാസ്ത്രീയജ്ഞാനം - ആധുനികചിന്താരീതി - വേണ്ടത്ര ആഴ്ന്നിറങ്ങി അവരുടെ അജ്ഞതയുടെ അടിത്തറയെ തകർക്കാത്തതിനാലായണ് അവരങ്ങനെ ചെയ്യുന്നത്.

വേറൊരുതരത്തിൽ പറഞ്ഞാൽ, ഒരു മതമെന്ന നിലയിൽ ഹിന്ദുമതവും ആധുനികചിന്തയും തമ്മിലുള്ള വ്യത്യാസം വിശ്വാസവും യുക്തിയും തമ്മിലുള്ള വ്യത്യാസമാണ്. യുക്തിയുടെ പരിശോധനയ്ക്കുമുമ്പിൽ പിടിച്ചുനിൽക്കാൻ ഹിന്ദുമതത്തിന് കഴിയുമെന്ന് ചിലർ കരുതുന്നു. നല്ലത്, യുക്തി എന്നതുകൊണ്ട് നാം എന്താണ് അർത്ഥമാക്കുന്നത് എന്ന കാര്യത്തിൽ യോജിപ്പുണ്ടാകേണ്ടതാണ്. പക്ഷെ, തൽക്കാലം ഒരു കാര്യം ചൂണ്ടിക്കാണിച്ചാൽ മതിയാകും. ഹിന്ദുമതം ഒരു മതം ആയിരിക്കുന്നേടത്തോളം എല്ലാ മതങ്ങളുടേയും പൊതു ആരംഭ ബിന്ദുവിനെ - അതായത്, അതീന്ദ്രിയവും പ്രകൃത്യതീതവും അമാനുഷികവുമായ ഒന്നിലുള്ള വിശ്വാസത്തെ - നിരാകരിക്കുന്നില്ല; അത് യുക്തിപരമോ ശാസ്ത്രീയമോ അല്ല. യുക്തിവാദത്തിന്റെ ഒരു പ്രാകൃതരൂപമാണ് എന്ന അർത്ഥത്തിൽ ഹിന്ദുമതത്തെ അല്ലെങ്കിൽ ഏതൊരു മതത്തെയും യുക്തിയുമായി പൊരുത്തപ്പെടുത്താനാകും. കാരണമില്ലാതെ യാതൊന്നും സംഭവിക്കുന്നില്ല എന്നതാണ് മതത്തിന്റെ അടിസ്ഥാന പ്രമാണം. അതുതന്നെയാണ് ശാസ്ത്രത്തിന്റെയും അടിസ്ഥാനം. പ്രകൃതി പ്രതിഭാസങ്ങളുടെ കാരണങ്ങൾ കണ്ടെത്താനാകാതെ പ്രാകൃതമനുഷ്യൻ അവയെ പ്രകൃത്യതീത ശക്തികളിൽ ആരോപിച്ചു. പ്രാകൃത മനുഷ്യന്റെ മനുഷ്യരൂപത്തിലുള്ള (Anthropomorphic) ഭാവനാസൃഷ്ടികളാണ് ദൈവങ്ങൾ. പക്ഷെ, പ്രകൃതി പ്രതിഭാസങ്ങളുടെ കാരണാന്വേഷണം ദൈവങ്ങളിൽ എന്തിന് അവസാനിപ്പിക്കണം? ആരാണീ ദൈവങ്ങളെ സൃഷ്ടിച്ചത്? യുക്തിപരമായ ഈ ചോദ്യങ്ങളെ അഭിമുഖീകരിക്കുമ്പോൾ മതത്തിന്റെ യുക്തിവാദം തകരുകയും വിശ്വാസത്തിനിടം ലഭിക്കുകയും ചെയ്യുന്നു. ആയതിനാൽ, ഹിന്ദുമതത്തിനോ മറ്റേതെങ്കിലും

മതത്തിനോ യുക്തിയുടെ പരീക്ഷയെ അതിജീവിക്കാനാവില്ല. അന്തിമ കാരണത്തെക്കുറിച്ചുള്ള ഹൈന്ദവസങ്കല്പം സ്വയം വൈരുദ്ധ്യമുള്ള ഒന്നാണ്. അന്തിമകാരണത്തിലുള്ള വിശ്വാസം യുക്തിവാദത്തിന്റെ നിഷേധമാണ്. ഒന്നുമില്ലായ്മയിൽനിന്ന് ചിലതുണ്ടാകുന്നു എന്ന് അതു സൂചിപ്പിക്കുന്നു. കേവലമായ ഒന്നുമില്ലായ്മയായ ഹെഗേലിയൻ കേവലസത്തയ്ക്കു സദൃശമാണ് അന്തിമകാരണത്തെക്കുറിച്ച ഹൈന്ദവ ദാർശനിക സങ്കല്പം. ഒന്നിനും കാരണമാകാൻ അതിനു കഴിയില്ല. അങ്ങനെ മതത്തിന്റെ യുക്തിവാദം തികഞ്ഞ അസംബന്ധത്തിലേയ്ക്കു നീങ്ങുന്നു.

ഇന്ത്യയുടെ ആത്മീയചരിത്രത്തെ പുനഃസൃഷ്ടിക്കാൻ ആഗ്രഹിക്കുന്നവർ, ഹിന്ദുമതത്തിന്റെ ഏതൊക്കെ വശങ്ങൾ ആധുനികചിന്തയുമായി പൊരുത്തപ്പെടുന്നില്ല എന്നു കണ്ടെത്തേണ്ടതായിവരും. ഭൂതകാലത്ത് ആവശ്യമായിരുന്നവയും എന്നാൽ, ഇനി ഒട്ടും ആവശ്യമില്ലാത്തവയും വർത്തമാനകാലത്ത് സാമൂഹികമോ മാനസികമോ ആയ യാതൊരു മൂല്യവും ഇല്ലാത്തവയും ആയ അവയെ മൃതഭൂതകാലവുമായി ബന്ധപ്പെട്ടവ എന്ന നിലയിൽ ഉപേക്ഷിക്കേണ്ടതായും വരും. ഇന്ത്യാചരിത്രത്തിന്റെ പഠനത്തിന്, നമ്മുടെ ഭൂതകാലത്തെ മനസ്സിലാക്കുന്നതിന് ഇത്തരത്തിലുള്ള മതവിമർശനം ആവശ്യമാണ്. നമ്മുടെ വർത്തമാനകാല പ്രശ്നങ്ങളുടെ സൂചനകളെ മനസ്സിലാക്കാനും ഭാവിയെ അഭിമുഖീകരിക്കാനും അതു നമ്മെ സഹായിക്കും.

ആധുനികചിന്ത എന്ന് അറിയപ്പെടുന്നതിനോട് നിഷ്പക്ഷമായ ഒരു സമീപനം എടുക്കുന്നതിനുമുമ്പായി ഹൈന്ദവ മതമനസ്സ് ഒരു മുൻവിധിയെ ഉപേക്ഷിക്കേണ്ടതാണ്. പൗരസ്ത്യസംസ്കാരം ആത്മീയമാണ്; ആധുനികചിന്ത ഭൗതികവാദപരമാണ്; ആയതിനാൽ, കിഴക്കിന്റെ ആത്മീയപ്രതിഭയുമായി അതിനെ പൊരുത്തപ്പെടുത്താനാവില്ല - ഇതാണ് ആ മുൻവിധി. ചരിത്രപരമായ യാതൊരു അടിസ്ഥാനവും ഇല്ലാത്ത ഒരു ആശയമാണ് ഇത്. ഇതൊരു മുൻവിധി മാത്രമാണ്. ഈ മുൻവിധിയെ തള്ളിക്കളയാൻ ചരിത്രത്തെക്കുറിച്ച് ഒരു നേരിയ അറിവു മതിയാകും. മതപരമായ വിശ്വാസങ്ങളാണ് ഏറെക്കാലം ഇന്ത്യൻ ചിന്തയിൽ ആധിപത്യം പുലർത്തിയിരുന്നത് എന്നത് ശരിയാണ്. എന്നാൽ, അത് ഇന്ത്യാചരിത്രത്തിന്റെ മാത്രം പ്രത്യേകതയല്ല. മുന്നൂറു കൊല്ലം മുമ്പുവരെ ഭൗതികവാദ പാശ്ചാത്യദേശങ്ങളുടെ കാര്യത്തിലും ഇതുതന്നെയായിരുന്നു അവസ്ഥ. ശാസ്ത്രീയവീക്ഷണം വലിയൊരു അളവുവരെ സ്വാധീനിച്ചിട്ടുണ്ടെങ്കിലും മതപരമായ മുൻവിധികളിൽനിന്ന് യൂറോപ്യൻ മനസ്സ് ഇനിയും മുക്തമായിട്ടില്ല. ഭൂഗോളത്തിന്റെ ഒരു

പ്രത്യേക ഭാഗത്ത് താമസിക്കുന്ന ഒരു ജനത നൈസർഗികമായി അമാനുഷികവും പ്രകൃത്യതീതവുമായ മൂല്യങ്ങളുടെ അടിസ്ഥാനത്തിൽ ചിന്തിക്കുന്നവരാണെന്നും, അതേസമയം, മറ്റു ഭാഗങ്ങളിൽ താമസിക്കുന്നവർ സ്ഥൂലശരീരത്തിന്റെ തൃഷ്ണകളിൽ മാത്രം തൽപ്പരരാണെന്നുമുള്ള വിശ്വാസത്തിന് ചരിത്രപരമായ അടിസ്ഥാനമോ ആനുഭവികമായ ന്യായീകരണമോ ഇല്ല.

വാസ്തവത്തിൽ, ജീവിതത്തിന്റെ ഭൗതികവശങ്ങളോടുള്ള താൽപര്യം അടിസ്ഥാനപരമാണ്; എല്ലാ മനുഷ്യർക്കും പൊതുവായി ഉള്ളതാണ്. മതം അതിൽനിന്നാണ് ഉദ്ഭവിച്ചത്. വ്യത്യസ്ത പ്രകൃതി പ്രതിഭാസങ്ങളെ വിശദീകരിക്കാനുള്ള ത്വര മനുഷ്യനെ പ്രകൃത്യതീത ശക്തികളുടെ അസ്തിത്വത്തെ സങ്കല്പിക്കാൻ പ്രേരിപ്പിച്ചു. കാലക്രമേണ, ശാസ്ത്രവിജ്ഞാനം മതത്തിന്റെ അടിസ്ഥാനമായ ഇത്തരം താൽക്കാലിക സങ്കല്പങ്ങളെ ഒഴിവാക്കാൻ മനുഷ്യനെ സഹായിച്ചു. തൽഫലമായി, മതത്തിന്റെ മാനസികമായ ആവശ്യം ഇല്ലാതായി; മതപരമായ ചിന്താഗതിയുടെ അടിസ്ഥാനം തകർക്കപ്പെട്ടു. നിരവധി നൂറ്റാണ്ടുകൾക്കുമുമ്പ് യൂറോപ്പിൽ ഇതുസംഭവിച്ചു. യൂറോപ്യൻ മനുഷ്യരാശിയുടെ താൽപര്യം മനുഷ്യപ്രകൃതിയുടെ മൗലികഭാവത്തിലേയ്ക്കു തിരിഞ്ഞു - അതായത്, അവൻ ജീവിക്കുന്ന ലോകത്തോടുള്ള താൽപര്യം, ഒരു മനുഷ്യൻ എന്ന നിലയിൽ കൂടുതൽ കൂടുതൽ അറിവുനേടാനുള്ള തന്റെ കഴിവിലുള്ള താൽപര്യം, ഈ അറിവിൽനിന്ന് കൂടുതൽ കൂടുതൽ ശക്തി ആർജ്ജിക്കാനുള്ള താൽപര്യം, പ്രകൃതിയെ ഇനിയും കുറേക്കൂടി വരുതിയിലാക്കാനുള്ള ആ ശക്തിയിലുള്ള താൽപര്യം. അതാണ് ആധുനികചിന്തയുടെ വഴി. ഇത് ഏതെങ്കിലും ഒരു പ്രത്യേക ജനതയുടേയോ വംശത്തിന്റേയോ മാത്രം സവിശേഷതയല്ല എന്നു കാണാനാകും. പ്രകൃത്യതീതശക്തികളെ സങ്കല്പിക്കാതെ, പ്രകൃതിയെക്കുറിച്ചുള്ള അനുക്ഷണം വികസ്വരമാകുന്ന അറിവിന്റെ വെളിച്ചത്തിൽ പ്രകൃതിപ്രതിഭാസങ്ങളെ വിശദീകരിക്കാനുള്ള മനുഷ്യന്റെ കഴിവിൽനിന്നുണ്ടാകുന്നതാണത്.

ഒരു കാരണത്താൽ അല്ലെങ്കിൽ മറ്റൊരു കാരണത്താൽ ഇന്ത്യയ്ക്ക് ധൈഷണിക വികാസത്തിന്റെ ആ ഘട്ടത്തിൽ പാശ്ചാത്യജനത എത്തിയ സമയത്തുതന്നെ എത്താൻ കഴിഞ്ഞില്ല എന്നതിനെ ഇന്ത്യൻ ജനതയുടെ സവിശേഷ പ്രതിഭയുടെ അടയാളമായി മഹത്വവൽക്കരിക്കാൻ പാടില്ല. ഒരു സവിശേഷ പ്രതിഭയെക്കുറിച്ചുള്ള ഈ മുൻവിധി ആധുനികചിന്തയുടെ വിമോചനാത്മക പ്രാധാന്യത്തെ മനസ്സിലാക്കുന്നതിൽനിന്നും നമ്മെ അകറ്റിനിർത്തുന്നു; മാത്രമല്ല, ആധുനികചിന്ത എന്നത് ജീവിതത്തിന്റെ സ്ഥൂലകാര്യങ്ങളിൽ മാത്രം

താൽപര്യമുള്ള ഭൗതികവാദമാണ് എന്ന അസംബന്ധ നിലപാടിലേയ്ക്ക് നയിക്കുകയും ചെയ്യുന്നു. അത്തരത്തിലുള്ളതൊന്നുമല്ല അത്. നമ്മുടെ മുമ്പിലുള്ള ഏക യാഥാർത്ഥ്യം ഈ ഭൗതികലോകമാണ് എന്നതാണ് ആധുനിക തത്ത്വചിന്തയുടെ അടിസ്ഥാന പ്രമാണം. ഈ യാഥാർത്ഥ്യത്തിന്റെ ഒരു ഭാഗമാണ് മനുഷ്യവംശം. ഈ യാഥാർത്ഥ്യത്തെ മനസ്സിലാക്കാനും അറിയാനും മനുഷ്യനേ കഴിയൂ. അനന്തമായി വർദ്ധിപ്പിക്കാൻ കഴിയുന്ന മനുഷ്യജ്ഞാനത്തിന്റെ ഉള്ളടക്കങ്ങളാണ് അവന് അഭിഗമ്യമായ ഏകസത്യം. ആനുഭവികലോകത്തിന് അപ്പുറത്തുള്ള എന്തിനെക്കുറിച്ചെങ്കിലും അഭ്യൂഹം നടത്തുന്നത് തികച്ചും വ്യർത്ഥമാണ്.

മനുഷ്യജീവിതത്തിന്റെ ഉൽകൃഷ്ട ഭാവങ്ങൾ എന്നു വിളിക്കപ്പെട്ടുന്നവയെ ഭൗതികവാദം തള്ളിക്കളയുന്നില്ല. ആത്മീയവശങ്ങൾ എന്നു വിളിക്കപ്പെടുന്നവയെല്ലാം ഈ ലോകത്തെ കവിഞ്ഞുപോകുന്നില്ല; മറിച്ച്, മനുഷ്യന്റെ ജൈവസത്തയിൽ തന്നെ അവ അന്തർലീനമാണ്. മനുഷ്യൻ ധൈഷണികമായി വികസിക്കുന്നതിന് ആനുപാതികമായി അവന്റെ അറിവ് വിശാലമാകുന്നു; മനുഷ്യനിൽ അന്തർലീനമായ ഉൽകൃഷ്ടമൂല്യങ്ങൾ - ഭൗതികമായ നിലനിൽപ്പിനുവേണ്ടിയുള്ളതല്ലാത്ത കാര്യങ്ങളിൽ താൽപര്യമെടുക്കാനുള്ള ശേഷി, ശ്രേഷ്ഠഭാവങ്ങളുടെയും കലകൾ, ശാസ്ത്രം മുതലായവയുടെയും പരിപോഷണം - കൂടുതൽ കൂടുതൽ സാദ്ധ്യമായിത്തീരുന്നു. എന്നാൽ, താഴ്ന്നതരം ജന്തുക്കളിൽ നിന്ന് ഏറെയൊന്നും വ്യത്യസ്തനല്ല എന്ന് സ്വയം വിശ്വസിച്ചുകൊണ്ട് തിന്നലിലും കുടിക്കലിലും മാത്രമാണ് മനുഷ്യനു താൽപര്യം എന്ന ചിന്ത അവനെ ആത്മീയമായും ധാർമ്മികമായും അധഃപതിപ്പിക്കുന്നു എന്നാണ് ഭൗതികവാദത്തെക്കുറിച്ചുള്ള വിവരമില്ലാത്ത വിമർശനം. അടിസ്ഥാനരഹിതവും അന്യായവുമായ ഈ വിമർശനത്തിന്റെ ഫലവിശേഷമാണ് ആധുനികചിന്ത ഭൗതികവാദപരമാണ് എന്ന കാഴ്ചപ്പാട്. ഇന്ത്യ അതിന്റെ ആത്മീയ ആർജ്ജവത്തെ പരിരക്ഷിക്കാൻ ആഗ്രഹിക്കുന്നുവെങ്കിൽ ഈ കാഴ്ചപ്പാടിനെ ഉപേക്ഷിക്കണം.

എന്നാൽ, മനുഷ്യചേതനയുടെ വികാസത്തിന്റെ താർക്കികഫലമാണ് ആധുനികചിന്ത എന്നത് നമുക്കറിയാം. ആയതിനാൽ, ഇന്ത്യയിൽ വികസിച്ചുവന്ന ആശയങ്ങളിലും - ഹൈന്ദവചിന്തയുടെ ചട്ടക്കൂടിനകത്തുതന്നെ - അതിന്റെ വേരുകൾ കണ്ടെത്താം. ആ നിലയ്ക്ക് ഇന്ത്യയുടെ ആത്മീയപ്രതിഭയുമായി ആധുനികചിന്തയെ പൊരുത്തപ്പെടുത്താനാവില്ല എന്ന നിലപാടിന് നിലനിൽപ്പില്ല. ഇന്ത്യയ്ക്കു കൂടുതൽ പുരോഗതി ഉണ്ടാകണമെങ്കിൽ, സ്വാതന്ത്ര്യം വെറും മായ ആകാതിരിക്കണമെങ്കിൽ

ഇന്ത്യ ഇതംഗീകരിക്കണമെന്നാണ് ആധുനികചിന്തയുമായുള്ള ഈ ജനിതകബന്ധം തെളിയിക്കുന്നത്. ആധുനികചിന്ത എന്നത് ഒരു മനുഷ്യപൈതൃകാണ്; അതിന്റെ ബീജങ്ങൾ ഹൈന്ദവചിന്തയിൽ കണ്ടെത്താനുമാകും. ഹിന്ദുമതത്തെക്കുറിച്ചുള്ള മികച്ച വിലയിരുത്തലാണ് അത്. മൃതഭൂതകാലത്തിന്റെ ജീവനുള്ള പൈതൃകം എന്ന നിലയിൽ അതു സംരക്ഷിക്കപ്പെടേണ്ടതാണ്. ആധുനികജ്ഞാനത്തിന് എതിരല്ലാത്ത ശക്തമായ പ്രവാഹങ്ങൾ പ്രാചീന ഇന്ത്യൻ ചിന്തയിൽ ഉണ്ടായിരുന്നു; തീർച്ചയായും അവ ആധുനികജ്ഞാനത്തെ മുൻകൂട്ടി കണ്ടിരുന്നു. ഹിന്ദുമതം ഇന്ത്യയുടെതന്നെ ധൈഷണിക പൈതൃകത്തെ തള്ളിപ്പറയുന്നിടത്തോളം അതിന് ആധുനികചിന്തയുമായി പൊരുത്തപ്പെടാനാവില്ല.

ആധുനികജ്ഞാനത്തിന്റെ സഹായത്തോടെ മാത്രമേ നമ്മുടെ മതചരിത്രത്തിൽ അസത്യത്തിൽനിന്ന് സത്യത്തെ വേർതിരിച്ചറിയാൻ നമുക്കു കഴിയുകയുള്ളൂ; നമ്മുടെ ഭൂതകാലത്തിലെ സ്ഥായിയായവയെ കണ്ടെത്താനാവുകയുള്ളൂ. അപ്പോൾ, ഹിന്ദുമതത്തിന്റെ ചരിത്രപരമായ മൂല്യത്തെ വിലയിരുത്താൻ നമുക്കു കഴിയും. ഇന്നത്തെ ഏതൊരു മതവും ഭൂതകാലവുമായി ബന്ധപ്പെട്ടിരിക്കുന്നു. മനുഷ്യമനസ്സ് പരിണാമത്തിന്റെ ഒരു നിശ്ചിതഘട്ടത്തിൽ എത്തിച്ചേർന്നിരുന്ന ഒരു കാലഘട്ടവുമായി മതം ബന്ധപ്പെട്ടിരിക്കുന്നു. മതം സനാതനമാണ് എന്നു പറയുന്നത് മനുഷ്യമനസ്സ് ആ നിശ്ചിതഘട്ടത്തിൽനിന്ന് ഉയരരുത് എന്നതിനെ നിർദ്ദേശിക്കുന്നു. മനുഷ്യമനസ്സ് ആ ഘട്ടത്തിനു മുകളിലേയ്ക്ക് ഉയരുമ്പോൾ മതവിശ്വാസം ഒരു അനിവാര്യത അല്ലാതായിത്തീരുന്നു. ഇന്ന്, ഒരാൾക്ക് വേദങ്ങളെയും മറ്റെല്ലാ മതസാഹിത്യങ്ങളെയും ചരിത്രരേഖകൾ എന്ന നിലയിൽ പഠിക്കാനാകും; ഉപനിഷത്തുകളെയും മറ്റു ഹൈനന്ദവ ചിന്താപദ്ധതികളെയും പഠിച്ച് അവയിൽ പിൽക്കാല ചിന്തയുടെ ബീജങ്ങളെ കണ്ടെത്തുക. എന്നാൽ, ഇന്നത്തെ ജീവിതത്തെ നയിക്കേണ്ടത് മനുവിന്റെ ശാസനങ്ങളാണ് എന്നു പറയുന്നത് ശരിയായിരിക്കില്ല; അല്ലെങ്കിൽ, ഇന്ന് ഒരു നല്ല മനുഷ്യൻ ആയിരിക്കുന്നതിന് സംഹിതകളിൽ നിർദ്ദേശിച്ചിട്ടുള്ള ആചാരാനുഷ്ഠാനങ്ങൾ നടത്തണം എന്നത് ശരിയാവില്ല. ആ ആചാരാനുഷ്ഠാനങ്ങൾ അക്കാലങ്ങളിൽ എങ്ങനെ അനിവാര്യവും നല്ലതും ആയിരുന്നു എന്ന് നമുക്ക് വിലയിരുത്താനാകും. ഇത്തരം ആചാരാനുഷ്ഠാനങ്ങൾ നടത്തുമ്പോൾ അക്കാലത്ത് ജനങ്ങൾക്കു വളരെ ഉൽക്കർഷം അനുഭവപ്പെട്ടിരിക്കാം; എന്നാൽ, ഇന്നത്തെ ചുറ്റുപാടുകളിൽ അത് ഇപ്പോഴും അങ്ങിനെത്തന്നെയാണ് എന്നു കാണാൻ വിഷമമാണ്. അവ മിക്കപ്പോഴും മനുഷ്യനെ

അധ:പതിപ്പിക്കുന്നതും ധർമ്മഭ്രംശപ്രേരകവും ആണെന്നു കാണിക്കാനാവും.

ആയതിനാൽ, ഒരുവശത്ത് ഹിന്ദുമതചരിത്രത്തിന്റെ ശരിയായ വിലയിരുത്തലും വിമർശനാത്മകമായ മനസ്സിലാക്കലും ആധുനികചിന്ത ഇന്ത്യൻ സംസ്കാരത്തിന് എതിരോ ദോഷകരമോ അല്ല എന്ന് കാണാൻ നമ്മെ സഹായിക്കും; മറുവശത്ത്, ആധുനികചിന്തയുടെ വെളിച്ചത്തിൽ ഹിന്ദുമതത്തിന്റെ ചരിത്രവും പ്രാധാന്യവും കൂടുതൽ വ്യക്തതയോടെ മനസ്സിലാക്കാനും ചരിത്രത്തിൽ മതത്തിനുള്ള ശരിയായ സ്ഥാനം നൽകാനും നമ്മൾ പ്രാപ്തരാകും. ബൗദ്ധികവികാസത്തിന്റെ ഒരു നിശ്ചിതഘട്ടത്തിൽ മതപരമായ ചിന്താരീതി അനിവാര്യമായിരുന്നു എന്ന കാര്യം നമുക്ക് അംഗീകരിക്കാം; എന്നാൽ, മനുഷ്യന്റെ മനസ്സും ധൈഷണികകോപ്പുകളും ഉയർന്ന ഒരു നിലയിൽ എത്തുമ്പോൾ അത് അനിവാര്യമല്ലാതായിത്തീരുന്നു.

മതത്തോടുള്ള ഈ വിമർശനാത്മക മനോഭാവവും മനുഷ്യന്റെ പൊതുപൈതൃകം എന്ന നിലയിൽ ആധുനികചിന്തയെ വിലയിരുത്തലും ഇന്ത്യാചരിത്രപഠനത്തിനുള്ള രണ്ടു മുന്നുപാധികളാണ്. ഒരു മതമെന്ന നിലയിൽ ഹിന്ദുമതത്തെ സമഗ്രമായി പരിശോധിക്കാനോ ആധുനികചിന്തയുടെ രൂപരേഖ നൽകാനോ ഞാൻ ഇവിടെ ശ്രമിച്ചിട്ടില്ല. ഇന്ത്യാചരിത്ര പഠനത്തിനുള്ള ഒരു മുന്നുപാധി എന്ന നിലയിൽ ഹിന്ദുമതവും ആധുനികചിന്തയും തമ്മിലുള്ള പരസ്പരബന്ധത്തെ കണ്ടെത്താനാണ് ഞാൻ ശ്രമിച്ചിട്ടുള്ളത്.

മതാത്മകചിന്തകചിന്തകളും പലതരം വിശ്വാസങ്ങളും ഇപ്പോഴും നിലനിൽക്കുന്നുണ്ടെങ്കിലും ആധുനികചിന്ത നമ്മുടെ രാജ്യത്ത് ആഴ്ന്നിറങ്ങിയിട്ടുണ്ട്. പക്ഷെ, ശാസ്ത്രത്തിന്റെ പ്രായോഗികതലത്തിലെ ഉപയോഗപ്പെടുത്തൽ എന്ന രീതിയിലാണ് അതു സംഭവിച്ചിട്ടുള്ളത്. ശാസ്ത്രീയമനോഭാവം ഇനിയും ഉണ്ടാക്കിയെടുക്കേണ്ടതായിട്ടാണിരിക്കുന്നത്. ഒരാൾക്ക് ഒരു എഞ്ചിനിയറോ സാങ്കേതികവിദഗ്ദനോ ആയിരിക്കുമ്പോൾത്തന്നെ കടുത്ത മതവിശ്വാസി ആയിരിക്കാനും കഴിയും. പക്ഷെ, ഒരാൾ ശാസ്ത്രീയ മനോഭാവം അഥവാ അന്വേഷണമനോഭാവം വളർത്തിയെടുക്കുകയാണെങ്കിൽ, ശാസ്ത്രത്തിന്റെ വിമോചനാത്മകമായ വമ്പിച്ച പ്രാധാന്യം മനസ്സിലാക്കുകയാണെങ്കിൽ തന്റെ അറിവിനെയും തനിക്ക് പൂർവ്വപിതാക്കളിൽനിന്ന് ലഭിച്ച ചില വിശ്വാസങ്ങളെ അഥവാ മുൻവിധികളെയും തമ്മിൽ പൊരുത്തപ്പെടുത്താൻ അയാൾ വല്ലാതെ വിഷമിക്കും. വൈദ്യുതിയെയും അതു ചെയ്യുന്ന ഗുണങ്ങളെയുംകുറിച്ച് നമുക്കെല്ലാം അറിയാം. അതു ഭൗതികപരമാണ് എന്നതിന്റെ പേരിൽ

നമ്മൾ അതിനെ ഉപേക്ഷിക്കുന്നില്ല. എന്നാൽ, വൈദ്യുതിയുടെ കണ്ടുപിടുത്തത്തോടെ അകറ്റപ്പെട്ട മുൻവിധികൾ വലിയൊരളവിൽ ഇപ്പോഴും നിലനിൽക്കുന്നു. ഭൗതികശാസ്ത്രങ്ങളുടെ വികാസത്തിന്റെ ദാർശനികസൂചനകൾ അറിയപ്പെടുന്നില്ല. ആധുനികചിന്തയുടെ വൃത്തികെട്ട ഭൗതികവശം മാത്രമാണ് വിദ്യാസമ്പന്നരായ ഇന്ത്യക്കാർ പരിചയിച്ചിട്ടുള്ളത്. എന്നാൽ, ശാസ്ത്രീയചിന്തയുടെ ആത്മീയമായ വിമോചനാത്മക സ്വാധീനം ഇനിയും അവരെ ഒട്ടും സ്പർശിച്ചിട്ടില്ല. കാലഹരണപ്പെട്ട അന്ധവിശ്വാസങ്ങളെയും മുൻവിധികളെയുംകാൾ ആധുനിക ശാസ്ത്രീയചിന്തയുടെ സഹായത്തോടെ മനുഷ്യചേതനയുടെ വിമോചനം എന്ന യുഗങ്ങളോളം പഴക്കമുള്ള ആദർശത്തെ പിന്തുടരാനാകും.

മനുഷ്യമനസ്സിന് മനുഷ്യന്റെ നിരവധി പരിമിതികളെ മറികടക്കാൻ കഴിയുമെന്ന് ശാസ്ത്രജ്ഞാനം കാണിച്ചുതരുന്നുണ്ട്; ശാസ്ത്രജ്ഞാനത്തിന്റെ വെളിച്ചത്തിൽ മാത്രമേ ആത്മീയവിമോചനം എന്ന സങ്കല്പം ഭാവനയല്ലാതാവുകയും യഥാർത്ഥ അനുഭവമായിത്തീരുകയും ചെയ്യുകയുള്ളൂ. ദൈവാനുഗ്രഹത്തിലൂടെയോ ചില മിസ്റ്റിക്ക് അനുഭവങ്ങളിലൂടെയോ ആത്മീയവിമോചനത്തിനായി അനന്തമായി കാത്തിരിക്കേണ്ട ആവശ്യമൊന്നുമില്ല. അതിപുരാതന കാലംമുതൽ മനുഷ്യചേതനയെ അമർത്തിവെച്ച മുൻവിധികളെയും പലതരം ആശയങ്ങളെയും ഉപേക്ഷിച്ചുകൊണ്ട് ആത്മീയവിമോചനത്തിൽ എത്തിച്ചേരാനാകും. അത് മനുഷ്യന്റെ പരിധിക്കകത്താണ്; സ്വപരിശ്രമത്താൽ അവന് അതിലെത്തിച്ചേരാനാകും. ആധുനികചിന്തയുടെ കാതൽ അതാണ്. അതിന് അനുവദിക്കുന്നില്ലെങ്കിൽ മനുഷ്യജീവിതത്തെ ഉയർത്തുന്ന പ്രയോജനമുള്ള ഒന്നല്ലാതായി ഹിന്ദുമതം മാറിയിരിക്കുന്നു. അതൊരു ബന്ധനം ആയിത്തീർന്നിരിക്കുന്നു; എത്രയും വേഗം അതിനെ ഉപേക്ഷിക്കുന്നുവോ അത്രയും നല്ലത്.

പക്ഷെ, ഇത് മതത്തോടു പൊതുവെയും ഹിന്ദുമതത്തോടു പ്രത്യേകിച്ചും ഉള്ള നിഷേധാത്മക സമീപനമല്ല. മതത്തിന്റെ മഹത്തായ ചരിത്രപരമായ പ്രാധാന്യത്തെ ഇത് നിഷേധിക്കുന്നില്ല; ഇന്നുപോലും ഒരളവോളം ആവശ്യമാണ് എന്ന കാര്യത്തെയും നിഷേധിക്കുന്നില്ല. മനുഷ്യവികാസത്തിന്റെ ചില ഘട്ടങ്ങളിൽ മനുഷ്യന് ഈ വിശ്വാസം ഉണ്ടായിരിക്കും. എന്നാൽ, സാഹചര്യങ്ങളുടെ പരിമിതികളെ ശാസ്ത്രജ്ഞാനം ഇല്ലാതാക്കുമ്പോൾ വിശ്വാസത്തിന്റെ അടിസ്ഥാനമായ ഇത്തരം സങ്കല്പങ്ങൾ മനുഷ്യന് ആവശ്യമില്ലാതായിത്തീരുന്നു; അപ്പോൾ, മതം ഒരു അനിവാര്യത അല്ലാതായിത്തീരുന്നു.

കുറേക്കാലം എടുക്കുന്ന ഒരു പ്രക്രിയയാണ് അത്. മാത്രമല്ല, വികാസം അസമമായിട്ടാണ് നടക്കുന്നത്. മനുഷ്യവംശത്തിലെ ചില വിഭാഗങ്ങൾ നേരത്തെതന്നെ മുന്നോട്ടുപോകുന്നു. മറ്റുള്ളവർ അവരെ പിന്തുടരുന്നു. ഭൂതകാലം നമ്മുടെ ഭാവിയുടെ സ്രഷ്ടാവാണ്. ആ അർത്ഥത്തിൽ ഇന്ത്യക്കാരുടെ നേതാക്കൾ മതപരമായ പഴഞ്ചൻ ചിന്താരീതിയുടെ ഇത്തരം മുൻവിധികളിൽ നിന്ന് ആത്മീയമായി സ്വയം വിമോചിതരാകണം. അപ്പോൾ, അവർ ബാക്കിയുള്ളവർക്ക് വഴികാണിച്ചുകൊടുക്കാൻ കഴിവുള്ളവരാകുകയും കാലക്രമേണ ഇന്ത്യക്കാർ ധൈഷണിക വികാസത്തിന്റെ കൂടുതൽ കൂടുതൽ ഉയർന്ന തലങ്ങളിലേയ്ക്ക് ഉയരുകയും ചെയ്യും. ആധുനികചിന്ത നമുക്ക് അതിനുള്ള പ്രചോദനം നൽകുന്നു. അതിൽനിന്നു പ്രചോദനം സ്വീകരിക്കാത്തപക്ഷം സാമൂഹികവും സംസ്ക്കാരികവുമായ നിശ്ചലാവസ്ഥയിൽനിന്നു നമ്മുടെ രാജ്യത്തെ പുറത്തുകൊണ്ടുവരാൻ നമുക്കാവില്ല.

ഞാൻ നടത്തിയ ഈ രണ്ടു പ്രഭാഷണങ്ങളും ഇന്ത്യാചരിത്രപഠനവുമായി ബന്ധപ്പെട്ടതായിരുന്നു. വിദ്യാസമ്പന്നരായ നമ്മുടെ ആളുകൾക്ക് ഏറെ താൽപര്യമുള്ള ഒന്നാണ് ഇന്ത്യാചരിത്രപഠനം. എന്നാൽ, ആ പഠനം നടത്തുന്നതിന് ശരിയായ രീതി ഇല്ലാത്തപക്ഷം ഭൂതകാലത്തിൽ നിന്നു വിലപ്പെട്ട പാഠങ്ങൾ മനസ്സിലാക്കുന്നതിനുപകരം വിചിത്രഭാവനകളുടെ പിന്നാലെ ഓടുകയായിരിക്കും നമ്മൾ. മറ്റു വാക്കുകളിൽ പറഞ്ഞാൽ, യൂറോപ്യൻ മനുഷ്യവംശത്തിന്റെ അനുഭവത്തിലൂടെ നമുക്കു കടന്നുപോകേണ്ടതുണ്ട്. മതവിമർശനത്തിന്റേതായ അനുഭവമാണത്. നമ്മുടെ ഭൂതകാലത്തിൽ കാലാതിവർത്തിയായതും നമ്മുടെ തലമുറയെ ആത്മീയവും ധൈഷണികവുമായി കുറേക്കൂടി മുന്നോട്ടു നയിക്കുന്നതുമായ എന്തെങ്കിലും ഉണ്ടോ എന്ന് കണ്ടെത്തുന്നതിനായി ആധുനിക വിജ്ഞാനത്തിന്റെ വെളിച്ചംകൊണ്ട് അതിനെ പരിശോധിക്കുന്ന അനുഭവമാണത്. ഭൂതകാലത്തിനു മഹത്തായ ചരിത്രമൂല്യം ഉണ്ട്. പക്ഷെ, ഭൂതകാലം മരിച്ചുകഴിഞ്ഞു; അതിനെ പുനരുജ്ജീവിപ്പിക്കാൻ കഴിയില്ല. സത്യാന്വേഷികൾക്കു ചില സൂചനകൾ നൽകാൻ ഭൂതകാലത്തിനു കഴിയും. അതിന്റെ വെളിച്ചത്തിൽ ഭാവിയിലേയ്ക്കുള്ള ഒരു പുതിയ പാത വെട്ടിത്തുറക്കാൻ അവർക്കു കഴിയും. ചരിത്രപഠനത്തിന്റെ ഉദ്ദേശ്യം അതാണ്. ആ ഉദ്ദേശ്യത്തോടെ ഹിന്ദുമതത്തെയും അന്വേഷണാത്മകമായ വിമർശനത്തിന് വിധേയമാക്കണം. എന്നാൽ മാത്രമേ, മെച്ചപ്പെട്ടതും പ്രകാശപൂർണ്ണവുമായ ഭാവിയിലേയ്ക്കു മുന്നേറാനുള്ള പ്രചോദനം നമ്മുടെ ഭൂതകാലചരിത്രത്തിൽ നമുക്കു കണ്ടെത്താനാകൂ.

ഇന്ത്യൻ പൈതൃകവും നവോത്ഥാനത്തിന്റെ കർത്തവ്യവും

നാം ഒത്തുകൂടിയിരിക്കുന്ന ഈ സ്ഥലം ഞാൻ സംസാരിക്കാൻ പോകുന്ന വിഷയത്തെ നിർദ്ദേശിക്കുന്നു. ഇന്ത്യൻ നവോത്ഥാനത്തിന്റെ പിതാവിനുള്ള ഒരു സ്മാരകമാണ് ഈ ഗ്രന്ഥശാല. റാം മോഹൻ റോയിക്ക് പ്രണാമം അർപ്പിക്കുന്നതിനായാണ് ഞാൻ ഈ ക്ഷണം സ്വീകരിച്ചിട്ടുള്ളത്.

റാം മോഹൻ റോയിയുടെയും അദ്ദേഹത്തിന്റെ സഹപ്രവർത്തകരുടെയും സുഹൃത്തുക്കളുടെയും കാലത്തത്തിനുശേഷം ഈ രാജ്യത്ത് പല കാര്യങ്ങളും സംഭവിച്ചിട്ടുണ്ട്. പത്തൊമ്പതാം നൂറ്റാണ്ടിലെ മഹാൻമാരായ പരിഷ്കർത്താക്കൾ ആരംഭിച്ച സാംസ്കാരിക പ്രസ്ഥാനത്തെ പൂർണ്ണമായും മറന്ന തരത്തിൽ കഴിഞ്ഞ അമ്പതുവർഷമായി ഇന്ത്യൻ പൊതുജീവിതം രാഷ്ട്രീയ പ്രശ്നങ്ങളിൽ വ്യാപൃതമായിരുന്നു.

ഇപ്പോൾ, ദേശീയസ്വാതന്ത്ര്യത്തിനു വേണ്ടിയുള്ള പ്രസ്ഥാനം വിജയത്തിൽ കലാശിച്ചിരിക്കുന്നു. നമ്മുടെ രാജ്യത്തിനുവേണ്ടിയുള്ള ജ്ഞാനദീപ്തമായ ഒരു ഭാവിയുടെ ഈ അഗ്രഗാമികൾ പൂർത്തിയാക്കാതെ അവശേഷിപ്പിച്ചിട്ടുള്ള പ്രവർത്തനത്തിന്റെ ഇഴകൾ നാം ഏറ്റെടുക്കേണ്ട സമയം എത്തിയിരിക്കുന്നു. ഈയിടെയായി റാംമോഹൻ റോയിയുടെ പേര് വീണ്ടും കേൾക്കുന്നുണ്ട്. നമ്മുടെ രാജ്യത്തിന്റെ സാംസ്കാരികവും ബൗദ്ധികവുമായ ജീവിതത്തെ പുനരുദ്ധരിക്കുവാനും പുതുജീവൻ നൽകാനുമുള്ള ശ്രമങ്ങൾ നടന്നുകൊണ്ടിരിക്കുന്നു. ഇവ വളരെ പ്രോത്സാഹജനകമായ സൂചനകളാണ്. ഈ പരിശ്രമങ്ങൾ ഫലം നൽകും - അത്

റാംമോഹൻ റോയിയുടെ രീതിയിലാണെങ്കിൽ.

അതേസമയം, നമ്മുടെ രാജ്യത്ത് യഥാർത്ഥ അർത്ഥത്തിലുള്ള ഒരു നവോത്ഥാനം ഉണ്ടാകണമെന്ന് ആഗ്രഹിക്കുന്ന ഒരു വിമർശനാത്മക നിരീക്ഷകന് ഈ പ്രസ്ഥാനത്തിൽ പുനരുജ്ജീവനത്തിന്റെ ഒരു ഘടകം ഉണ്ട് എന്ന് കാണാതിരിക്കാനാവില്ല. നവോത്ഥാനം (Renaissance) എന്ന പദത്തിന് വഴിതെറ്റിക്കാനാവും. പുനർജന്മം എന്നാണ് അത് അർത്ഥമാക്കുന്നത്. ഒരു രാഷ്ട്രത്തിന്റെ പുനർജന്മം എന്നത് അതിന്റെ ഭൂതകാലത്തിന്റെ പുനരുജ്ജീവനമാണ് എന്നത് ഈ പദത്തിന്റെ വഴി തെറ്റിക്കുന്ന വ്യംഗ്യാർത്ഥമാണ്. അത് തീർത്തും അസാദ്ധ്യമായ ഒരു കാര്യമാണ്. ഭൂതകാലം വളരെ മഹത്തരമായിരിക്കാം. ഭൂതകാലത്ത് മഹത്തായ സാംസ്കാരിക നേട്ടങ്ങളെല്ലാം ഉണ്ടായിട്ടുണ്ട്. പക്ഷെ, ഭൂത കാലത്തു ചെയ്ത ഒരു കാര്യം മറ്റൊരു കാലത്ത് വീണ്ടും ചെയ്യാനാവില്ല എന്നും, ഭൂതകാലം എത്ര മഹത്തരമായിരുന്നാലും ഒരു രാജ്യത്തിന്റെ ഭാവിയെ അതിന്റെ ഭൂതകാലത്തിന്റെ മൂശയിൽ വാർത്തെടുക്കാനാവില്ല എന്നും തിരിച്ചറിയണം.

ഒരു രാജ്യത്തിന്റെ ഭൂതകാലത്തെക്കുറിച്ചുള്ള ശരിയായ വിലയിരു ത്തൽ, ആ രാജ്യത്തിന്റെ നേട്ടങ്ങൾക്ക് ഇനിയും കുറേക്കൂടി മഹത്തര മായ നേട്ടങ്ങൾ ഉണ്ടാകുന്ന ഒരു ഭാവിയെ സൃഷ്ടിക്കാൻ നമ്മെ പ്രചോദി പ്പിക്കാൻ കഴിയുമോ എന്ന് കണ്ടെത്തുന്നതായിരിക്കും. മറ്റു വാക്കുകളിൽ പറഞ്ഞാൽ, നവോത്ഥാനം എന്ന പദത്തിന്റെ യഥാർത്ഥമായ ചരിത്ര പ്രാധാന്യം, ഒരു രാജ്യത്തിന്റെ ഭൂതകാലത്തെ പുനർമൂല്യനിർണ്ണയം ചെയ്യുകയും അതിന്റെ മൂല്യങ്ങളെ ഭാവിയിൽ ഇതിനേക്കാൾ മഹത്തരമാ യതും ഉൽകൃഷ്ടമായതുമായ മൂല്യങ്ങളെ സൃഷ്ടിക്കുന്നതിനു - അവയുടെ ഉപയുക്തതയുടെ വീക്ഷണബിന്ദുവിൽ നിന്ന് വീണ്ടും വിലയിരുത്തുകയും ചെയ്യുക എന്നതാണ്.

ഇന്ത്യയുടെ ഒരു സുവർണ്ണകാലത്തെകുറിച്ച് അവർ സംസാരിക്കുന്നു. ഓരോ രാജ്യവും തങ്ങൾക്ക് വിദൂര ഭൂതകാലത്ത് ഒരു സുവർണ്ണയുഗം ഉണ്ടായിരുന്നു എന്ന് അവകാശപ്പെടുന്നു. വസ്തുനിഷ്ഠതയും വിമർശനാ ത്മകതയും ഉള്ള ഒരു ചരിത്രകാരനും കൃത്യമായി ആ സുവർണ്ണയുഗം എന്തായിരുന്നു എന്ന് പറയാൻ ധൈര്യപ്പെടില്ല. വലിയൊരളവോളം അത് ഐതിഹ്യവും ഭാവനയുമാണ്. പക്ഷെ, ഇന്ത്യയുടെ ചരിത്രത്തിൽ ഒരു സുവർണ്ണയുഗം എപ്പോഴെങ്കിലും ഉണ്ടായിരുന്നുവെങ്കിൽ, അത് പത്തൊമ്പതാം നൂറ്റാണ്ടിന്റെ ഉത്തരാർദ്ധമായിരുന്നു എന്നാണ് ഞാൻ വിശ്വസിക്കുന്നത് - നമുക്ക് ഒരു തെറ്റും ചെയ്യാനാകാത്ത ചരിത്രപരമായ

ഒരു ഭൂതകാലം. ഒരുപാട് ഐതിഹ്യങ്ങളിൽ മൂടിക്കിടക്കുന്ന വിദൂരഭൂത കാലത്തിലേയ്ക്ക് അന്വേഷണം നടത്തുന്നതിനേക്കാൾ, ചരിത്രപരമായ ഒരു യാഥാർത്ഥ്യവും നമ്മിൽ ചിലർക്ക് ജീവനുള്ള ഓർമ്മയുമായ ആ സുവർണ്ണയുഗത്തിൽ നിന്നു പ്രചോദനം തേടുന്നതായിരിക്കും നല്ലത്.

നമ്മുടെ രാജ്യത്തെ രാഷ്ട്രീയ പ്രസ്ഥാനം നിരവധി വിശിഷ്ട മനുഷ്യരെ സൃഷ്ടിച്ചിട്ടുണ്ട്. അവരിൽ ചിലർ ചരിത്രത്തിൽ മഹാൻമാരായി രേഖപ്പെടുത്തപ്പെട്ടു. ഇരുപതാം നൂറ്റാണ്ടിന് അതിന്റെ പ്രധാനപ്പെട്ട ശാസ്ത്രജ്ഞൻമാരും സാഹിത്യകാരൻമാരും ഉണ്ടായിട്ടുണ്ട്. പക്ഷെ, നമ്മുടെ രാജ്യത്തിന്റെ യഥാർത്ഥത്തിലുള്ള ഉജ്ജ്വലവും മഹത്തരവുമായ ഭാവിക്ക് അടിത്തറയിട്ടത് പത്തൊമ്പതാം നൂറ്റാണ്ടിന്റെ അന്ത്യത്തിലെ മഹാൻമാരായ പരിഷ്കർത്താക്കളുടെയും ചിന്തകരുടെയും പ്രവർത്തനങ്ങളാണ്. അവരിൽ പലരും തന്റെ പുത്രൻമാരായിരുന്നു എന്നതിൽ അഭിമാനിക്കാൻ ബംഗാളിന് അവകാശമുണ്ട്.

നമ്മുടെ രാജ്യത്തെ മാനസിക ജീവിതത്തിന്റെ പ്രത്യേക പാരമ്പര്യം കാരണം, കുറേക്കാലമായി, കാര്യങ്ങളുടെ കിടപ്പിൽ യുക്തിക്ക് വേണ്ടത്ര പ്രാധാന്യമൊന്നും നൽകിയിട്ടില്ല. ചരിത്രത്തിന്റെ ചില ഘട്ടങ്ങളിൽ ലോകത്തിന്റെ മറ്റു ഭാഗങ്ങളിലും ഇതുതന്നെയായിരുന്നു അവസ്ഥ. ഒരു സഹസ്രാബ്ദത്തിലേറെക്കാലം ക്രൈസ്തവസഭ യൂറോപ്പിൽ യുക്തിചിന്തയെ ഫലത്തിൽ നശിപ്പിച്ചിരുന്നു. അതുപോലെ, നമ്മുടെ രാജ്യത്തും, ബുദ്ധമതത്തിന്റെ പതനത്തിനു ശേഷം യുക്തിക്ക് മതിപ്പില്ലായിരുന്നു. യുക്തിക്ക് മതിപ്പില്ലാതായപ്പോൾ, സ്വതന്ത്രമായ ബൗദ്ധികവികാസത്തിന് ആവശ്യമായ ബൗദ്ധിക പുരോഗതിയും സാംസ്കാരികനേട്ടങ്ങളും സ്വാഭാവികമായും നിശ്ചലമായി. നമ്മുടെ സാംസ്കാരിക പൈതൃകത്തിലേയ്ക്കു പ്രവേശിച്ച് അതിനെ ശരിയായി ഉപയോഗിക്കുന്നതിന് ആദ്യം ചെയ്യേണ്ടത് നമ്മുടെ പഴയ ചരിത്രത്തെ പഠിക്കുന്നതിന് യുക്തിയെയും വിമർശന മനോഭാവത്തെയും പ്രയോഗിക്കുക എന്നതാണ്.

നാമറിയുന്ന ഭൂതകാല ചരിത്രം വലിയൊരളവോളം ആശ്രയിക്കാൻ പറ്റാത്തതാണ് എന്ന് ചരിത്രകാരൻ പറയും. സംഭവങ്ങളെ രേഖപ്പെടുത്തിവയ്ക്കുക എന്ന സമ്പ്രദായത്തിന് ഏറെ പഴക്കമൊന്നുമില്ല. ആ സമ്പ്രദായം ആദ്യമായി ഇന്ത്യയിൽ എപ്പോൾ ആരംഭിച്ചു എന്ന കാര്യം ഇനിയും അന്വേഷിച്ചു കണ്ടെത്തേണ്ടതുണ്ട്. ചരിത്രത്തിന്റെ ആ പ്രശ്നത്തെക്കുറിച്ച് അന്വേഷണം നടത്തുകയാണെങ്കിൽ മഹത്തായ ഇതിഹാസങ്ങളുടെയും മറ്റു പല മഹത്തായ സാഹിത്യനേട്ടങ്ങളുടെയും ചരിത്രപരമായ മൂല്യത്തെ സംശയിക്കാനുള്ള കാരണം നമുക്കുണ്ടാകും.

അവ മഹത്തായ സാഹിത്യസൃഷ്ടികൾ എന്ന നിലയിൽ തുടരുമെങ്കിലും, കാലക്രമേണ ഇന്ത്യൻ ചരിത്രത്തെ സംബന്ധിച്ച കൃതികളുടെ അലമാരയിൽ അവയ്ക്ക് സ്ഥാനം നിഷേധിക്കപ്പെട്ടു.

ചരിത്രരചനാ സമ്പ്രദായം തുടങ്ങിയപ്പോൾപോലും സംഭവങ്ങൾ നടന്ന അതേ സമയത്തു തന്നെ രേഖപ്പെടുത്തിയിരുന്നില്ല. സാധാരണഗതിയിൽ, സംഭവങ്ങൾ കഴിഞ്ഞശേഷമാണ് അതു ചെയ്തിരുന്നത്. കൃത്യതയില്ലായ്മ ഒഴിവാക്കാൻ കഴിയുന്നതായിരുന്നില്ല. വസ്തുതകളെക്കുറിച്ചുള്ള നേരിട്ടുള്ള അറിവിന്റെ അഭാവം മിക്കപ്പോഴും നികത്തപ്പെട്ടത് ഭാവനയെ കയറൂരി വിട്ടുകൊണ്ടായിരുന്നു. പ്രാചീനകാലങ്ങളിൽ ജ്ഞാനം ചെറിയൊരു വൃത്തത്തിനകത്ത് ഒതുങ്ങിനിന്നിരുന്നു. അറിവാളികളാകട്ടെ കൊട്ടാരങ്ങളിലായിരുന്നു ഒന്നിച്ചുകൂടിയിരുന്നത്. ആയതിനാൽ, സാധാരണയായി രാജാക്കൻമാരെയും രാജ്യങ്ങളെയും സ്തുതിക്കുന്നതിനുവേണ്ടിയാണ് ചരിത്രം രചിക്കപ്പെട്ടിരുന്നത്. ഇവ മനുഷ്യന്റെ പോരായ്മകളാണ്. മനുഷ്യർക്ക് പൊതുവായുള്ള ദൗർബല്യത്തിൽ നിന്നു മുക്തരാണെന്ന് ഇന്ത്യക്കാർ അവകാശപ്പെടുന്നത് നിർലജ്ജതയായിരിക്കും.

ഉദാഹരണമായി, മഹാഭാരതത്തെ എടുക്കുക. മറ്റെല്ലാ മഹത്തായ ഇതിഹാസങ്ങളെയും പോലെ, ഇന്ത്യൻ ഇതിഹാസങ്ങളിൽ ചരിത്രസത്യത്തിന്റെ വലിയൊരു ഘടകം അടങ്ങിയിരിക്കുന്നു എന്ന് നിങ്ങൾക്കു പറയാം. പക്ഷെ, അവയുടെ പ്രാധാന്യം വലിയൊരു അളവിൽ കാവ്യപരവും സാഹിത്യപരവുമാണ്. മഹാഭാരതത്തെ വിമർശനാത്മകമായി പഠിക്കുകയാണെങ്കിൽ ഒരു ചരിത്രവിദ്യാർത്ഥിയുടെ ശ്രദ്ധയിൽ ആദ്യം പെടുന്ന കാര്യം ഇതാണ്: ഈ ഗ്രന്ഥം ഒരേ കാലയളവിൽ ഒരാൾക്ക് എഴുതാൻ സാദ്ധ്യമല്ല എന്ന കാര്യം. എന്നിട്ടും, മഹാഭാരതത്തിന്റെ കർത്താവായി വ്യാസൻ ചരിത്രത്തിൽ രേഖപ്പെടുത്തപ്പെടുന്നു.

നരവംശശാസ്ത്രത്തെയും സാമൂഹികചരിത്രത്തെയും കുറിച്ചുള്ള നമ്മുടെ അറിവുപ്രകാരം, വ്യത്യസ്ത ചരിത്ര കാലഘട്ടങ്ങളിൽ നിലനിന്നിരുന്നു എന്ന് തെളിയിക്കപ്പെട്ടിട്ടുള്ള സാമൂഹിക സാഹചര്യങ്ങൾ ഒരേ കാലത്തുതന്നെ ഒന്നിച്ച് നിലനിൽക്കുന്നു എന്ന് വിവരിക്കപ്പെടുന്നത് നാം തുടർന്ന് കാണുന്നു. ഇവയും സമാനമായ നിരീക്ഷണങ്ങളും ഒരു നിഗമനത്തിലേക്ക് നമ്മെ നയിക്കുന്നു: ഈ ഇതിഹാസങ്ങളുടെ കാതലായ അംശം, മുഖ്യമായ ഒരു ഭാഗം ഒരു പ്രത്യേക കാലഘട്ടത്തിൽ എഴുതപ്പെട്ടിരിക്കാം. എന്നാൽ, കാലക്രമേണ, മറ്റു ഭാഗങ്ങൾ അതിനോടു കൂട്ടിച്ചേർക്കപ്പെടുകയും, ആത്യന്തികമായി, അതിലുള്ള ചരിത്രത്തിന്റെ ബീജങ്ങൾ, ഒരു ചരിത്രരേഖ എന്ന നിലയിൽ പ്രത്യക്ഷ

മൂല്യങ്ങളൊന്നുമില്ലാത്ത വളരെ ഗംഭീരമായ ഒരു സാഹിത്യ സ്മാരകത്തി നടിയിൽ കുഴിച്ചുമൂടപ്പെട്ടുകയും ചെയ്തു.

ഒരു നിശ്ചിത സംസ്കാരത്തിന്റെ സാരാംശങ്ങൾ നമുക്ക് മഹാ ഭാരതത്തിൽ കാണാനാകും. പക്ഷെ, ഒരു സംസ്കാരം വായുവിൽ തൂങ്ങിക്കിടക്കുന്നില്ല. അത് ജീവിതത്തിന്റെ മറ്റു വശങ്ങളുമായി ബന്ധ പ്പെട്ടിരിക്കുന്നു. ഒരു നിശ്ചിത തരത്തിലുള്ള സംസ്കാരം ഒരു നിശ്ചിത സാമൂഹിക ചുറ്റുപാടുകളുമായി ബന്ധപ്പെട്ടാണ് ഇരിക്കുന്നത് എന്ന് നാം അറിയുമ്പോൾ മഹാഭാരതത്തിൽ വ്യത്യസ്ത കൂട്ടിച്ചേർക്കലുകൾ ഉണ്ട് എന്ന നിഗമനത്തിൽ നാമെത്തും. മഹാഭാരതത്തിന്റെ വിമർശ നാത്മക പഠനത്തിൽ നിന്നുള്ള ക്രിയാത്മക ഫലം അതാണ്. നമ്മുടെ സാമൂഹികാദർശത്തെയും മൂല്യബോധത്തെയും ആകർഷിക്കാവുന്ന അമൂർത്തമായ ചില സാംസ്കാരിക മാതൃകകൾ അതിലുണ്ട്. പക്ഷെ, അപ്പോൾ, നമ്മുടെ രാജ്യത്തെ ഇന്നത്തെ ചുറ്റുപാടുകളിൽ ഇത്തരം സാംസ്കാരിക മാതൃകകളെ പുനരവതരിപ്പിക്കാൻ കഴിയുമോ എന്ന് നാം പരിശോധിക്കണം. ഓരോ സാമൂഹിക സാഹചര്യങ്ങളും അവയു ടേതായ സാംസ്കാരിക മാതൃകകളെ സൃഷ്ടിക്കാൻ നിർബന്ധിതമാണ്. ആ നിലയ്ക്ക്, മറ്റൊരു സാംസ്കാരിക മാതൃകയെ അതിനുമുകളിൽ അടി ച്ചേൽപ്പിക്കാൻ നാം ശ്രമിക്കുകയാണെങ്കിൽ ഫലം തൃപ്തികരമാവില്ല.

നേരേമറിച്ച്, രാമായണപഠനം വ്യത്യസ്തമായ ഒരു ധാരണയെയാണ് സൃഷ്ടിക്കുന്നത്. അത് കൂടുതലും ഏകസ്വഭാവമുള്ള ഒരു കൃതിയാണ്. ചെറിയൊരു കാലയളവിനകത്താണ് അത് എഴുതപ്പെട്ടിട്ടുള്ളത്. അതിന്റെ രചനാകാലം തീർച്ചയായും മഹാഭാരതത്തിനു മുമ്പാണ്. യൂറോപ്പിലെ നവോത്ഥാനത്തിനു സമാനമായ ചരിത്രപരമായ പ്രാധാന്യം നവോത്ഥാനത്തിന് ഉണ്ടാകണമെങ്കിൽ ഭൂതകാലത്തി ന്റെ മഹത്വവൽക്കരണത്തോടെയല്ല ആരംഭിക്കേണ്ടത്; ഇന്ത്യയ്ക്ക് മഹത്തായ ഒരു ഭൂതകാലം ഉണ്ടായിരുന്നു എന്നും നമ്മൾ ആകെ ചെയ്യേണ്ടത് ആ മഹത്തായ ഭൂതകാലത്തെ ഓർമ്മിപ്പിച്ച്, അതിൽനി ന്ന് പ്രചോദനം നേടണം എന്നും പ്രഖ്യാപിച്ചുകൊണ്ടു മാത്രമല്ല. അതു പോരാ. ഇതുവരെ ആർജ്ജിച്ചിട്ടുള്ള അറിവിന്റെ വെളിച്ചത്തിൽ നമ്മുടെ വിമർശന മനോഭാവത്തെ ആ ഭൂതകാലത്തിൽ പ്രയോഗിക്കേണ്ടതു ണ്ട്. പരമ്പരാഗത ഇന്ത്യൻ ചിന്തയുടെ ശൃംഖലയിൽ വാസ്തവത്തിൽ ശാശ്വതമായതും താർക്കികപ്പൊരുത്തമുള്ളതുമായത് എന്താണെന്നു കണ്ടെത്തുക എന്ന കാഴ്ചപ്പാടോടെ ഭൂതകാലത്തെ പഠിക്കുകയും വേണം. അവസാനമായി, പ്രാചീന ഇന്ത്യയിലെ ബൗദ്ധികവും സാം സ്കാരികവുമായ ആ നേട്ടങ്ങൾ ആധുനിക ജീവിതത്തിൽ ഇപ്പോഴും

സാധുവാണോ എന്നും സംസ്കാരത്തിന്റെ നവീനവും മഹത്തരവുമായ രൂപങ്ങൾ സൃഷ്ടിക്കുന്നതിനു നമ്മെ പ്രചോദിപ്പിക്കാൻ അവയ്ക്കാകുമോ എന്നും കണ്ടെത്തുന്നതിനായി നാം അവയെ പഠിക്കണം.

ഞാൻ തുടക്കത്തിൽ പറഞ്ഞതുപോലെ, പ്രാചീന സംസ്കാരത്തിന്റെ മൂല്യങ്ങളെ വിലയിരുത്തേണ്ടത് അവയ്ക്ക് മഹത്തരമായ സാംസ്കാരിക നേട്ടങ്ങൾക്കായി നമ്മെ പ്രചോദിപ്പിക്കാനുള്ള കഴിവിന്റെ അടിസ്ഥാനത്തിലാണ്. ആ ദിനങ്ങളിലേയ്ക്ക് തിരിച്ചു പോകാൻ നമുക്കാവില്ല. എന്തെന്നാൽ, സംസ്കാരത്തിന്റെ ആ മാതൃകകളെ സൃഷ്ടിച്ച സാമൂഹിക സാഹചര്യങ്ങളെ പുനഃസൃഷ്ടിക്കാൻ നമുക്കു കഴിയില്ല. യൂറോപ്യൻ നവോത്ഥാന കാലഘട്ടത്തിൽ ആ പ്രസ്ഥാനത്തിന്റെ അഗ്രഗാമികൾ അവരുടെ പ്രശ്നങ്ങളെ വ്യത്യസ്ത വീക്ഷണബിന്ദുക്കളിൽ നിന്നാണ് സമീപിച്ചിരുന്നത്. അതുപോലെ ഇന്ത്യയിലും സംഭവിക്കും. പക്ഷെ, പത്തൊമ്പതാം നൂറ്റാണ്ടിലെ എല്ലാ ചിന്തകൻമാർക്കും പരിഷ്കർത്താക്കൾക്കും പൊതുവായി ഒരു കാര്യം ഉണ്ടായിരുന്നു എന്നതാണ് വളരെ പ്രാധാന്യമുള്ള ഒരു വസ്തുത: നമ്മുടെ രാജ്യത്തെ വ്യവസ്ഥാപിതമായ സാമൂഹിക സാഹചര്യങ്ങളും നിലവിലുണ്ടായിരുന്ന ബൗദ്ധികജീവിതവും മുൻവിധികൾ, അന്ധവിശ്വാസങ്ങൾ, സ്വതന്ത്രചിന്തയെ തടസ്സപ്പെടുത്തുന്ന മറ്റു ഘടകങ്ങൾ എന്നിവയാൽ വ്യാപൃതമായിരുന്നുവെന്നും ആ തിന്മകളെ നശിപ്പിക്കാത്തപക്ഷം ഇന്ത്യയ്ക്ക് ശോഭനമായ ഒരു ഭാവി സാദ്ധ്യമാവില്ല എന്നും മനസ്സിലാക്കാനുള്ള ധീരത അവർക്കുണ്ടായിരുന്നു.

മഹത്തായ ഫലങ്ങൾ നൽകിയിട്ടുള്ള ഒരു പ്രസ്ഥാനത്തെ മറ്റൊരു പ്രസ്ഥാനം - അതിനെ ഒരു ചരിത്രവിദ്യാർത്ഥി, പ്രത്യേകിച്ചും സംസ്കാരചരിത്ര വിദ്യാർത്ഥി ഒരു ഉപരിപ്ലവ പ്രസ്ഥാനമായി, അതായത് കേവലം ഒരു രാഷ്ട്രീയ പ്രസ്ഥാനമായി വിവരിക്കും - ഗ്രസിച്ചു. ഈ പ്രസ്ഥാനം സ്വതന്ത്രചിന്തയുടെയും സാംസ്കാരിക പുനരുത്ഥാനത്തിന്റെയും ആദ്യകാല ബൗദ്ധിക പ്രസ്ഥാനത്തെ തടസ്സപ്പെടുത്തുക മാത്രമല്ല, ജനങ്ങളുടെ അജ്ഞതയെയും അന്ധവിശ്വാസങ്ങളെയും ഇന്ത്യൻ നവോത്ഥാന നായകരുടെ ആക്രമണലക്ഷ്യങ്ങളായിരുന്ന നമ്മുടെ പൊതുജീവിതത്തിലെ എല്ലാ തിന്മകളെയും പുനഃപ്രതിഷ്ഠിക്കാനും ബലപ്പെടുത്താനും ശ്രമിച്ചു. ഈ ഉപരിപ്ലവ രാഷ്ട്രീയ പ്രസ്ഥാനം അങ്ങനെ നമ്മുടെ ദേശീയജീവിതത്തിൽ പൂജ്യഭാവത്തെ സൃഷ്ടിച്ചു. നമ്മുടെ പ്രായോഗിക രാഷ്ട്രീയ-സാമ്പത്തിക പ്രശ്നങ്ങളെപോലും പരിഹരിക്കണമെങ്കിൽ ആ പൂജ്യഭാവത്തെ വിച്ഛേദിക്കണം.

നമ്മുടെ രാജ്യത്തെ മോശമായ കാര്യങ്ങളെല്ലാം വിദേശഭരണത്തിന്റെ ഫലമാണ് എന്ന സങ്കൽപ്പത്തിൽ നിന്നാണ് രാഷ്ട്രീയ സ്വാതന്ത്ര്യത്തിനു വേണ്ടിയുള്ള പ്രസ്ഥാനം ആരംഭിച്ചത്. വിദേശ ഭരണം ഒരു തിന്മയായിരുന്നു എന്ന കാര്യത്തിൽ സംശയമില്ല. ഇന്ത്യൻ ജനതയുടെ സൃഷ്ടിപരമായ ശക്തികളെ സ്വതന്ത്രമാക്കുന്നതിനുമുമ്പ് വിദേശഭരണത്തെ ഇല്ലാതാക്കേണ്ടതായിരുന്നു എന്നതിൽ സംശയമില്ല. പക്ഷെ, എന്തുകൊണ്ട് വിദേശഭരണം ഉണ്ടായി എന്ന് വിശദീകരിക്കുക എന്ന പ്രശ്നത്തിൽ നിന്ന് ഒരു ചരിത്രവിദ്യാർത്ഥിക്ക് ഓടിയൊളിക്കാൻ കഴിയില്ല. ചരിത്രം എന്നത് സംഭവങ്ങളുടെ വെറും കാലാനുസൃതവിവരണമല്ല. അതൊരു ശാസ്ത്രമായി തീർന്നിട്ടുണ്ട്. ശ്രദ്ധേയമായ ഏതെങ്കിലും ഒരു ചരിത്ര വസ്തുത നമ്മുടെ മുമ്പിൽ വരുമ്പോൾ അതിനെ വിശദീകരിക്കുക എന്നതാണ് ചരിത്രശാസ്ത്രത്തിന്റെ കർത്തവ്യം.

വിദേശഭരണം ഇപ്പോൾ ഇല്ലാതായി. പക്ഷെ, വിദേശഭരണത്തിന്റെ ഫലമാണെന്നു വിശ്വസിക്കപ്പെട്ടിരുന്ന ആ തിന്മകളെല്ലാം ഇല്ലാതായോ? അവ ഇല്ലാതായിട്ടില്ല. അതിനർത്ഥം, വിദേശഭരണം എന്നത് ഒരു സഹായക കാരണമായിരിക്കാം, അല്ലാതെ നമ്മുടെ ദേശീയ ജീവിതത്തിലെ തിന്മകളുടെ മൂലകാരണം ആയിരിക്കാൻ കഴിയില്ല എന്നാണ്. ഇന്ത്യൻ നവോത്ഥാനത്തിന്റെ അഗ്രഗാമികൾ ഇക്കാര്യം തിരിച്ചറിയുകയും തിന്മകളുടെ വേരുകളെ ആക്രമിക്കാൻ ശ്രമിക്കുകയും ചെയ്തു.

പിന്നീട്, നല്ലതിനോ ചീത്തയ്ക്കോ, പൊതുജനമനസ്സ്, നമ്മുടെ രാജ്യത്തെ അതിശക്തമായ ധിഷണകൾ പോലും, മഹത്തായ പ്രശ്നങ്ങളെ പരിഹരിക്കാനുള്ള നമ്മുടെ കഴിവുകേടിൽ നിന്ന് രൂപംകൊണ്ട അനുബന്ധ വിഷയങ്ങളിൽ പൂർണ്ണമായും ശ്രദ്ധ കേന്ദ്രീകരിക്കുകയായിരുന്നു. അനുബന്ധ രാഷ്ട്രീയ പ്രശ്നം പരിഹരിക്കപ്പെട്ടതിനാൽ നമ്മളിപ്പോൾ അടിസ്ഥാന പ്രശ്നത്തെ അഭിമുഖീകരിക്കുന്നു.

ഇന്ത്യയെ ആദ്യമായി കീഴടക്കിയത് ബ്രിട്ടീഷുകാർ ആയിരുന്നില്ല. അതിനുമുമ്പ് മറ്റു പലരും വന്ന് ഇന്ത്യയെ കീഴടക്കിയിരുന്നു. ഇന്ത്യൻ ചരിത്രത്തിലെ ശ്രദ്ധേയമായ ഈ വസ്തുത ഇതുവരെയും വിശദീകരിക്കപ്പെട്ടിട്ടില്ല. കീഴടക്കാൻ തീരുമാനിച്ചുറച്ച ഒരു പിടി കവർച്ചക്കാർക്ക് എന്തുകൊണ്ടാണ് ഒരു വലിയ രാജ്യത്തെ, ഒരു പരിഷ്കൃത രാജ്യത്തെ വീണ്ടും വീണ്ടും കീഴടക്കാൻ കഴിയുന്നത്? ഇന്ത്യൻ കർഷകൻ എല്ലാ കൊടുങ്കാറ്റുകളെയും നിർഭാഗ്യങ്ങളെയും നേരിട്ടിട്ടുണ്ടെന്ന് കവിതയിൽ പറയുന്നു. പക്ഷെ, നാം ഇനിയും ക്ഷമയോടെ കഷ്ടപ്പെടുകയും

വരാനിരിക്കുന്ന എല്ലാ പുതിയ ദൗർഭാഗ്യങ്ങൾക്കും മുമ്പിൽ തലകുനിക്കുകയും വേണമോ?

ഇന്ത്യക്കാരിൽ ഭൂരിപക്ഷത്തിനും കൃത്യമായി ആ ജീവിതവീക്ഷണമാണ് ഉണ്ടായിരുന്നത്. ആയതിനാലാണ് ഈ ദൗർഭാഗ്യങ്ങളെല്ലാം നമ്മുടെ രാജ്യത്തിന് ഉണ്ടായത്: എന്തു സംഭവിക്കുന്നു എന്നത് പ്രശ്നമല്ല; നമുക്കു സംഭവിക്കുന്നതിനു മുകളിൽ നമുക്ക് യാതൊരു നിയന്ത്രണവുമില്ല; തലകുനിച്ച് വിധിയെ സ്വീകരിക്കുക മാത്രമാണ് നമുക്ക് ചെയ്യാനാകുക. പക്ഷെ, എന്താണ് ആ ദേശീയമനോഭാവം സൃഷ്ടിച്ചിട്ടുള്ളത്? നമ്മുടെ ചരിത്രകാരൻമാർക്കു മുന്നിലുള്ള വെല്ലുവിളി ഉയർത്തുന്ന പ്രശ്നം അതാണ്. നിർഭാഗ്യവശാൽ, അവരിൽ ഏറെപ്പേരും ആ വെല്ലുവിളിയിൽ നിന്ന് ഒഴിഞ്ഞുമാറുകയാണ്.

ഈ പ്രശ്നം ഉന്നയിച്ച് അതിനെ ധീരതയോടെ സമീപിക്കുമ്പോൾ ഒരു നിഗമനത്തിൽ മാത്രമേ നമുക്കെത്താനാവൂ: അതായത്, നമ്മുടെ പുരാതന സംസ്കാരത്തിന്റെ ആകെത്തുകയുടെ പ്രായോഗിക ഫലമായിരുന്നു ഈ തരത്തിലുള്ള ഇന്ത്യൻ മനോഭാവം. അത് പരലോകാഭിമുഖ്യമുള്ള ഒന്നാണ്. ഈ ലോകത്തെ അത് ഏതെങ്കിലും തീവണ്ടിനിലയത്തിലെ മൂന്നാംതരം വിശ്രമമുറിയായാണ് കണക്കാക്കുന്നത്. ഒരു തീർത്ഥാടനത്തിലെന്നപോലെ നമുക്ക് യാത്ര ചെയ്യേണ്ടതുണ്ട്; ജീവിതം എന്നത് ക്ലേശിക്കേണ്ട ഒരു യാത്രയാണ്, സ്വയം ഒരു ലക്ഷ്യമല്ല; ലക്ഷ്യം എന്നത് ലോകത്തിന് അപ്പുറമാണ്. ഇത് ഒരു ഉയർന്ന ആത്മീയ മനോഭാവമായി വിശ്വസിക്കപ്പെടുന്നു. എന്നാൽ, ഈ രാജ്യത്ത് ജീവിക്കുന്ന നാൽപ്പതു കോടി മനുഷ്യരുടെ ആദർശമാകാൻ യഥാർത്ഥത്തിൽ അതിനു കഴിയുമോ? ഈ ആദർശം ശ്രേഷ്ഠമാണ് എന്നു നടിച്ചുകൊണ്ട് അവർക്ക് അത്ര ശ്രേഷ്ഠമല്ലാത്ത കുറച്ച് ആദർശങ്ങൾ തീർച്ചയായും ഉണ്ടായിരിക്കണം. അവരുടെ ആദർശങ്ങൾ അവരുടെ ജീവിതാവസ്ഥകളിൽ നിന്ന് അനുമാനിച്ചെടുക്കണം. നാം ഈ ലോകത്ത് ജീവിക്കുകയും ഈ ലോകത്തെ നമ്മുടെ ജീവിതത്തിൽ നിന്ന് എന്തെങ്കിലും ഉണ്ടാക്കുകയും ചെയ്യുകയാണെങ്കിൽ, ഈ ഭൂമിയിലെ ജീവിതാവസ്ഥകളെ കൂടുതൽ സഹ്യമാക്കുക എന്നതായിരിക്കണം നമ്മുടെ പ്രഥമാദർശം.

ഒരു നിശ്ചിത അളവിലുള്ള വിശ്രമസമയം, അതായത്, ഉപജീവനത്തിനു വേണ്ടിയുള്ള കഠിനവും വിരസവുമായ ജോലിയിൽനിന്നുള്ള മോചനം, ഏതൊരു സാംസ്കാരിക വികാസത്തിനും വേണ്ട ഒരുപാധിയാണ് എന്നത് ഒരു ചരിത്രപാഠമാണ്. തന്റെ ഭക്ഷണത്തിനു മാത്രമായി ഒരു മനുഷ്യന് പ്രഭാതം മുതൽ പ്രദോഷം വരെ അദ്ധ്വാനിക്കേണ്ടിവരുന്നേടത്തോളം ജീവിതത്തിന്റെ ഉൽകൃഷ്ടമായ മറ്റു വശങ്ങളെയൊന്നും

അയാൾക്ക് വികസിപ്പിക്കാൻ കഴിയില്ല. ആയതിനാൽ, ബഹുഭൂരിപക്ഷം ഇന്ത്യക്കാരെ സംബന്ധിച്ചും ഈ ആത്മീയാദർശം പൂർണ്ണമായും അയഥാർത്ഥമാണ്. തങ്ങളുടെ ശിരസ്സുകൾ എക്കാലവും കുനിഞ്ഞിരിക്കണം എന്ന് പ്രതീക്ഷിക്കപ്പെടുന്ന ആ കർഷകരിൽ ഒരാളായിരുന്നു ഞാനെങ്കിൽ, ഇതൊരു വഞ്ചകമായ ആദർശമാണെന്നും എന്റെ മുന്നിൽ ആ ആദർശം വയ്ക്കുന്നവർക്ക് അങ്ങനെ ചെയ്യുന്നതിൽ നല്ല ഉദ്ദേശ്യമൊന്നും ഉണ്ടാവില്ല എന്നും തീർച്ചയായും ഞാൻ ചിന്തിക്കുമായിരുന്നു. ഞാൻ വേറെയെന്തെങ്കിലും ചിന്തിക്കണമെന്നും എന്റെ അടിയന്തിരാവശ്യങ്ങളെ മറക്കണമെന്നും മൂഢമായി അവർ ആഗ്രഹിക്കുന്നു. ഈ ആദർശത്തിന്റെ പേരിൽ ഒരു നവോത്ഥാനം - ഇന്ത്യയുടെ ഒരു പുനർജന്മം നടക്കില്ല. ഈ സവിശേഷമായ ഇന്ത്യൻ ചേതന മറ്റ ആദർശങ്ങളേക്കാൾ വാസ്തവത്തിൽ നല്ലതല്ലായിരുന്നുവെങ്കിൽ, എങ്ങനെ നമ്മുടെ പുരാതന സംസ്കാരത്തിന് ഇത്രയും കാലം നിലനിൽക്കാൻ കഴിഞ്ഞു എന്ന് ചോദിക്കപ്പെടുന്നുണ്ട്. പക്ഷെ, ഇന്ത്യയെ നോക്കിയാൽ, ഇന്ന് ഇന്ത്യൻ സംസ്കാരത്തെ പ്രതിനിധീകരിക്കുന്നവർക്ക് - ഇന്ത്യൻ ജനതയെ പരാമർശിക്കേണ്ടതില്ല - നമ്മുടെ പുരാതന സംസ്കാരം എത്രത്തോളം ഇപ്പോഴും ഒരു യാഥാർത്ഥ്യമാണ്?

ഉദാഹരണത്തിന് രവീന്ദ്രനാഥ് ടാഗോറിനെ എടുക്കുക. അദ്ദേഹം തന്റെ മഹത്വത്തിൽ ബഹുഭൂരിപക്ഷം ഇന്ത്യൻ ജനതയെയും പ്രതിനിധീകരിക്കുന്നുണ്ടോ? വലിയൊരു രാജ്യത്തിന്റെയാകെ മാനസികഭാവത്തെ ആ രാജ്യത്തിന്റെ വളരെ ഭാഗ്യശാലികളായ കുറച്ചു പുത്രന്മാരുടെ മാനസികഭാവവുമായി താദാത്മ്യപ്പെടുത്താനാവില്ല. നമ്മുടെ ജനങ്ങൾ ടാഗോറിന്റെ സാംസ്കാരികമൂല്യങ്ങളെ ആസ്വദിക്കണമെന്ന് നാം ആഗ്രഹിക്കുന്നുവെങ്കിൽ, എത്ര ഇന്ത്യക്കാർക്ക്, ടാഗോറിന്റെ രചനകൾ മാത്രമല്ല, വായിക്കാൻ തന്നെ കഴിയും എന്ന് ആദ്യം നാം സ്വയം ചോദിക്കണം. നമ്മുടെ ജനങ്ങളിലെ തൊണ്ണൂറ്റിയൊമ്പതു ശതമാനത്തിനും ടാഗോറിന്റെ രചനകൾ വായിക്കാൻ - അദ്ദേഹത്തെ മനസ്സിലാക്കുക എന്ന് പറയേണ്ടതില്ല - കഴിയാത്തപ്പോൾ അദ്ദേഹത്തിന്റെ പ്രതിഭയെ പിന്തുടരാൻ മറ്റു രാജ്യങ്ങളോടു പറയുന്നതിൽ എന്തർത്ഥമാണുള്ളത്?

വിദേശഭരണത്തെ ആദ്യം നീക്കം ചെയ്യേണ്ടതിനാൽ തൽക്കാലം ഒന്നും ചെയ്യാനാവില്ല എന്ന വാദത്താൽ നമ്മുടെ സ്വന്തം ചരിത്രത്തോടുള്ള ഈ വിമർശനാത്മക മനോഭാവം നിരുത്സാഹപ്പെടുത്തപ്പെട്ടു. അത്തരമൊരു വിമർശനാത്മക മനോഭാവം ദേശീയ വിമോചനത്തിനായുള്ള പ്രസ്ഥാനത്തെ ദുർബലപ്പെടുത്തുമെന്നതിനാൽ അതിനെ അടിച്ചമർത്തണം. പത്തൊമ്പതാം നൂറ്റാണ്ടിന്റെ അവസാന ദശകം

മുതൽ ഇന്ത്യയുടെ സാംസ്കാരിക ചരിത്രത്തിൽ ഉണ്ടായിരുന്ന ക്രിയാത്മക ബൗദ്ധിക പ്രതികരണത്തോളം അത് അടിച്ചമർത്തപ്പെട്ടു. യുക്തിവാദത്തിന്റെയും പരിഷ്കരണത്തിന്റെയും ഉന്നത മനോഭാവവും മഹാൻമാരായ ചിന്തകരുടെയും സ്വപ്നദർശികളുടെയും വിഗ്രഹഭഞ്ജകമായ ആശയങ്ങളും മതപുനരുജ്ജീവന പ്രസ്ഥാനത്താൽ മാറ്റിവയ്ക്കപ്പെട്ടു. ആയതിനാൽ, നമ്മുടെ ഇന്നത്തെ അവസ്ഥ, റാംമോഹൻ റോയിയുടെയും അദ്ദേഹത്തെപ്പോലുള്ളവരുടെയും പ്രവർത്തനങ്ങളെ കേവലം തുടർന്നാൽ മാത്രം പോരാ; ഇന്ത്യൻ നവോത്ഥാന മനോഭാവം സൃഷ്ടിക്കുന്നതിന് ആദ്യം മുതൽ വീണ്ടും തുടങ്ങേണ്ടിയിരിക്കുന്നു.

നമ്മുടെ ഇന്നത്തെ മഹാൻമാരിൽ എത്രപേർക്ക് റാംമോഹൻ റോയി ചെയ്തതുപോലെ വിപ്ലവകാരികളാണെന്ന് സ്വയം പ്രഖ്യാപിക്കാൻ ധൈര്യമുണ്ടാകും എന്ന് എനിക്കറിയില്ല. പക്ഷെ, അദ്ദേഹത്തിന്റെ കാലത്ത് അദ്ദേഹത്തിന്റെ ശബ്ദം വളരെ കുറച്ചുപേരെ മാത്രമേ അനുകരിക്കാൻ പ്രചോദിപ്പിച്ചിരുന്നുള്ളുവെങ്കിൽ, ഇന്ന് അത്തരമൊരു ശബ്ദത്തിനു കുറേക്കൂടി വലിയ പ്രതികരണം ഉണ്ടാക്കാൻ കഴിയും. ആയതിനാൽ, നാം ഇന്ത്യൻ നവോത്ഥാനത്തിന്റെ പിതാക്കൻമാരെ മഹത്വീകരിച്ചാൽ മാത്രം പോരാ, അവരുടെ ധീരതയെയും യുക്തിവിചാരശേഷിയെയും ദൃഢപ്രത്യയങ്ങളെയും അനുകരിക്കുകകൂടി വേണം. സാമൂഹികനീതിക്കു വേണ്ടിയുള്ള അവരുടെ തീക്ഷണമായ തൃഷ്ണയെയും നമ്മുടെ ആളുകളുടെ ചേതനയെ കൊന്ന, ഏറെക്കാലമായി ആചരിച്ചുവരുന്നതും അടിമപ്പെടുത്തുന്നതുമായ സാമൂഹികാചാരങ്ങൾക്കും മുൻവിധികൾക്കും എതിരായ അവരുടെ പകയെയും നാം പിന്തുടരണം.

ക്രൈസ്തവ സഭയ്ക്കെതിരായ കലാപത്തിന്റെ ചൈതന്യമാണ് യൂറോപ്യൻ മനുഷ്യരാശിയെ ഇരുണ്ട മദ്ധ്യകാലഘട്ടത്തിന്റെ നീണ്ട നിദ്രയിൽ നിന്നു വലിച്ചിഴച്ച് പുരോഗതിയുടെയും കൂടുതൽ സ്വാതന്ത്ര്യത്തിന്റെയും പാതയിലേയ്ക്കു കൊണ്ടുവന്നത്. നമ്മൾ യൂറോപ്പിനെ അടിമമനോഭാവത്തോടെ പിന്തുടരേണ്ടതില്ല. നമ്മുടെ മാർഗ്ഗം വ്യത്യസ്തമാകാം. പത്തൊമ്പതാം നൂറ്റാണ്ടിൽ യൂറോപ്പിൽ വളരെ പ്രതീക്ഷ നൽകുന്നതായി തോന്നിയ പല കാര്യങ്ങളും അനുഭവത്തിൽ വഞ്ചനാപരമായി മാറിയതിനാൽ, ഇന്ത്യ തീർച്ചയായും പുതിയൊരു വഴി വെട്ടിത്തുറക്കേണ്ടിവരും എന്നു ഞാൻ കരുതുന്നു. എന്നാൽ, വെറും ഭാവനയിൽ നിന്നും ആഗ്രഹത്തിൽ നിന്നും നിങ്ങൾക്ക് പുതിയൊരു വഴി വെട്ടിത്തുറക്കാൻ കഴിയില്ല. വൈകിപ്പോയ ഇന്ത്യൻ നവോത്ഥാനം യഥാർത്ഥത്തിൽ ഉണ്ടാകണം എന്ന് നാം ആഗ്രഹിക്കുന്നുവെങ്കിൽ, യൂറോപ്യൻ ചരിത്രത്തെ പഠിക്കുകയും യൂറോപ്യൻ നവോത്ഥാനം എങ്ങനെ യൂറോപ്യൻ

മനുഷ്യരാശിയെ പാരമ്പര്യത്തിന്റെ ബന്ധനത്തിൽ നിന്നു മോചിപ്പിച്ചു എന്നു കാണുകയും വേണം. നവോത്ഥാനത്തിനുശേഷം യൂറോപ്പിൽ ഉണ്ടായിവന്ന രാഷ്ട്രീയ സ്ഥാപനങ്ങളും സാമ്പത്തികവ്യവസ്ഥകളും സാമൂഹികചിന്തകളും അനുഭവത്തിൽ പരീക്ഷിക്കപ്പെട്ടുകയും വാഗ്ദാനം ചെയ്യപ്പെട്ട ഫലങ്ങൾ നൽകുന്നതിൽ പരാജയപ്പെട്ടുകയും ചെയ്തു എന്നു പറയാനുള്ള ധൈര്യം നമുക്കുണ്ടാകണം; ആയതിനാൽ, പാശ്ചാത്യ ലോകത്തെ ആധുനിക സ്ഥാപനങ്ങളെ അടിമമനോഭാവത്തോടെ അനുകരിക്കുന്നതിൽ നമുക്കൊരു പ്രയോജനവുമില്ല. എന്നാൽ, കൂടുതൽ പുരോഗമനപരവും വിമോചനാത്മകവുമായ എന്തെങ്കിലും സൃഷ്ടിക്കാൻ നമുക്കു കഴിയുമെങ്കിൽ മാത്രമേ അവയെ നിരസിക്കാൻ നമുക്ക് അർഹതയുണ്ടാവൂ. ഒരു ഇന്ത്യൻ നവോത്ഥാനമാണ് ഇതിനുള്ള മുന്നുപാധി. മറുവശത്ത്, വേദാന്തത്തിലേക്കു തിരിച്ചുപോയി ആ വീക്ഷണബിന്ദുവിൽ നിന്ന് പാശ്ചാത്യനാഗരികതയുടെ നേട്ടങ്ങളെയും സൃഷ്ടികളെയും നിരസിക്കാനാണ് ആഗ്രഹിക്കുന്നതെങ്കിൽ അത് വനാന്തരത്തിലെ നിലവിളിയായിരിക്കും. ലോകം നമ്മളെ കേൾക്കില്ല; ഗുണപരമായി ഒന്നും നാമിവിടെ നേടുകയുമില്ല; ഇന്ത്യയുടെ ഭാവി ഇരുണ്ടതും നിരാശാജനകവും ആയിത്തന്നെയിരിക്കും.

നമുക്ക് രണ്ടു കാര്യങ്ങൾ വേണം. ആദ്യമായി, നമ്മുടെ ഭൂതകാലത്തിന്റെ വിമർശനാത്മകമായ ഒരു വിലയിരുത്തൽ. ഭാവിയെ ശൂന്യതയിൽ നിന്നു സൃഷ്ടിക്കാനാവില്ല. വർത്തമാനകാലത്തിന്റെ അടിത്തറ ഭൂതകാലമാണ്; ഭാവികാലം പടുത്തുയർത്തപ്പെടുന്നത് വർത്തമാനകാലത്തിനു മുകളിലാണ്. ഒരു പുതിയ ഇന്ത്യൻ സംസ്കാരത്തിന് അടിത്തറയിടാൻ വേദാന്തികളായ ഋഷിമാരുടെയും മറ്റു ഇന്ത്യൻ ദാർശനികരുടെയും പണ്ഡിതൻമാരുടെയും ജ്ഞാനത്തിനു നമ്മെ സഹായിക്കാനാവും. പക്ഷെ, അവയെ അതേപടി എടുക്കാനാണ് നാം ആഗ്രഹിക്കുന്നതെങ്കിൽ, നാം ആകാശക്കോട്ടകൾ പണിയുകയായിരിക്കും. അവയ്ക്കു വ്യത്യസ്തമായ ഒരു സാമൂഹികാടിത്തറയാണുണ്ടായിരുന്നത്. നമ്മുടെ സാമൂഹികാടിത്തറ വ്യത്യസ്തമായ ആശയങ്ങളെയും സ്വന്തമായ ഒരു സംസ്കാരത്തെയും ആവശ്യപ്പെടുന്നു.

രണ്ടാമതായി, ലോകത്തിന്റെ മറ്റു ഭാഗങ്ങളിലുള്ള മനുഷ്യരാശി നൂറ്റാണ്ടുകളായി പതറാതെ മുന്നേറിയിട്ടുണ്ടെന്നും, അതേസമയം ഇന്ത്യൻ ചരിത്രം നിശ്ചലമായിരുന്നുവെന്നും, ആയതിനാൽ അതിന്റെ സാംസ്കാരിക ഉപരിഘടനയെ വികസിപ്പിക്കാൻ കഴിഞ്ഞില്ല എന്നും നാം ഓർക്കണം. പക്ഷെ, മനുഷ്യ മനസ്സ്, സാർവത്രിക സ്വഭാവമുള്ളതാണ്. എല്ലാ മനുഷ്യ സംസ്കാരവും മനുഷ്യന്റെ പൊതു പൈതൃകമാണ്.

ആയതിനാൽ, നമ്മുടെ സ്വന്തം പൈതൃകത്തെ വീണ്ടെടുക്കുമ്പോൾ ലോകത്തിന്റെ മറ്റു ഭാഗങ്ങളിലേക്കും നോക്കുന്നത് ഒഴിവാക്കരുത്. നാം ഭൂതകാലത്തിന്റെ മാതൃകയിൽ ഇന്ത്യൻ സംസ്കാരത്തെ വികസിപ്പിക്കണമെന്നും, അതേസമയം ശാസ്ത്രത്തെ നിരസിക്കണമെന്നും ആർക്കും പറയാൻ കഴിയില്ല. എന്തെന്നാൽ, ആപേക്ഷികസിദ്ധാന്തം നേരത്തേതന്നെ വേദങ്ങളിൽ പറഞ്ഞിട്ടുണ്ട് എന്നും ലോകം പുരാതന ഇന്ത്യയിൽ നിന്നും ശാസ്ത്രം പഠിക്കണം എന്നുമുള്ള ആ ആളുകളുടെ തന്നെ വാദവുമായി അതിന് ഒട്ടും പൊരുത്തമുണ്ടാവില്ല.

പുരാതന ഇന്ത്യൻ നാഗരികതയുടെ ശാസ്ത്രനേട്ടങ്ങൾ എന്തൊക്കെയായാലും ലോകം മുന്നോട്ടുപോയി കഴിഞ്ഞിട്ടുണ്ട്. മറ്റു ജനതകൾക്കു പിൽക്കാലത്ത് അവസരം ലഭിച്ചിട്ടുണ്ട്. മനുഷ്യനേട്ടങ്ങൾ, അത് എവിടെ ഉണ്ടായതാണെങ്കിലും, നാം പ്രയോജനപ്പെടുത്തണം. ജ്ഞാനം പ്രാദേശിക സ്വഭാവമുള്ളതല്ല; സത്യത്തിനു സാർവത്രിക സ്വഭാവമാണുള്ളത്. ആയതിനാൽ, നവോത്ഥാന മനോഭാവം അറിവിനെ എവിടെ കണ്ടാലും സ്വാഗതം ചെയ്യണം. വളരെക്കാലമായി നാം കാത്തുസൂക്ഷിച്ചുപോന്നത് അസത്യമാണെന്ന് വെളിപ്പെടുത്തുന്നതാണെങ്കിൽപ്പോലും സത്യത്തെ സ്വാഗതം ചെയ്യണം.

ഇന്ത്യൻ നവോത്ഥാനത്തിന്റെ പിതാമഹൻമാരുടെ സ്മരണകൾ നിധിപോലെ സൂക്ഷിച്ചിട്ടുള്ള റാംമോഹൻ റോയ് ഗ്രന്ഥശാല പോലുള്ള സ്ഥാപനങ്ങൾ ഈ നവോത്ഥാന മനോഭാവത്തിന്റെ പ്രകാശകിരണങ്ങളുടെ പ്രസാരണബിന്ദുക്കൾ ആകും എന്ന് ഞാൻ പ്രത്യാശിക്കുന്നു. അതിന്, വളരെശക്തവും ജനകീയം പോലുമായ യാഥാസ്ഥിതിക പ്രവണതകളോടും നിക്ഷിപ്ത താൽപര്യങ്ങളോടും പൊരുതേണ്ടതുണ്ട്. ഈ പോരാട്ടത്തിനു രഷ്ട്രീയമോ സാമ്പത്തികമോ ആയ സ്വഭാവം മാത്രമല്ല ഉള്ളത്. സാംസ്കാരികവും ആത്മീയവും ബൗദ്ധികവുമായ നിക്ഷിപ്ത താൽപര്യങ്ങൾകൂടി ഇവിടെയുണ്ട്. ചില സ്ഥാപനങ്ങളും ആചാരങ്ങളും വിശ്വാസങ്ങളുമായി ബന്ധപ്പെട്ട് സമൂഹത്തിൽ പ്രത്യേക അവകാശങ്ങളുള്ള വർഗ്ഗങ്ങളും വിഭാഗങ്ങളും ഉണ്ട്. അവർ സ്വാഭാവികമായും വിധ്വംസകം എന്ന നിലയിൽ നവോത്ഥാനത്തിന്റെയും യുക്തിവാദത്തിന്റെയും ശാസ്ത്രീയാന്വേഷണത്തിന്റെയും ആശയങ്ങളെ എതിർക്കും. എന്നാൽ, ഈ ആശയങ്ങൾ അനിവാര്യമാണ്. ഈ ആശയങ്ങളുടെ അടിസ്ഥാനത്തിലല്ലാതെ യാതൊരു പുരോഗതിയും ഉണ്ടാക്കാനാവില്ല. റാംമോഹൻ റോയിയെ പോലുള്ള മനുഷ്യരുടെയും ഇന്ത്യൻ നവോത്ഥാനനായകരുടെയും ആശയങ്ങളാണ് അവ. അവരുടെ കാലടികളെ പിന്തുടരുക എന്നതിനർത്ഥം ബൗദ്ധികമായി

സജീവമായും ജാഗ്രതയോടെയും ഇരിക്കുക എന്നതാണ്. നമ്മുടെ ബൗദ്ധികജീവിതം അപ്രകാരം ചലനാത്മകമാകുമ്പോൾ മാത്രമേ അതു ഫലപ്രദമാകൂ; ഫലപ്രദമാകാത്തപക്ഷം, നാം നേടിയ ദേശീയസ്വാതന്ത്ര്യം ഇന്ത്യൻ ജനതയിലെ ബഹുഭൂരിപക്ഷത്തിനും അർത്ഥരഹിതമായിത്തന്നെയിരിക്കും.

(1954).

ഇന്ത്യൻ സംസ്കാരം

നമ്മുടെ രാജ്യത്ത് ചർച്ചചെയ്യുന്ന ഇഷ്ടവിഷയങ്ങളിൽ ഒന്നാണ് ഇന്ത്യൻ സംസ്കാരം. നമ്മുടെ രാജ്യത്ത് ആളുകൾ ഇതേക്കുറിച്ച് ധാരാളം എഴുതുകയും സംസാരിക്കുകയും ചെയ്യുന്നുണ്ട്. പക്ഷെ, സംസ്കാരത്തെക്കുറിച്ച് ധാരാളം സംസാരിക്കുന്നുണ്ടെങ്കിലും എന്താണ് സംസ്കാരം എന്നതിനെക്കുറിച്ച് ഏകാഭിപ്രായമില്ല. അടുത്തകാലത്തു മാത്രമാണ് പ്രശസ്ത കവി ടി.എസ്.എലിയറ്റ് സംസ്കാരത്തെ നിർവ്വചിക്കാനായി ഒരു പുസ്തകംതന്നെ എഴുതിയത്. അദ്ദേഹത്തിന്റെ നിർവ്വചനത്തെ അംഗീകരിക്കുന്നവർ എത്ര പേരുണ്ടാകുമെന്ന് എനിക്കറിയില്ല. ഞാനെന്തായാലും അംഗീകരിക്കുന്നില്ല.

സംസ്കാരത്തെക്കുറിച്ചുള്ള എലിയറ്റിന്റെ നിർവ്വചനം പുതിയതൊന്നുമല്ല. അത് ജർമ്മൻ നിർവ്വചനം എന്നു പറയപ്പെടുന്നതാണ്. കാന്റ് ആയിരുന്നു സംസ്കാരത്തെ ആ മട്ടിൽ മനസ്സിലാക്കാൻ ആദ്യമായി ശ്രമിച്ചത്. പിന്നീട്, ഹെഗൽ അതിനെ വികസിപ്പിച്ചു. എന്നാൽ, പത്തൊമ്പതാം നൂറ്റാണ്ടിൽ അതിനെ പ്രചുര പ്രചാരമാക്കിയത് ഫിഷ്ടെ ആയിരുന്നു. ആദ്യകാല ഗ്രീക്കു ധാരണയിൽ നിന്ന് നവോത്ഥാന നായകർ സ്വീകരിച്ചതും നവോത്ഥാനകാലം മുതൽ യൂറോപ്പിൽ നില നിന്നിരുന്നതുമായ പരമ്പരാഗത നിർവ്വചനത്തിനെതിരായ ഒരു പ്രതികരണമായിരുന്നു സംസ്കാരത്തെക്കുറിച്ചുള്ള ആ ജർമ്മൻ നിർവ്വചനം.

വൈയക്തികമായ ഒരു സൃഷ്ടിയാണ് സംസ്കാരം എന്നതാണ് നവോത്ഥാനത്തിന്റെ കാഴ്ചപ്പാട്. ജർമ്മൻ നിർവ്വചനമാകട്ടെ, ഏതാണ്ട് മിസ്റ്റിക്ക് സ്വഭാവമുള്ളതായിരുന്നു. ഇംഗ്ലണ്ടിൽ അതിന്

ഒട്ടും സ്വീകാര്യതയുണ്ടായിരുന്നില്ല. എലിയറ്റ് അതിനുവേണ്ടി വാദിക്കുന്നുണ്ടെങ്കിൽപ്പോലും ലിബറൽ പാരമ്പര്യമുള്ള ഇംഗ്ലീഷുകാർക്ക് മുമ്പത്തേക്കാൾ അത് എത്രമാത്രം ഇപ്പോൾ സ്വീകാര്യമായിരിക്കും? ഈ നിർവ്വചനപ്രകാരം ചില വംശങ്ങൾക്ക് സംസ്കാരത്തിന്റെ പ്രത്യേകരൂപങ്ങളെ വികസിപ്പിക്കാനുള്ള സഹജമായ പ്രവണതകളുണ്ട്. ഈ നിർവ്വചനത്തിൽനിന്ന് ദേശീയ സംസ്കാരത്തെക്കുറിച്ചുള്ള ഒരു സങ്കല്പത്തെ അനുമാനിച്ചെടുക്കാവുന്നതിനാൽ നമ്മുടെ രാജ്യത്ത് സംസ്കാരത്തെപ്പറ്റി ആധികാരികമായി സംസാരിക്കുന്നവർ ഈ വീക്ഷണത്തെ സ്വീകരിക്കുന്നതായി കാണുന്നു. ഈ വീക്ഷണ പ്രകാരം സംസ്കാരം എന്നതു കൂട്ടായ ഒരു സൃഷ്ടിയാണ്.

വ്യക്തിഗതമായ മനുഷ്യന്റെ സൃഷ്ടിയാണ് സംസ്കാരം എന്നാണ് ഞാൻ വിശ്വസിക്കുന്നത്. ആയതിനാൽ, എന്റെ അഭിപ്രായത്തിൽ, ഇന്ത്യയുടെ അല്ലെങ്കിൽ മറ്റേതെങ്കിലും ജനതയുടെ സംസ്കാര പൈതൃകത്തെക്കുറിച്ചുള്ള ഏതൊരു വിലയിരുത്തലും ചരിത്രപരമായി ശരിയാവണമെങ്കിൽ മനുഷ്യസംസ്കാരത്തിന്റെ ആകെത്തുക എന്നത് എല്ലാ ജനതകളുടെയും, ഓരോ രാഷ്ട്രത്തിന്റെയും പൈതൃകമാണ് എന്ന തത്ത്വത്തിൽനിന്ന് ആരംഭിക്കണം. ഇത് വ്യത്യസ്ത വംശീയ വിഭാഗങ്ങളുടെ സംസ്കാര വികാസത്തിന്റെ സവിശേഷരൂപങ്ങളെ അവഗണിക്കുന്നില്ല. വ്യക്തിത്വത്തിന്റെ സ്വയം വികാസ പ്രക്രിയയിൽ വ്യക്തികൾ സംസ്കാരത്തിന്റെ സവിശേഷ രൂപങ്ങളെ വികസിപ്പിച്ചിട്ടുണ്ട്. കാലക്രമേണ, ഒരു കൂട്ടത്തിൽ ജീവിക്കുന്ന ജനങ്ങൾ ആ കൂട്ടത്തിലെ അംഗങ്ങളെല്ലാവരും അംഗീകരിക്കുന്ന സംസ്കാര രൂപങ്ങളെയും രീതികളെയും പാരമ്പര്യങ്ങളെയും പ്രമാണങ്ങളെയുമെല്ലാം വികസിപ്പിക്കുന്നു. ആ അർത്ഥത്തിൽ നിങ്ങൾക്കു സമഷ്ട്യാത്മകമായ സംസ്കാരത്തെക്കുറിച്ച് സംസാരിക്കാനാവും. പക്ഷെ, സമഷ്ട്യാത്മകമായ സംസ്കാരത്തിന്റെ നിശ്ചിതരൂപങ്ങളെ ആ സമുദായത്തിലെ അംഗങ്ങളായ വ്യക്തികൾ സംഭാവനചെയ്ത ഘടകഭാഗങ്ങളായി വിശകലനം ചെയ്യാത്തപക്ഷം വ്യക്തിയുടെ സർഗ്ഗാത്മകതയുടെയും സ്വാതന്ത്ര്യത്തിന്റെയും നിഷേധത്തിലേക്കു നാം താർക്കികമായി എത്തിച്ചേരും.

ഇന്ത്യയുടെ സാംസ്കാരിക പൈതൃകവും ഈ വീക്ഷണബിന്ദുവിൽ നിന്ന് പരിഗണിക്കപ്പെടണം എന്നാണ് എന്റെ അഭിപ്രായം. ആദ്യമായി, ഇന്ത്യയിൽ വികസിച്ച സംസ്കാരത്തിന്റെ പ്രത്യേക രൂപങ്ങളെ നാം പരിശോധിക്കണം; രണ്ടാമതായി, ഇന്ത്യയുടെ പ്രത്യേകമായ സാംസ്കാരിക പൈതൃകത്തിന്റെ അടിത്തറയ്ക്കു മുകളിൽ പടുത്തുയർത്തുവാൻ നാം ആഗ്രഹിക്കുന്നുവെങ്കിൽ, ആ പൈതൃകത്തോട് പുതിയതായി

എന്തെങ്കിലും കൂട്ടിച്ചേർക്കാൻ ആഗ്രഹിക്കുന്നുവെങ്കിൽ മനുഷ്യസംസ്കാരത്തിന്റെ സാകല്യത്തെ നമ്മുടെ സ്വന്തം സാംസ്കാരിക പൈതൃകമായി നാം സ്വീകരിക്കണം. അപ്പോൾ മാത്രമേ നമ്മുടെ പ്രത്യേക സാംസ്കാരിക പൈതൃകത്തെ സമ്പുഷ്ടമാക്കാനും വിശാലവും മഹത്തരവും സമ്പന്നവുമായ ഒരു സംസ്കാരത്തെ വികസിപ്പിക്കുവാനും നമുക്കു കഴിയൂ.

സാംസ്കാരിക ചരിത്രത്തിലെ പഠിക്കേണ്ടതും മനസ്സിലാക്കേണ്ടതുമായ മറ്റൊരു കാര്യമാണ് സംസ്കാരവും നാഗരികതയും തമ്മിലുള്ള ബന്ധം. ഇവ രണ്ടും തമ്മിലുള്ള ബന്ധം മിക്കപ്പോഴും അവഗണിക്കപ്പെടുന്നുണ്ട്. അവ പരസ്പരവിരുദ്ധമാണ് എന്ന ഒരു മനോഭാവം ഇവിടെ വികസിച്ചു വന്നിട്ടുമുണ്ട്. മനുഷ്യ പ്രവർത്തനത്തിന്റെ ഈ രണ്ടു രൂപങ്ങൾ - സംസ്കാരവും നാഗരികതയും - തമ്മിലുള്ള ചരിത്രപരമായ ബന്ധം കണ്ടെത്തുക എന്നത് ഏതാണ്ട് വിഷമം പിടിച്ച ഒരു കാര്യമാണ്. ഏതാണ് ആദ്യം വരുന്നത്? സംസ്കാരത്തിന്റെ അടിസ്ഥാനം നാഗരികതയാണെന്നു കരുതുന്ന ഒരു വീക്ഷണഗതിയുണ്ട്. ഉൽകൃഷ്ടമായ മനുഷ്യഗുണങ്ങൾ എന്നു വിളിക്കപ്പെടുന്നവയുടെ വികാസ പ്രക്രിയ എന്ന നിലയിലാണ് അത് സംസ്കാരത്തെ നിർവ്വചിക്കുന്നത്. മനുഷ്യന്റെ ഭൗതികാസ്തിത്വം - മനുഷ്യൻ ജീവിക്കുന്ന സാമൂഹിക ചുറ്റുപാടുകളും ഭൗതിക പരിഷ്കാരങ്ങളും - ഒരു നിശ്ചിത നിലവാരത്തിലുള്ള സുഖസൗകര്യങ്ങളിൽ എത്താത്തപക്ഷം മനുഷ്യാസ്തിത്വത്തിന്റെ ഉൽകൃഷ്ടവശങ്ങളെ അവർക്കു വികസിപ്പിക്കാനാവില്ല എന്ന അനുമാനത്തിലേയ്ക്ക് ഇത് നയിക്കുന്നു.

ചരിത്രത്തിലെ സാമ്പത്തിക നിർണ്ണയവാദം എന്ന സിദ്ധാന്തത്തിൽ നിന്നു താർക്കികമായി ഉരുത്തിരിഞ്ഞു വരുന്നതാണ് ഈ സംസ്കാര സിദ്ധാന്തം. ആ വീക്ഷണത്തിനെതിരായി വളരെ ശക്തമായ വിമർശനം ഉന്നയിക്കാൻ കഴിയുമെങ്കിലും അതിനനുകൂലമായി ധാരാളം പറയപ്പെടുന്നുണ്ട്. പരിഷ്കൃതരല്ലെന്നു കണക്കാക്കപ്പെടുന്ന ജനങ്ങൾക്ക് സവിശേഷമായ സംസ്കാരരൂപങ്ങൾ ഉണ്ടാകാം എന്നതാണ് പ്രകടമായ ആ ആക്ഷേപം. ഇവിടെ പുരാതന സംസ്കാരങ്ങളുണ്ട്. സംസ്കാരം എന്നത് മനുഷ്യന്റെ വൈയക്തികമായ വികാസത്തിന്റെ മാനദണ്ഡവും നാഗരികത എന്നത് അവന്റെ സാമൂഹിക വികാസത്തിന്റെ മാനദണ്ഡവുമാണ് എന്നു പറഞ്ഞുകൊണ്ട് നാം രണ്ടിനെയും വേർതിരിക്കുകയാണെങ്കിൽ അവ രണ്ടും പൊരുത്തപ്പെട്ടേക്കാം. എന്നാൽ, ആ അർത്ഥത്തിൽ ചരിത്രപരമായ അനുക്രമബന്ധം വരയ്ക്കാൻ നമുക്കാവില്ല. മനുഷ്യവംശം നാഗരികതയുടെ ഘട്ടത്തിൽ എത്തുന്നതിനുമുമ്പുതന്നെ ചില

തരത്തിലുള്ള സംസ്കാരങ്ങൾ വികസിച്ചിരുന്നു. നേരേമറിച്ച്, വളരെ പരിഷ്കൃതരായ ജനതയ്ക്കു സംസ്കാരത്തിന്റെ ഉയർന്ന രൂപങ്ങൾ വികസിപ്പിക്കാനുള്ള അവസരങ്ങളും ഉണ്ട്. നമ്മുടെ സാംസ്കാരിക പാരമ്പര്യത്തെക്കുറിച്ച് ചർച്ചചെയ്യുമ്പോൾ ഇക്കാര്യം എല്ലായ്പ്പോഴും മനസ്സിൽ വയ്ക്കാറില്ല.

അതിശയോക്തികളിൽ അഭിരമിക്കാനുള്ള ഒരു പ്രവണത നമുക്കുണ്ട്. ദേശീയ സംസ്കാരങ്ങളെക്കുറിച്ചുള്ള ആധുനിക ഭാഷയുടെ ഒരു സ്വഭാവ വിശേഷമാണത്. നമ്മുടെ ദേശീയവാദം സാംസ്കാരികദേശീയവാദമാണ് എന്നാണ് നാം പറയുന്നത്. മറ്റു രാജ്യങ്ങൾ വികസിപ്പിക്കാത്ത ഒരു സവിശേഷരൂപത്തിലുള്ള സംസ്കാരത്തെ വികസിപ്പിക്കാനുള്ള ചില സ്വാഭാവിക ഗുണങ്ങൾ നൽകപ്പെട്ടവരാണ് ഇന്ത്യൻ ജനത എന്നും വ്യത്യസ്ത സ്വാഭാവിക ഗുണങ്ങൾ നൽകപ്പെട്ട മറ്റു ജനതകൾ വികസിപ്പിച്ച സംസ്കാരങ്ങളുടെ സ്വാധീനംകൊണ്ട് സംസ്കാരത്തിന്റെ ഈ രൂപം ദുഷിക്കും എന്നുമുള്ള വീക്ഷണത്തെ നിരാകരിക്കാൻ കഴിയാത്തിടത്തോളം നമ്മുടെ തനതു സാംസ്കാരിക പൈതൃകത്തെ വസ്തുനിഷ്ഠമായി വിലയിരുത്താൻ നമുക്കു കഴിയുമോ എന്നു ഞാൻ ശങ്കിക്കുന്നു. ഇന്ത്യയിലെ ആത്മീയ സംസ്കാരവും പാശ്ചാത്യനാട്ടുകളിലെ ഭൗതിക സംസ്കാരവും തമ്മിലുള്ള വേർതിരിവിന്റെ അർത്ഥം അതാണ്. പൊതുവായ മനുഷ്യപൈതൃകത്തെ അന്വേഷിച്ച് ഇന്ത്യയ്ക്കു വെളിയിലേക്കു നാം പോകുകയാണെങ്കിൽ, യൂറോപ്യൻ ജനത വികസിപ്പിച്ച സാംസ്കാരിക മൂല്യങ്ങളെ വലിയൊരളവോളം നമുക്ക് അംഗീകരിക്കേണ്ടിവരും. അത്തരം സാംസ്കാരികമൂല്യങ്ങളെ നിരസിക്കുകയും ആക്ഷേപിക്കുകയും ചെയ്യുന്ന പ്രവണത ഇന്ത്യയുടെ സാംസ്കാരിക വികാസത്തിനു ഗുണത്തേക്കാളേറെ ദോഷം ചെയ്യും.

നമ്മുടെ അഭിലാഷങ്ങൾക്കും പദ്ധതികൾക്കും അനുസരിച്ച് ഇന്ത്യയുടെ രാഷ്ട്രീയവും സാമ്പത്തികവുമായ വികാസം സംഭവിക്കണമെങ്കിൽ നമ്മുടെ സവിശേഷമായ പാരമ്പര്യത്തെയും സാംസ്കാരിക പൈതൃകത്തെയും അതിന്റെ പ്രാക്തന വിശുദ്ധിയിൽ നിലനിർത്തിക്കൊണ്ടുപോകാൻ നമുക്കു സാധിക്കില്ല എന്ന് ഒരടികൂടി മുന്നോട്ടുപോയി ഒരാൾക്കു പറയാം.

അനാദികാലം മുതലേ ഇന്ത്യൻ സംസ്കാരം മതവുമായി സങ്കീർണ്ണമായി കൂടിക്കുഴഞ്ഞാണ് നിലനിൽക്കുന്നത്. ഇന്ത്യൻ സംസ്കാരത്തിന്റെ സവിശേഷരൂപങ്ങൾ മതപരമായ ആചാരാനുഷ്ഠാനങ്ങളായാണ് വികസിച്ചിട്ടുള്ളത്. ഭാവിയിലെ ഇന്ത്യൻ സംസ്കാരംപോലും മതവുമായി ഗാഢമായി ബന്ധപ്പെട്ടുള്ളതായിരിക്കും എന്ന്

ആ ചരിത്രവസ്തുതയിൽനിന്ന് നിഗമനത്തിലെത്തുകയാണെങ്കിൽ, അനന്തമായ കാലത്തോളം മൂഢവും മുരടിച്ചതുമായ അവസ്ഥയിൽ ആയിരിക്കാൻ നാം ഇന്ത്യയുടെ സാംസ്കാരികവികാസത്തെ വിധിക്കുകയായിരിക്കും എന്നു ഞാൻ ആശങ്കപ്പെടുന്നു.

ഇക്കാര്യം സൈദ്ധാന്തികമായി വകസിപ്പിക്കേണ്ട ആവശ്യമില്ല. ആനുഭവികമായും അത് അനുമാനിക്കാൻ കഴിയുന്നതാണ്. എന്തെന്നാൽ, യൂറോപ്പിലേക്കു - ഭൗതികവാദപരമെന്നു പറയപ്പെടുന്ന പാശ്ചാത്യദേശങ്ങളിലേയ്ക്കു - നോക്കുകയാണെങ്കിൽ, ഒരുപക്ഷെ, മുന്നൂറുവർഷങ്ങൾക്കു മുമ്പുവരെ യൂറോപ്യൻ സംസ്കാരവും മതവുമായി വളരെ ഗാഢമായി ബന്ധപ്പെട്ടതായിരുന്നുവെന്നു നമുക്കു കാണാനാകും. പുരാതനകാലം മുതൽക്കുതന്നെ യൂറോപ്യൻ സംസ്കാരം വികസിച്ചുവന്നത് പള്ളിയുടെ ഭാഗമായാണ്. ഈ വസ്തുതയിൽനിന്നു നമുക്കനുമാനിക്കാൻ കഴിയുന്ന കാര്യം, ഏതൊരു വിഭാഗം ജനതയും, അവർ എവിടെ വസിക്കുന്നവരായാലും, വികാസത്തിന്റെ ചില ഘട്ടങ്ങളിൽ അനിവാര്യമായും മതത്തിന്റെ മട്ടിലാണ് ചിന്തിക്കുക എന്നതാണ്. അതായത്, ഏതൊരു ജനതയുടെയും ധൈഷണികവും വൈകാരികവുമായ മുഴുവൻ ചരിത്രവും അതിന്റെ വികാസത്തിന്റെ ഒരു നിശ്ചിത കാലയളവിൽ മതപരമായ ചിന്താരീതിയാൽ സ്വാധീനിക്കപ്പെട്ടിരുന്നു എന്നു പറയാം. പിന്നീട്, മതപരമായ ചിന്താരീതി അപര്യാപ്തമായിത്തീർന്നു. ആ ചിന്താരീതിയുടെ ചട്ടക്കൂടിനകത്ത് മനുഷ്യന്റെ ധിഷണക്കും ഇച്ഛാശക്തിക്കും വികാരങ്ങൾക്കും തുടർവികാസ സാദ്ധ്യത ഇല്ലായിരുന്നു. അനന്തരഫലമായി, മുമ്പ് മതപരമായ ചിന്താരീതിയെ സൃഷ്ടിച്ച മനുഷ്യപ്രതിഭ പുതിയൊരു ചിന്താരീതിയെ സൃഷ്ടിച്ചു. ആ പുതിയ ചിന്താരീതിയാണ് സായൻസികമായ ചിന്താരീതി. അത് നവോത്ഥാനകാലം മുതൽ യൂറോപ്യൻ അധഷണിക ചരിത്രത്തിൽ ആധിപത്യം പുലർത്തുന്നു.

കഴിഞ്ഞ ഇരുന്നൂറോ അതിലേറെയോ വർഷങ്ങളായി നമുക്കു നിഷേധിക്കപ്പെട്ട രാഷ്ട്രീയമായ, പ്രത്യേകിച്ച്, സാമ്പത്തികമായ വികാസം ഉണ്ടാകണമെന്നു നാം ആഗ്രഹിക്കുന്നുവെങ്കിൽ, അതിന്റെ ഫലം ഇന്ത്യൻ മനസ്സിനുമേൽ വളരെ ശക്തമായ സ്വാധീനം ചെലുത്തും. ആ സ്വാധീനത്തിനു കീഴിൽ, ശാസ്ത്രീയമായ ചിന്താരീതിയെ പകരംവെയ്ക്കുന്നതിനായി ആരാധ്യമായ മതപരമായ ചിന്താരീതി അനിവാര്യമായും പിൻവാങ്ങും. ഈ രണ്ടു ചിന്താരീതികളും തമ്മിലുള്ള വ്യത്യാസം എന്താണ്? മതപരമായ ചിന്താരീതിയുടെ ഒരു സവിശേഷസ്വഭാവം വിശ്വാസമാണ്. മനുഷ്യൻ ചില കാര്യങ്ങളെ മാറ്റാൻ പറ്റാത്തതും വിശ്വസിക്കേണ്ടതും എന്ന നിലയിൽ ചോദ്യം കൂടാതെ സ്വീകരിക്കുന്നു. ആ

സങ്കൽപത്തിനു മുകളിൽ എല്ലാറ്റിനെയും കെട്ടിപ്പൊക്കുന്നു. അടിത്തറ അതായതിനാൽ അതിൽനിന്നു താർക്കികമായി അനുമാനിച്ചവയെ അനുഗമിക്കുന്നു എല്ലാം. അതിൽനിന്നു താർക്കികമായി അനുമാനിച്ചെടുക്കാൻ കഴിയാത്തവയെല്ലാം ആ പ്രത്യേക സംസ്കാരത്തിന് എതിരായി പോകുന്നവയായും ആ പ്രത്യേക സമുദായത്തിന്റെ സ്വാഭാവിക പ്രവണതയ്ക്കു വിരുദ്ധമായതായും ആയതിനാൽ നിരസിക്കേണ്ടവയായും പരിഗണിക്കപ്പെടുന്നു. യൂറോപ്പിലെ മതവിരുദ്ധ പ്രസ്ഥാനത്തിൽ നിന്നും നാം ഈ മനോഭാവം അറിയുന്നു. നമ്മുടെ ചരിത്രത്തിലും ഇത്തരം പ്രസ്ഥാനങ്ങൾ ഉണ്ടായിരുന്നു. അവയെയും ഇത്തരത്തിൽ തന്നെയാണ് പരിഗണിച്ചിരുന്നത്.

നേരേമറിച്ച്, ശാസ്ത്രീയമായ ചിന്താരീതി സംശയത്തിൽ അധിഷ്ഠിതമാണ്. ചോദ്യം കൂടാതെ ഒന്നിനെയും അതു സ്വീകരിക്കുന്നില്ല. ഇവിടെ നിരീക്ഷിക്കപ്പെട്ട ചില പ്രതിഭാസങ്ങളും അനുഭവിച്ച വസ്തുതകളുമുണ്ട്. നാം അവയുടെ കാരണങ്ങൾ മനസ്സിലാക്കാനും അവ എങ്ങനെ ഉണ്ടായി എന്നറിയാനും ശ്രമിക്കുന്നു. പിന്നീട്, നാം ഒരടികൂടി മുന്നോട്ടു പോയി നമ്മുടെ ജീവിതത്തിനു വഴികാട്ടുന്നതിനായി ഇത്തരം അനുഭവങ്ങളെയെല്ലാം ഒരു ചിന്താവ്യവസ്ഥയ്ക്കകത്തേയ്ക്കു സംയോജിപ്പിക്കുന്നു. ശാസ്ത്രീയമായ ചിന്താരീതിക്കുവേണ്ടി മതപരമായ ചിന്താരീതി പിൻവാങ്ങുന്നതിന്റെ അനിവാര്യത മനുഷ്യ പരിണാമ പ്രക്രിയയിൽ വ്യക്തമായി കണ്ടെത്താനാകും. വളരെ വിചിത്രമായ പ്രസ്താവന ആയിരിക്കാമെങ്കിലും ഞാനതു പറയുന്നു: മതപരമായ ചിന്താരീതി എന്നു വിളിക്കപ്പെടുന്നതും, അവസാന വിശകലനത്തിൽ ശാസ്ത്രീയവും യുക്തിപരവും ആണ്. മതവും ആരംഭിക്കുന്നത് അന്വേഷണത്തിൽ നിന്നാണ്. തന്റെ അതിജീവനത്തിനു പൊരുതേണ്ട ശത്രുവായ പ്രകൃതിയാൽ ചുറ്റപ്പെട്ടാണ് പ്രാകൃതമനുഷ്യൻ ജീവിച്ചിരുന്നത്. ആയതിനാൽ, തന്നെ ഭീഷണിപ്പെടുത്തുന്ന പ്രകൃതി പ്രതിഭാസങ്ങളെ മനസ്സിലാക്കേണ്ടത് ആവശ്യമാണ് എന്ന് അവനു തോന്നിയിരുന്നു.

ഉദാഹരണത്തിന് മഴയെ എടുക്കുക. മഴ ആവശ്യമാണ്. പക്ഷെ, അത് എവിടെ നിന്നു വരുന്നു, എപ്പോൾ വരുന്നു എന്ന് മനുഷ്യന് അറിയില്ലെങ്കിൽ, എപ്പോൾ വിതയ്ക്കണമെന്ന് അവന് അറിയില്ല. ആയതിനാൽ, മഴ എപ്പോൾ വരും എന്ന് ചിന്തിക്കാൻ അവൻ ആരംഭിച്ചു. അത് എങ്ങനെയാണ് സംഭവിക്കുന്നത് എന്നു ചിന്തിക്കുന്നതിലേയ്ക്കും അതവനെ നയിച്ചു. കാറ്റിന്റെയും ഇടിമിന്നലുകളുടെയും കാര്യവും ഇതുപോലെത്തന്നെയാണ്. ഭൗതികമായ അതിജീവനം എന്ന അനിവാര്യതയ്ക്കായി, കാര്യങ്ങൾ എന്തുകൊണ്ട് അങ്ങനെ സംഭവിക്കുന്നു

എന്നു മനസ്സിലാക്കേണ്ടത് അത്യാവശ്യമാണെന്ന് പ്രാകൃത മനുഷ്യൻ കണ്ടെത്തി. പക്ഷെ, ബൗദ്ധിക വികാസത്തിന്റെ പ്രാകൃതാവസ്ഥയിൽ പ്രകൃതി പ്രതിഭാസങ്ങൾക്ക് പര്യാപ്തമായ വിധത്തിൽ യുക്തിഭദ്രമായ വിശദീകരണം നൽകാൻ അവനു കഴിയില്ല. ആയതിനാൽ, പ്രകൃതി ശക്തി (Animistic Spirit) എന്ന സങ്കൽപത്താൽ അവൻ നയിക്കപ്പെട്ടു. ചില കാര്യങ്ങൾ ചെയ്യണമെന്ന് ആഗ്രഹിക്കുമ്പോൾ താൻ അതു ചെയ്യുന്നു; അല്ലെങ്കിൽ, ചിലപ്പോൾ അതു ചെയ്യണമെന്ന് ആഗ്രഹിക്കുന്നില്ല എന്ന് അവൻ അനുഭവത്തിൽനിന്ന് അറിയുന്നു. അവന് അവന്റെ ഇച്ഛാശക്തിയുണ്ട്. ആയതിനാൽ, ഒരു അതിമാനുഷശക്തിയുടെ ഇച്ഛയ്ക്കനുസരിച്ച് മഴയും കാറ്റുമെല്ലാം സംഭവിക്കുന്നു എന്ന് അവൻ ചിന്തിക്കുന്നു.

ദൈവസങ്കൽപ്പങ്ങളുടെ ആരംഭം അതാണ്. ചില കാര്യങ്ങൾ തനിക്കു ചെയ്യാനും സൃഷ്ടിക്കാനും കഴിയുന്നതുപോലെ - ഉദാഹരണത്തിന്, ചോളത്തെ വളർത്തുക അല്ലെങ്കിൽ ഒരു തീപ്പൊരി സൃഷ്ടിക്കുക - പ്രകൃതിയിലെ വലിയ പ്രതിഭാസങ്ങളും തന്നെപ്പോലുള്ള വലിയ സത്തയാൽ സൃഷ്ടിക്കപ്പെട്ടതാണെന്നും ആ സത്തയുടെ ഇച്ഛയെ ആശ്രയിച്ചാണ് കാര്യങ്ങളെല്ലാം നടക്കുന്നതെന്നും ആ ഇച്ഛയെ മാറ്റാനും സ്വാധീനിക്കാനും കഴിയുമെന്നും മനുഷ്യൻ ചിന്തിക്കുന്നു. അങ്ങനെയാണ് മനുഷ്യൻ തന്റെ സ്വന്തം രൂപത്തിൽ ദൈവങ്ങളെ സൃഷ്ടിച്ചത്. ഒരുതരത്തിൽ, ഈ സങ്കൽപവും ശാസ്ത്രീയമായ പരികൽപ്പനാരീതിയിൽ അധിഷ്ഠിതമാണ്. വേണ്ടത്ര അറിവിൽ അധിഷ്ഠിതമാണെങ്കിൽ, അതു പരിശോധിക്കപ്പെടുകയും നിങ്ങളതിനെ സിദ്ധാന്തം എന്നു വിളിക്കുകയും ചെയ്യുന്നു. മനുഷ്യൻ മഴയ്ക്കുവേണ്ടി പ്രാർത്ഥിക്കാൻ പഠിക്കുന്നത് മഴ കൃത്യമായി വരുമ്പോൾ മാത്രമാണ്. പ്രകൃതിയെക്കുറിച്ചുള്ള ഒരു കണ്ടെത്തലായിരുന്നു അത്. പ്രാർത്ഥിച്ചാലും ഇല്ലെങ്കിലും മഴ വരുന്നുവെന്ന് അവൻ പിന്നീട് പഠിക്കുന്നു. ഒരു പരികൽപ്പന അനുഭവത്തിലൂടെ ശരിയെന്നു തെളിയിക്കപ്പെടുന്നില്ലെങ്കിൽ അത് തള്ളിക്കളയപ്പെടുന്നു. മനുഷ്യയുക്തിയുടെ പ്രാകൃതരൂപമായ മതപരമായ ചിന്താരീതിയിൽ ചില പരികൽപ്പനകൾ ഉണ്ടാക്കപ്പെട്ടിരുന്നു. അവ പൂർണ്ണമായും തെറ്റായിരുന്നിരിക്കാം. പക്ഷെ, അവയുടെ അടിസ്ഥാനത്തിൽ സ്ഥലകാലങ്ങളെ അതിവർത്തിക്കുന്ന ചില ആശയങ്ങൾ സൃഷ്ടിക്കപ്പെട്ടിരുന്നു. പ്രത്യക്ഷത്തിൽ തീർത്തും നിരങ്കുശമായ ആശയങ്ങളിൽ അധിഷ്ഠിതമായ ചില പ്രാചീന പരികൽപ്പനകളുമായി - ഉദാഹരണത്തിന് ഈഥർ - ചില ആധുനിക ശാസ്ത്രീയ ധാരണകൾക്ക് അടുത്ത സാദൃശ്യം ഉള്ളതുപോലെ, മതപരമായ ചിന്താരീതിയുടെ ചട്ടക്കൂടിനകത്ത് സൃഷ്ടിക്കപ്പെട്ട നിരവധി സാംസ്കാരികമൂല്യങ്ങൾക്ക്, ഇപ്പോൾ തീർത്തും വ്യത്യസ്തമായ അടിസ്ഥാനങ്ങളിലാണ്

അധിഷ്ഠിതമായിരിക്കുന്നതെങ്കിൽപ്പോലും, ആ ചട്ടക്കൂടിനപ്പുറത്തേക്ക് അതിജീവിക്കുവാനും അവയുടെ സാധ്യതയെ നിലനിർത്താനും കഴിയും. മതം അപ്രത്യക്ഷമാകുകയാണെങ്കിൽ സംസ്കാരത്തിന്റെ ഈ രൂപങ്ങളും പോകും എന്നൊരു ഭയമുണ്ട്. എന്നാൽ, ഈ ഭയത്തിന് യാതൊരു അടിസ്ഥാനവും ഇല്ല. കത്തോലിക്കാസഭയുടെ മേൽനോട്ടത്തിനകത്ത് വികസിച്ച കലാപരവും സാംസ്കാരികവുമായ മൂല്യങ്ങൾ, മതവിശ്വാസം ഇല്ലാതായിട്ടും യൂറോപ്പിൽ നിലനിൽക്കുന്നത് നാം കാണുന്നുണ്ട്. ദൈവത്തിലുള്ള വിശ്വാസം നഷ്ടപ്പെട്ട പല യൂറോപ്യൻമാരും ക്രൈസ്തവതയുടെ ഭാഗമായി വികസിച്ചുവന്ന മൂല്യങ്ങളെ നിധിപോലെ കാത്തുസൂക്ഷിക്കുന്നുണ്ട്.

ഇന്ത്യയിൽ ഇതേ പ്രക്രിയയിലൂടെ നാം കടന്നുപോകേണ്ടിവരും എന്നു ഞാൻ കരുതുന്നു; ആ പ്രക്രിയയെ ഭയക്കുന്നത് സാംസ്കാരിക പ്രതിലോമതയ്ക്കു സ്വയം വിധേയരാവുകയാണ്. ഉദാഹരണമായി, നിങ്ങൾ നമ്മുടെ ചരിത്രസ്മാരകങ്ങളെയും ചിത്രങ്ങളെയും ശിൽപ്പങ്ങളെയും കാണുന്നു. അവയെല്ലാം മതത്തിന്റെ ഭാഗമായാണ് രൂപംകൊണ്ടിട്ടുള്ളത്. പക്ഷെ, അജ്ഞാതരായ ആ ചിത്രകാരൻമാരും ശില്പികളും ചിത്രങ്ങളും ശിൽപ്പങ്ങളും സൃഷ്ടിച്ചത് അവർ മതവിശ്വാസികളായിരുന്നു എന്നതിനാലല്ല; മറിച്ച്, ചിത്രരചനയിലൂടെയും കൊത്തുപണിയിലൂടെയും തങ്ങളുടെ വ്യക്തിത്വത്തെ ആവിഷ്കരിക്കേണ്ടിയിരുന്ന സർഗ്ഗാത്മകതയുള്ള മനുഷ്യജീവികളായിരുന്നതിനാലാണ്. ആ മൂല്യങ്ങളെ സൃഷ്ടിച്ചത് മതമല്ല; മറിച്ച്, ചിത്രകാരൻമാരും ശിൽപ്പികളും ആകാനുള്ള ത്വരയോടുകൂടി ജനിച്ച മനുഷ്യരാണ്. നമ്മുടെ പ്രാചീന സ്മാരകങ്ങളെ ആദരിക്കാൻ നാം ആഗ്രഹിക്കുന്നുവെങ്കിൽ, മതപരമായ സംസ്കാരത്തിന്റെ ഒരു ഭാഗമായി നിർമ്മിക്കപ്പെട്ട ക്ഷേത്രങ്ങളും സ്തൂപങ്ങളും നാം പോയി കാണുന്നു. പക്ഷെ, നാം അവയെ ആദരിക്കുന്നത് ഇന്ന് നിർമ്മിക്കപ്പെട്ട മനോഹരമായ കെട്ടിടങ്ങളെയും വസ്തുതകളെയും ആദരിക്കുന്ന അതേ മട്ടിലാണ്. അവയുടെ മതപരമായ ബന്ധത്തിന്റെ അടിസ്ഥാനത്തിലല്ല, മറിച്ച്, മനുഷ്യസംസ്കാരത്തിന്റെയും സർഗ്ഗാത്മകതയുടെയും സാക്ഷാത്കാരം എന്ന നിലയിലാണ്. മതത്തിന്റെ ഭാഗമായിരുന്ന പ്രാചീനകലയുടെ ഒരു അനുകരണമായി ആധുനിക ഇന്ത്യൻ സംസ്കാരത്തിന്റെ പ്രബലരൂപം നിലനിൽക്കുന്നു. പക്ഷെ, നമ്മുടെ ആധുനിക ചിത്രകാരൻമാർ ദൈവത്തിൽ വിശ്വസിക്കുന്ന മതമനുഷ്യരാകാമെങ്കിലും അവർ തങ്ങളുടെ കലയെ സൃഷ്ടിക്കുന്നത് ആരാധന എന്ന നിലയിലല്ല, മറിച്ച്, സർഗ്ഗാത്മകത എന്ന തങ്ങളുടെ മനുഷ്യത്വരയിൽ നിന്നാണ്.

ചരിത്രത്തിൽ ഏതെങ്കിലും സമയത്ത് ഒരു മതപരമായ കർമ്മം എന്ന നിലയിൽ ചിത്രകാരൻ ചിത്രരചന നടത്തിയിട്ടുണ്ടെങ്കിൽ അങ്ങനെയാകാൻ കാരണം അക്കാലത്ത് അയാളെ സംബന്ധിച്ചിടത്തോളം മതം ജീവിക്കുന്ന ഒരു യാഥാർത്ഥ്യമായിരുന്നു എന്നതും അത് അയാളുടെ സർഗ്ഗാത്മകമായ കലാപ്രതിഭയ്ക്ക് ഒരളവിൽ പ്രചോദനം നൽകിയിരുന്നു എന്നതുമാണ്; പക്ഷെ, അത് കലാപ്രതിഭയുടെയും ഭാവനയുടെയും വ്യാപ്തിയെ പരിമിതപ്പെടുത്തുകയും ചെയ്തിരുന്നു. പിന്നീട്, മതപരമായ ചിന്താരീതിയാൽ അതിരിടപെടാത്ത ജനങ്ങളിൽ ഇതേപോലുള്ള ചിത്രങ്ങളുടെയോ വാസ്തുശില്പത്തിന്റെയോ കൊത്തുപണികളുടെയോ സാംസ്കാരിക മാതൃകകൾ സൃഷ്ടിക്കപ്പെട്ടപ്പോൾ അവരുടെ കല കുറേക്കൂടി വികസിച്ചു. ആധുനിക കലാകാരൻമാർ തികച്ചും പുതിയ രൂപങ്ങൾ സൃഷ്ടിച്ചിട്ടുണ്ട്. അവർ ആരംഭിക്കുന്നത് പ്രാചീന പാരമ്പര്യങ്ങളിൽ നിന്നായിരിക്കാം; പക്ഷെ, പുതിയ ചിലത് അതിൽ കൂട്ടിച്ചേർക്കുന്നു; അതിനെ വികസിപ്പിക്കുകയും സമ്പുഷ്ടമാക്കുകയും വിശാലമാക്കുകയും ചെയ്യുന്നു.

അതേസമയം, ഇവിടെ പൗരാണിക സംസ്കാരത്തെക്കുറിച്ച് ഏറെ സംസാരിക്കുന്ന ആളുകളുണ്ട്. പക്ഷെ, അവർ അതിനോടു പുതുതായൊന്നും കൂട്ടിച്ചേർക്കുന്നില്ല. അവർ സാംസ്കാരിക പ്രതിലോമതയെ സൃഷ്ടിക്കുകയാണ് ചെയ്യുന്നത്. ഇങ്ങനെയാണ് സംസ്കാരം വ്യക്തിയെ ആശ്രയിച്ചു നിൽക്കുന്നത്. ഇന്ത്യൻ സംസ്കാരത്തെക്കുറിച്ച് ഏറ്റവും കൂടുതൽ സംസാരിക്കുന്ന പലർക്കും നമ്മുടെ മഹത്തായ സാംസ്കാരിക പാരമ്പര്യത്തെക്കുറിച്ച് പലപ്പോഴും അറിയില്ല എന്നു നിങ്ങൾക്കു കാണാനാകും. ഉദാഹരണത്തിന്, പലർക്കും കാളിദാസനെ അറിയില്ല; പക്ഷെ, അവർക്ക് ഗീതയെ അല്ലെങ്കിൽ വേദാന്തത്തെ മാത്രം അറിയാം. നമ്മുടെ ചില മികച്ച സാംസ്കാരിക നിധികളെയും പാരമ്പര്യങ്ങളെയും, അവയുടെ അസ്തിത്വത്തെക്കുറിച്ച് നാമമാത്രമായാണ് നാമറിയുന്നതെങ്കിലും നാമവയെ അഭിമാനത്തോടെ പരിഗണിക്കുന്നില്ല. വ്യക്തമായും മതാത്മകമായവയെ മാത്രമേ സവിശേഷമായ ഇന്ത്യൻ സംസ്കാര രൂപമായി പരിഗണിക്കുന്നുള്ളൂ. രൂപവും ഉള്ളടക്കവും കൂട്ടിക്കുഴയ്ക്കപ്പെടുന്നു. മതമായിരുന്നു രൂപം. ആ രൂപത്തിൽ ചില സാംസ്കാരിക ഉള്ളടക്കങ്ങൾ പ്രതിഷ്ഠിക്കപ്പെടുന്നു. ഇന്നു നാം രൂപത്തെ മാത്രം സംസ്കാരമായി കാണുകയും ഉള്ളടക്കങ്ങളെ പ്രത്യേകമായി കാണാൻ താൽപ്പര്യപ്പെടാതിരിക്കുകയും ചെയ്യുന്നു.

മതത്തിന്റെ ചരിത്രത്തെക്കുറിച്ച് പറയാതെ സംസ്കാരത്തിന്റെ ചരിത്രത്തെക്കുറിച്ച് പറയാനാവില്ല. പക്ഷെ, ഈ ബന്ധത്തിൽ

ഒട്ടിപ്പിടിച്ച നിൽക്കുന്നത് നമ്മുടെ സംസ്കാരത്തിന്റെ വികാസത്തെ ശ്വാസംമുട്ടിക്കും. ഉദാഹരണത്തിന്, യാഥാസ്ഥിതിക മതവിശ്വാസത്തിന്റെ ബാഹ്യചിഹ്നങ്ങളെയെല്ലാം ഇപ്പോഴും കൊണ്ടുനടക്കുന്ന മനുഷ്യരെ നമ്മുടെ ശാസ്ത്രപരീക്ഷണശാലകളിൽ നിങ്ങൾ കാണുന്നു. അവർ കപടനാട്യക്കാരാണോ അതോ സാമൂഹിക നിർബന്ധങ്ങൾക്കു കീഴടങ്ങുകയാണോ എന്ന് എനിക്കറിയില്ല. രണ്ടാമത്തെ കാര്യത്തിൽ അത് ധീരതയില്ലായ്മ മാത്രമാണ്. പക്ഷേ, രണ്ടിലേതായാലും അത് ശാസ്ത്രീയ മനോഭാവവുമായി പൊരുത്തപ്പെടുന്നതല്ല എന്നു തീർച്ചയാണ്. ഇപ്രകാരം, ഇണങ്ങാനുള്ള പ്രവണത കപടനാട്യത്തിലേക്കോ ഭീരുത്വത്തിലേക്കോ അല്ലെങ്കിൽ രണ്ടിലേക്കുമോ എങ്ങനെ നയിക്കുമെന്നു നാം കാണുന്നു. ഈ ധൈഷണികാലസ്യം അതിദയനീയവും നമ്മുടെ സാംസ്കാരിക വികാസത്തെയാകെ മുരടിപ്പിക്കുന്നതുമാണ്.

മതത്തിന്റെ പഴയ രൂപങ്ങളെ നിരാകരിക്കുന്നവർ ഇവിടെ ഉണ്ടാകും. പക്ഷെ, എങ്ങനെയായാലും മതത്തിന്റെ ചില രൂപങ്ങൾ ഉണ്ടായേ തീരൂ എന്ന് അവർ ചിന്തിക്കുന്നു. എന്തെന്നാൽ, മതമില്ലെങ്കിൽ മനുഷ്യർ അധാർമ്മികരായിത്തീരും എന്ന് അവർ കരുതുന്നു. കളിപ്പാട്ടം കൊടുത്ത് കുട്ടിയെ ശാന്തനാക്കിയിരുന്നതുപോലെയോ മര്യാദയ്ക്കു പെരുമാറിയാൽ സമ്മാനം തരാമെന്ന് സ്കൂൾകുട്ടിയോടു പറയുന്നതുപോലെയോ ഉള്ള സങ്കൽപ്പമാണത്. മതത്തെക്കുറിച്ചുള്ള വളരെ ഉപരിപ്ലവമായ സങ്കൽപമാണത്. നമുക്ക് സംസ്കാരത്തിന്റെ ഒരു രൂപമായി മതത്തെ പരിഗണിക്കേണ്ടതുണ്ടെങ്കിൽ, ഇത്തരം വാദമുഖങ്ങളെ നമ്മുടെ വിശ്വാസത്തിന് അടിസ്ഥാനമാക്കാൻ കഴിയില്ല. ഇന്ന് സാംസ്കാരിക വികാസത്തിന് മതം അനിവാര്യമാണ് എന്ന് ഞാൻ പറയില്ല. പക്ഷെ, മതം സംസ്കാരത്തിന്റെ ഒരു രൂപമായിരുന്നു. അത് മഹത്തായ മൂല്യങ്ങളെ സൃഷ്ടിച്ചിട്ടുമുണ്ട്. ഒരു നിശ്ചിത വിശ്വാസത്തിന്റെ രൂപങ്ങൾ എന്ന നിലയിലാണ് അത്തരം മൂല്യങ്ങൾ സൃഷ്ടിക്കപ്പെട്ടിട്ടുള്ളത് എന്നിരിക്കിലും, അവയുടെ കലാപരമായ മൂല്യം നിമിത്തം അവയ്ക്ക് മതത്തെത്തന്നെ അതിജീവിക്കാൻ കഴിയും. അവയെ മതപരമായ സംസർഗ്ഗങ്ങൾ ഇല്ലാത്ത സാംസ്കാരിക ഉള്ളടക്കങ്ങളായി നമ്മൾ ഏറ്റെടുക്കുകയും ചെയ്യും.

നമുക്ക് പുരോഗതി വേണമെങ്കിൽ, നാം മറ്റെല്ലാ പ്രശ്നങ്ങളിലും പ്രയോഗിക്കുന്നതുപോലെ, നമ്മുടെ മതപരമായ വിശ്വാസങ്ങളിലും ആധുനിക ശാസ്ത്രീയ ചിന്താരീതി പ്രയോഗിക്കേണ്ടതുണ്ട്. നാഗരികതയുടെ ചരിത്രത്തിലുടനീളം മതവിശ്വാസങ്ങൾ മറിയിട്ടുണ്ട്. ജഡാത്മവാദത്തെയും പ്രകൃതിദേവതാമതങ്ങളെയും ബഹുദേവതാ മതങ്ങളെയും

പിന്നെ, ഏകദൈവമതങ്ങളെയും നമുക്കറിയാം. ചിലതിൽ വിശ്വസി ക്കാതെ നിവൃത്തിയില്ലാത്തപ്പോൾപ്പോലും മനുഷ്യമനസ്സ് അതിന്റെ വിശ്വാസത്തിന് അടിസ്ഥാനമായ വിഷയവസ്തുവിനെ മാറ്റിക്കൊണ്ടിരി ക്കുന്നു എന്നാണ് ഇതു കാണിക്കുന്നത്. അതുകൊണ്ട്, നമ്മുടെ ജീവിത ത്തിൽ മതത്തിന്റെ രൂപങ്ങൾ ഇനിയും അതിജീവിച്ചേക്കാം. പക്ഷെ, അവ ഇന്നു കേവലം അടിഭാരങ്ങൾ മാത്രമാണ്. നമ്മുടെ കർഷകർക്ക് ഇപ്പോഴും മതം ആവശ്യമുണ്ട് എന്നു നിങ്ങൾ പറയാം. പാമ്പുകളിൽനി ന്നു ദൈവം തന്നെ രക്ഷിക്കുന്നു എന്ന് ഒരു മനുഷ്യൻ വിശ്വസിക്കാത്ത പക്ഷം, പാമ്പിനാൽ അല്ലെങ്കിലും ഭയംകൊണ്ട് അയാൾ മരിച്ചേക്കാം. പക്ഷെ, ശരാശരി വിദ്യാഭ്യാസമുള്ള ഒരു ഇന്ത്യക്കാരന് ഇത്തരം സങ്കൽപങ്ങൾ ആവശ്യമില്ല. 'ദേശീയ സംസ്കാര'ത്താൽ രണ്ടുപേരും ഇന്ത്യക്കാരാണ്. എങ്കിലും, അവർ വ്യത്യസ്ത കാലഘട്ടങ്ങളിൽ ജീവിച്ചു കൊണ്ടിരിക്കുന്നു. ആയതിനാൽ, ഒരാൾക്ക് യഥാർത്ഥ അർത്ഥത്തിൽ ഒരു ഇന്ത്യൻ സംസ്കാരത്തെക്കുറിച്ച് സംസാരിക്കാനാവില്ല എന്ന് നിങ്ങൾക്കു കാണാം. കോടിക്കണക്കിനുവരുന്ന തങ്ങളുടെ ഇന്ത്യൻ സഹോദരങ്ങളോടുള്ളതിനേക്കാൾ ആധുനിക ഫ്രഞ്ചുകാരനോടോ, ഇംഗ്ലീഷുകാരനോടോ സാംസ്കാരികമായി കൂടുതൽ ചാർച്ച പുലർത്തു ന്ന ധാരാളം ഇന്ത്യക്കാർ ഇവിടെയുണ്ട്.

ഇന്ത്യൻ സംസ്കാരത്തെക്കുറിച്ചു സംസാരിക്കുമ്പോൾ രണ്ടു കാര്യങ്ങൾ നാം തീരുമാനിക്കുന്നു. നിങ്ങൾക്കു ടാഗോറിന്റെയോ നെഹ്റുവിന്റെയോ സംസ്കാരത്തെക്കുറിച്ച് സംസാരിക്കാനാകും. പക്ഷെ, നിങ്ങൾക്കെങ്ങനെ അതിനെ ഇന്ത്യൻ സംസ്കാരം എന്നു വിളിക്കാനാകും? ബഹുഭൂരിപക്ഷം ഇന്ത്യക്കാർക്കും ആ സംസ്കാര വുമായി യാതൊരു ഇടപാടുമില്ല. ഒരു മാതൃകാ ഇന്ത്യൻ സംസ്കാരം നിങ്ങൾക്കു വേണമെങ്കിൽ ബഹുഭൂരിപക്ഷം വരുന്ന ഇന്ത്യക്കാരുടെ സംസ്കാരത്തെ എടുക്കേണ്ടിവരും. നിങ്ങൾക്കു സംസ്കാരത്തിന്റെ ഏറ്റവും താഴ്ന്ന നിലവാരത്തിലേയ്ക്കു പോകേണ്ടിവരും എന്നാണ് അത് അർത്ഥമാക്കുന്നത്.

ഏതാണ്ട് അസംഖ്യം വ്യതിയാനങ്ങളുള്ള സാംസ്കാരിക രൂപ ങ്ങളുടെ ബഹുത്വത്തെ നമുക്ക് അംഗീകരിക്കേണ്ടതുണ്ട്. നിങ്ങളത് ചെയ്യുകയാണെങ്കിൽ ദേശീയ സംസ്കാരങ്ങളെക്കുറിച്ച് പറയുക എന്നത് വിഷമകരമാണെന്നു മനസ്സിലാവും. ഒരു തമിഴ് ബ്രാഹ്മണ ന്റെയും ഒരു പഞ്ചാബി കോളേജ് പ്രൊഫസറുടെയും സംസ്കാരങ്ങ ളിൽ പൊതുവായി ഉള്ളത് എന്താണ്? ഒരു പഠാണിയുടെയും ഒരു ബംഗാളിയുടെയും സംസ്കാരങ്ങളിൽ പൊതുവിലുള്ളത് എന്താണ്?

അടുത്തകാലം വരെ അവർക്കെല്ലാം പൊതുവായ ഒരു ഇന്ത്യൻ ദേശീയത്വം പോലുമുണ്ടായിരുന്നില്ല. അവരുടെ ചുറ്റുപാടുകൾ വലിയ തോതിൽ വ്യത്യസ്തമായിരുന്നു. ഇന്ത്യാ ഉപഭൂഖണ്ഡത്തിന്റെ ഭൂമിശാസ്ത്രപരമായ അതിർത്തിക്കുള്ളിൽ ആയിരിക്കുമ്പോൾത്തന്നെ അവർക്കെല്ലാം അവരുടേതായ തനതു സവിശേഷ സംസ്കാരങ്ങൾ ഉണ്ടായിരുന്നു. പക്ഷെ, അങ്ങനെയിരിക്കെത്തന്നെ, ബംഗാളി കലയും പഞ്ചാബി കലയും തമ്മിലുള്ളതിനേക്കാൾ കൂടുതൽ സമാനത ബംഗാളി കലയും ഇറ്റാലിയൻ കലയും തമ്മിലുണ്ടെന്ന് നിങ്ങൾക്കു കാണാനാകും.

ആയതിനാൽ, മനുഷ്യന്റെ സർഗ്ഗാത്മകതയുടെ പൊതുസ്വഭാവത്തിൽ അധിഷ്ഠിതമായ മനുഷ്യസംസ്കാരം മാത്രമേ ഉള്ളൂ എന്ന് ഞാൻ പറയുന്നു. സർഗ്ഗാത്മകത എന്നത് വൈകാരികമോ ധൈഷണികമോ ആണെന്ന് നിങ്ങൾ പറഞ്ഞേക്കാം. പക്ഷെ, ഞാൻ പറയുന്നു, മനുഷ്യന്റെ സർഗ്ഗാത്മകതയുടെ പൊതുഛേദകം യുക്തിപരമാണ് എന്ന്. അത് വികാരത്തെയോ ധിഷണയെയോ കുറച്ചു കാണുന്നില്ല.

ദേശീയ സംസ്കാരം എന്ന ആശയം തന്നെ സംസ്കാര ചരിത്രത്തിനാകെ എതിരായാണ് നീങ്ങുന്നത്. ഒരു ദേശീയ സംസ്കാരം നാം ആഗ്രഹിക്കുന്നുവെങ്കിൽ, യഥാർത്ഥത്തിൽ നമുക്കുള്ള സംസ്കാരത്തെ നശിപ്പിക്കേണ്ടതായിവരും. ഒരു രാജ്യത്തിന്റെ ചട്ടക്കൂടിനകത്ത് സംസ്കാരത്തിന്റെ വ്യത്യസ്തരൂപങ്ങൾ വികസിച്ചുവന്നിട്ടുണ്ട്. ഈ വ്യത്യസ്ത സംസ്കാരങ്ങളെയെല്ലാം സംരക്ഷിക്കുകയും അവയുടെ സവിശേഷരൂപങ്ങളെ വികസിക്കാൻ അനുവദിക്കുകയും ചെയ്യുക എന്നതാണ് ഒരു കാര്യം. ഒരു ദേശീയസംസ്കാരത്തിനുവേണ്ടി, അല്ലെങ്കിൽ അതുപോലെ ഒരു ദേശീയഭാഷയ്ക്കുവേണ്ടി നാം നിർബന്ധം പിടിക്കുകയാണെങ്കിൽ നമുക്കുള്ള യഥാർത്ഥ സംസ്കാരങ്ങളെ നശിപ്പിക്കുന്ന പ്രക്രിയയിലായിരിക്കും നാം. അതുകൊണ്ടാണ് ഞാൻ പറഞ്ഞത്, ഇന്ത്യയുടെ സാംസ്കാരിക പൈതൃകത്തെക്കുറിച്ചുള്ള അമിത ഭാഷണം പ്രതിലോമകരമായ ഫലങ്ങൾ ഉളവാക്കിയേക്കാം എന്ന്.

നമ്മുടെ പ്രമാണികളുടെ അഭിപ്രായപ്രകാരമുള്ള, ഇന്ത്യൻ സംസ്കാരത്തിന്റെ സവിശേഷരൂപങ്ങളെ എടുക്കുക. അതുകൊണ്ട് അവർ അർത്ഥമാക്കുന്നത് മതസംസ്കാരത്തെയാണ്. മതസംസ്കാരത്തിന്റെ ഏതു രൂപത്തെയാണ് നാം നിലനിർത്തേണ്ടത്? ഇവിടെ ഒരു ഹിന്ദുമതം എന്ന നിലയിൽ ഒന്നുമില്ല. ഈ മതത്തിന്റെ പല വിഭാഗങ്ങളും രൂപങ്ങളും ഇവിടെയുണ്ട്. ഗീതയാണ് ഹിന്ദുമതം എന്നു പറയുന്നത് ശരിയല്ല. ഗീതയിൽത്തന്നെ ആറു മതങ്ങളുണ്ട്. ക്രോചെയുടേതുപോലുള്ള നവീനവും അതിസങ്കീർണ്ണവുമായ ചില മതങ്ങളും ഇവിടെയുണ്ട് - മതവുമായി

പരമ്പരാഗതമായി ബന്ധമുള്ള എല്ലാ ഗുണങ്ങളെയും ആരാധനകളെയും ഒഴിവാക്കിയ അലൗകിക സ്വഭാവമുള്ള മതം. പക്ഷെ, ആധുനിക മനുഷ്യമനസ്സിന് എന്തു തരത്തിലുള്ള സംതൃപ്തിയാണ് അതിനു നൽകാൻ കഴിയുന്നത് എന്ന് എനിക്കറിയില്ല. മുന്നിലും പിന്നിലും ഒന്നുമില്ലാത്ത ആ പൂജ്യത്തിൽ നാം സംതൃപ്തരാകണം. എന്തായാലും, ആ അലൗകികമായ രീതിയിൽ മതത്തെക്കുറിച്ച് ചിന്തിക്കാത്തപക്ഷം, ആ അർത്ഥത്തിലുള്ള ഒരു ഇന്ത്യൻ മതത്തെക്കുറിച്ച് നമുക്കു സംസാരിക്കാനാവില്ല.

ഹിന്ദു സംസ്കാരത്തിന്റെ സവിശേഷരൂപം എന്താണ് എന്ന് കണ്ടെത്തണമെങ്കിൽ, ഇന്ത്യൻ മതങ്ങളുടെ ചരിത്രത്തെ പഠിക്കുന്ന സങ്കീർണ്ണമായ പ്രക്രിയയിലൂടെ കടന്നുപോകേണ്ടതുണ്ട്. പക്ഷെ, അതുമായി ബന്ധപ്പെട്ടും ജനങ്ങൾ ചരിത്രപരമായി ഒട്ടും ശരിയല്ലാത്ത പലതും പറയുന്നുണ്ട്. ഇവിടെ ആറ് ഇന്ത്യൻ മതപദ്ധതികൾ ഉണ്ടെന്നു പറയപ്പെടുന്നു. ഇന്ത്യൻ മതവികാസത്തിന്റെ ഒരു പ്രത്യേക കാലഘട്ടത്തിന്റെ ഒരു രേഖയാണ് ഉപനിഷത്തുകൾ. ആ വികാസത്തിൽ നിന്നാണ് ഇന്ത്യൻ മതത്തിന്റെയും ദർശനത്തിന്റെയും ആറു പദ്ധതികൾ ആവിർഭവിച്ചത്. അവയിൽ ഏറ്റവും ഒടുവിലത്തേതായിരുന്നു വേദാന്തം. വേദാന്തം എന്നത് ഒരു പ്രത്യേക ബൗദ്ധ സമ്പ്രദായമാണ് എന്നു കരുതുന്ന ചിലരും ഇവിടെയുണ്ട്. പിന്നെ, വൈശേഷികം, ന്യായം എന്നീ ദർശനങ്ങളുമുണ്ട്. ഇവയെ എല്ലാറ്റിനെയും ഒന്നിച്ചുകൂട്ടി ഹിന്ദുമതം എന്നു വിളിക്കാൻ കഴിയില്ല. ചിലത് ശങ്കരാചാര്യരുടെ വിശ്വദേവതാവാദത്തിൽ അധിഷ്ഠിതമാണ്. ബുദ്ധമതം തന്നെ ആദ്യകാല ഹിന്ദുമതത്തിന്റെ താർക്കിക ഫലമായിരുന്നു. മതമാണ് ഇന്ത്യയുടെ സവിശേഷമായ സംസ്കാരരൂപം എന്നു നാം പറയാൻ ആഗ്രഹിക്കുന്നുവെങ്കിൽ, നാം കുറച്ചുകൂടി മുന്നോട്ടുപോയി സാംഖ്യദർശനത്തെ അല്ലെങ്കിൽ വൈശേഷിക ദർശനത്തെ ഉപനിഷത്തുകളിൽനിന്നു താർക്കികമായി അനുമാനിച്ചെടുക്കാനാവുമെന്ന് കണ്ടെത്തണം. പക്ഷെ, വേദാന്തത്തിന് അതു ബുദ്ധിമുട്ടാണ്. ലോകം മായയാണ് എന്നു സ്ഥാപിക്കുന്നതിനുവേണ്ടി ദൈവവുമായി പൊരുത്തവും നിത്യതയും ഉള്ള മറ്റൊരു തത്ത്വത്തെ ശങ്കരൻ കൊണ്ടുവരുന്നുണ്ട്. അങ്ങനെ, അദ്വൈതവാദത്തെ സ്ഥാപിക്കുന്നതിനായി അദ്ദേഹം പൂർണ്ണമായ ദ്വൈതവാദത്തെ കൊണ്ടുവരുന്നു.

മനുഷ്യസംസ്കാരത്തിന് ഇന്ത്യ നൽകിയ വളരെ വിലപ്പെട്ട സംഭാവനകളെ ഇന്ത്യയുടെ ഈ ആദ്യകാല മതചരിത്രത്തിൽനിന്നു നമുക്കു വീണ്ടെടുക്കാൻ കഴിയും. പക്ഷെ, നാം അവയെ ഒരു ദേശീയ സംസ്കാരത്തിന്റെ സംഭാവനകളായി പരിഗണിക്കുന്ന കാലത്തോളം നമുക്കവയെ

വീണ്ടെടുക്കാൻ കഴിയില്ല. അത് മനുഷ്യലോക സംസ്കാരത്തിലേക്കുള്ള നമ്മുടെ സംഭാവനയായിരുന്നു. അത് മനുഷ്യസംസ്കാരത്തിലേക്കു പ്രവേശിച്ചിട്ടുള്ളത് യവനൻമാരിലൂടെയും അറബികളിലൂടെയും ആണ്. ഇന്ത്യ മറന്നപ്പോൾപോലും യൂറോപ്പിൽ ഈ പാരമ്പര്യം മദ്ധ്യകാലത്തുടനീളം നിലനിർത്തപ്പെട്ടു. ഈ അർത്ഥത്തിൽ, ആധുനിക മനുഷ്യസംസ്കാരത്തിൽ ഇന്ത്യയുടെ സംഭാവനകൾ അടങ്ങിയിരിക്കുന്നു.

ആ അർത്ഥത്തിൽ നാം നമ്മുടെ സാംസ്കാരിക പൈതൃകത്തെ വിലയിരുത്തുകയാണെങ്കിൽ, നമ്മുടെ സാംസ്കാരിക പൈതൃകത്തിന്റെ മറുഭാഗത്തെയും - അതായത്, ഇന്ത്യയിലെ മനുഷ്യർ സംഭാവന ചെയ്തിട്ടുണ്ടായിരുന്ന ഒരു പാരമ്പര്യത്തിൽ അധിഷ്ഠിതമായി ലോകത്തിന്റെ മറ്റു ഭാഗങ്ങളിൽ വികസിച്ചുവന്ന സാംസ്കാരികമൂല്യങ്ങളെയും - അവകാശപ്പെടുന്നതിൽ യാതൊരു ബുദ്ധിമുട്ടും ഉണ്ടാവില്ല. അവയെ ഏറ്റെടുത്ത്, ഇന്ത്യയിൽ ഇന്നു നിലനിൽക്കുന്ന നമ്മുടെ സവിശേഷമായ സാംസ്കാരിക രൂപങ്ങളുമായി പൊരുത്തപ്പെടുത്തി, ഈ സംസ്കാരത്തിന്റെ പുതുരൂപങ്ങളിലേക്കുള്ള വഴി ചൂണ്ടിക്കാണിക്കാനും വിഷമമുണ്ടാവില്ല. അതു വീണ്ടും സാർവ്വലൗകിക മാനവ സംസ്കാര പൈതൃകത്തിലേയ്ക്കുള്ള സംഭാവനയായിത്തീരുകയും ചെയ്യും.

പക്ഷെ, പൂർണ്ണമായും നമ്മുടേതായ ഒരു ദേശീയ ഇന്ത്യൻ സംസ്കാരത്തിനുവേണ്ടി നാം നിർബന്ധം പിടിക്കുകയാണെങ്കിൽ അത് അർത്ഥമാക്കുന്നത് സാംസ്കാരിക സങ്കുചിതത്വത്തെയാണ്. എല്ലാ സങ്കുചിതത്വവും അപരിഷ്കൃതത്വമാണ്. നമുക്ക് വിശ്വപൗരൻമാരാകാനും നമ്മുടെ മുമ്പിലെത്തുന്ന എല്ലാറ്റിനെയും സ്വീകരിച്ച് വികസിപ്പിക്കാനും പോഷിപ്പിക്കാനുമുള്ള ആത്മവിശ്വാസമുള്ളവരാകാനും തക്കരീതിയിൽ നമ്മുടെ സാംസ്കാരിക പൈതൃകം വേണ്ടത്ര മഹത്തരമാണ്. ഇപ്രകാരം മാത്രമേ മനുഷ്യസംസ്കാരത്തിന് വളരാനാവൂ. നമുക്കാവശ്യം മനുഷ്യസംസ്കാരമാണ്. ദേശീയ സംസ്കാരം വിഭജിക്കുന്നു. ലോകമാസകലമുള്ള മനുഷ്യർ വികസിപ്പിച്ച എല്ലാറ്റിനും പൊതുവായുള്ളതും, അവരെ യോജിപ്പിക്കുകയും ഒന്നിപ്പിക്കുകയും ചെയ്യുന്നതും, ഈ ഭൂമിയിൽ മനുഷ്യരെല്ലാവർക്കും സമാധാനത്തോടെയും സന്തോഷത്തോടെയും ഒന്നിച്ചു ജീവിക്കാൻ കഴിയുന്ന ഒരു കാലം വരും എന്ന പ്രതീക്ഷ മുറുകെ പിടിക്കുന്നതും എന്തോ അതാണ് മനുഷ്യ സംസ്കാരം

(1955).

നവോത്ഥാന പ്രസ്ഥാനം

ഇന്ത്യൻ സാഹചര്യത്തെ വിശകലനം ചെയ്യുമ്പോൾ, പുരോഗതിയുടെയും അഭിവൃദ്ധിയുടെയും എല്ലാ വഴികളും ഇന്ത്യൻ മനുഷ്യരാശിയുടെ മുമ്പിൽ തുറക്കുന്നതിനുള്ള മുന്നുപാധിയാണ് ഇന്ത്യൻ സമൂഹത്തിന്റെ സമഗ്രമായ പുനർനിർമ്മാണം എന്ന നിഗമനത്തിൽ നാം എത്തുന്നു. പാരമ്പര്യത്താലും കടുത്ത യാഥാസ്ഥിതികത്വത്താലും അന്ധരായ വളരെ കുറച്ച് പേർക്കൊഴികെ, ഫലത്തിൽ എല്ലാവർക്കും, പ്രത്യേകിച്ച് യുവതലമുറയ്ക്ക്, ഒരു സാമൂഹികവിപ്ലവത്തിന്റെ ആവശ്യകത അനുഭവപ്പെടുന്നുണ്ട്.

സാമൂഹിക വിപ്ലവം എന്ന പദം വളരെ ഭയജനകമായ ചില ആശയങ്ങളുമായി ബന്ധപ്പെട്ടിരിക്കുന്നു. എന്നാൽ, യഥാർത്ഥത്തിൽ സാമൂഹിക വിപ്ലവം എന്നത് അത്ര ഭയപ്പെടേണ്ടതോ വിരോധിക്കത്തക്കതോ ആയ ഒന്നല്ല. എന്തെന്നാൽ, സമൂഹം എന്നത് നിശ്ചലമായ ഒന്നല്ല. നിരന്തരം പരിണമിക്കുകയും പുരോഗമിക്കുകയും ചെയ്തുകൊണ്ടിരിക്കുന്ന മനുഷ്യരുടെ കൂട്ടായ്മയാണത്. തത്ഫലമായി, സമൂഹവും ഒരു ഘട്ടത്തിൽനിന്നു മറ്റൊരു ഘട്ടത്തിലേക്കു പുരോഗമിക്കുകയും പരിണമിക്കുകയും ചെയ്യുന്നു. ഈ പ്രക്രിയ നിശ്ചലമാകുമ്പോഴെല്ലാം അസാധാരണ മാർഗ്ഗങ്ങളിലൂടെ ഈ നിശ്ചലതയെ ഭേദിക്കാനുള്ള ആവശ്യം അനുഭവപ്പെടുന്നു.

നമ്മുടെ ഇന്ത്യൻ സമൂഹം വളരെക്കാലമായി അത്തരമൊരു നിശ്ചലതയിലാണ്. നമ്മുടെ രാഷ്ട്രീയവും സാമൂഹികവുമായ ജീവിതത്തിലെ ഇന്നത്തെ പ്രശ്നങ്ങൾ വലിയൊരളവോളം ഈ സാമൂഹിക നിശ്ചലതയുടെ പശ്ചാത്തലത്തിൽ നിന്നാണ് ഉണ്ടായിട്ടുള്ളത്. സാമൂഹിക

നിശ്ചലത, ബന്ധപ്പെട്ട മനുഷ്യരാശിയിലെ പ്രത്യേക വിഭാഗത്തിന്റെ ഭൗതികപുരോഗതിയെ മാത്രമല്ല, സാംസ്കാരികവും ബൗദ്ധികവുമായ പുരോഗതിയെ കൂടി തടസ്സപ്പെടുത്തുന്നു. ആയതിനാൽ, ഇന്ന് നമ്മുടെ രാജ്യത്ത് സാമ്പത്തിക പിന്നാക്കാവസ്ഥയെ മാത്രമല്ല, വ്യാപകമായ നിരക്ഷരതയെയും അജ്ഞതയെയും ബൗദ്ധികമായ ഉദാസീനതയെയും നാം കാണുന്നു.

എഴുതാനും വായിക്കാനും അറിയുന്ന കുറച്ചുപേരുടെ അടിസ്ഥാനത്തിൽ മാത്രമല്ല, ബൗദ്ധികമായ പിന്നാക്കാവസ്ഥ അളക്കപ്പെടുന്നത്; വിദ്യാസമ്പന്നരെന്നു വിളിക്കാവുന്ന ആളുകളുടെ മാനസികനിലയുടെയും ജീവിതവീക്ഷണത്തിന്റെയും അടിസ്ഥാനത്തിൽ കൂടിയാണ്. നമ്മുടെ രാജ്യത്തിന്റെ മാത്രം സവിശേഷാനുഭവം അല്ല ഇത്. മനുഷ്യവംശത്തിലെ ഓരോ വിഭാഗവും - അവർ യൂറോപ്പിലോ ഏഷ്യയിലോ, എവിടെ താമസിക്കുന്നവരായാലും - ഒരു കാലത്തല്ലെങ്കിൽ മറ്റൊരു കാലത്ത് അവരുടെ സമഷ്ടി ജീവിതത്തിൽ ഇത്തരമൊരു പ്രതിസന്ധി അനുഭവിച്ചിട്ടുണ്ട് എന്ന് ലോകചരിത്രം പഠിപ്പിക്കുന്നു. മറ്റു ജനതകൾ അവരുടെ ചരിത്രത്തിൽ ആ പ്രതിസന്ധികളെ എങ്ങനെ മറികടന്നു എന്നും ചരിത്രം നമ്മെ പഠിപ്പിക്കുന്നു.

ദൂരവ്യാപകമായ ഏതൊരു സാമൂഹിക വിപ്ലവത്തിനും മുന്നോടിയായി ഒരു ദാർശനിക വിപ്ലവം ഉണ്ടാകണം എന്ന നിഗമനത്തിൽ വിമർശബോധവും ചിന്താശീലവും ഉള്ള ചരിത്രവിദ്യാർത്ഥികളെല്ലാം എത്തിച്ചേർന്നിട്ടുണ്ട്. മറ്റു വാക്കുകളിൽ പറഞ്ഞാൽ, നിശ്ചലതയിൽ അല്ലെങ്കിൽ പ്രതിസന്ധിയിൽ അകപ്പെട്ടിരിക്കുന്ന ഒരു സമൂഹത്തിലെ അംഗങ്ങൾ ആ നിശ്ചലതയെ തകർക്കേണ്ടതിന്റെ ആവശ്യകത തിരിച്ചറിയണം. ആ അനിവാര്യമായ മാറ്റം ഉണ്ടാക്കുന്നതിനുള്ള ഇച്ഛയും ശക്തിയും തങ്ങളിലുണ്ടെന്ന് അവർ സ്വയം അറിയണം.

നിലവിലുള്ള സമൂഹത്തിനു ധാർമ്മികാനുമതി പ്രദാനം ചെയ്യുന്ന പഴയ ആശയങ്ങളിൽ ആളുകളുടെ മനസ്സ് പറ്റിപ്പിടിച്ചു നിൽക്കുന്നിടത്തോളം ആ ഇച്ഛയും ആ ശക്തിയും അവർ അറിയുന്നില്ല. ഒരു സമൂഹത്തെ പുനർനിർമ്മിക്കുന്നതിന്, കേടുവന്നു കല്ലിച്ച സാമൂഹിക ഘടനയെ മാറ്റി കൂടുതൽ വിമോചനാത്മകവും പുരോഗമനാത്മകവുമായ ഒന്നാക്കുന്നതിന്, നിലവിലുള്ള സാമൂഹികക്രമത്തിന്റെ ധാർമ്മികാനുമതിയെ വെല്ലുവിളിക്കേണ്ടതുണ്ട്. എന്തെന്നാൽ, ഒരു വ്യവസ്ഥയുടെ ധാർമ്മികാനുമതി വെല്ലുവിളിക്കപ്പെടുമ്പോൾ മാത്രമേ ജനങ്ങൾക്കു തങ്ങളുടെ അധീശത്വമനോഭാവത്തെ കുടഞ്ഞുകളയാനും ഭൗതികവും

ധാർമ്മികവുമായ പുരോഗതിയെ തടസ്സപ്പെടുത്തുന്ന നിരവധി സ്ഥാപനങ്ങളെ തകിടംമറിക്കാനുമുള്ള ഇച്ഛ ഉണ്ടാവൂ.

ഇന്ത്യാചരിത്രത്തെക്കുറിച്ചുള്ള ഒരു നിരൂപണം - മുൻധാരണകൾ അലട്ടുന്ന ഇന്ത്യാചരിത്ര വീക്ഷണമല്ല, മറിച്ച്, ഒരു ശാസ്ത്രീയ പരിശോധന - ഇന്ത്യാചരിത്രത്തെക്കുറിച്ചുള്ള വസ്തുനിഷ്ഠവും ശാസ്ത്രീയവുമായ ഒരു പഠനം, ഇന്ത്യയ്ക്ക് സാമൂഹികവും രാഷ്ട്രീയവുമായ മേഖലകളിൽ പുരോഗമിക്കണമെങ്കിൽ, മറ്റേതൊരു രാജ്യത്തെക്കാളും, ഒരുപക്ഷെ, ഇന്ത്യ ഇന്ന് ആ മാനസിക നവീകരണത്തിന്റെ ആവശ്യകതയിലാണ് നിൽക്കുന്നത് എന്ന നിഗമനത്തിലേക്കു നയിക്കും.

സ്വേച്ഛാധിപത്യത്തിനുള്ള അനുമതിയായ പഴഞ്ചൻ ആശയങ്ങളിലും പാരമ്പര്യങ്ങളിലുമുള്ള തങ്ങളുടെ അന്ധമായ വിശ്വാസത്തിൽ നിന്ന് വലിയൊരു വിഭാഗം ജനങ്ങൾ ഉണർന്നെണീക്കാത്തപക്ഷം നമ്മുടെ രാജ്യത്ത് യഥാർത്ഥത്തിലുള്ള സ്വതന്ത്ര ജനാധിപത്യസ്ഥാപനങ്ങളെയും അതിനനുസൃതമായ സമ്പദ്‌വ്യവസ്ഥയെയും സ്ഥാപിക്കുന്നതിനുള്ള ബുദ്ധിമുട്ടുകൾ പരിഹരിക്കാൻ കഴിയില്ല. അതാണ് അടിയന്തിരമായ കർത്തവ്യം: നമ്മുടെ രാജ്യത്ത് ഒരു ദാർശനിക വിപ്ലവം നടത്തുക - ഇന്ത്യൻ നവോത്ഥാന പ്രസ്ഥാനം ഏറ്റെടുത്തിട്ടുള്ള ഒരു കർത്തവ്യം.

നവോത്ഥാനം എന്ന പദം ചരിത്രപരമായി ലോകചരിത്ര വിദ്യാർത്ഥികൾക്കെല്ലാം അറിയാവുന്നതാണ്. പതിനാലാം നൂറ്റാണ്ടുമുതൽ പതിനാറാം നൂറ്റാണ്ടുവരെയുള്ള കാലയളവിലുള്ള യൂറോപ്പിന്റെ അനുഭവത്തിനുശേഷമാണ് ഈ പദം ഉപയോഗത്തിൽ വന്നത്. ക്രൈസ്തവമത ചിന്താരീതിയിൽ നിന്നു ശാസ്ത്രീയ ചിന്താരീതി എന്ന് അറിയപ്പെടുന്നതിലേക്ക് ആത്മീയമായും ബൗദ്ധികമായും യൂറോപ്പ് അക്കാലത്താണ് സ്വയം വഴിതിരിഞ്ഞത്.

ആ വഴിതിരിയൽ നമ്മുടെ രാജ്യത്ത് ഇതുവരെയും ഉണ്ടായിട്ടില്ല. നേരേമറിച്ച്, നമുക്ക് ധാരാളം ശാസ്ത്രവിദ്യാർത്ഥികളുണ്ട്; തീർച്ചയായും, വലിയ ശാസ്ത്രജ്ഞരുണ്ട്. പക്ഷെ, നമ്മുടെ രാജ്യത്ത് വലിയൊരളവുവരെ ശാസ്ത്രവും സാങ്കേതികവിദ്യയും ഒന്നാണ്. ശാസ്ത്രത്തിന്റെ മൂല്യം വിലയിരുത്തപ്പെടുന്നത് അതിന്റെ പ്രായോഗക്ഷമതയുടെ അടിസ്ഥാനത്തിലാണ്. ബോംബെയിലും പൂനെയിലും നടന്ന ശാസ്ത്ര കോൺഗ്രസ്സിലെ പ്രസംഗങ്ങൾ നിങ്ങൾ വായിച്ചിരിക്കാം. ശാസ്ത്രം എന്ന നിലയിൽ ശാസ്ത്രത്തിൽ താൽപര്യമുള്ള ആരും നമ്മുടെ ശാസ്ത്രജ്ഞർ സ്വയം കൈക്കൊണ്ടിട്ടുള്ള വിചിത്ര വീക്ഷണത്തിൽ സ്തബ്ധരാകും. അവരുടെ അഭിപ്രായത്തിൽ സാമ്പത്തികോൽപാദനത്തിന്റെയും

വ്യവസായികവൽക്കരണത്തിന്റെയും സാങ്കേതിക പ്രശ്നങ്ങൾ മാത്രമാണ് ശാസ്ത്രം. അതെല്ലാം തീർച്ചയായും ആവശ്യം തന്നെ. എന്നാൽ, ശാസ്ത്രം അതല്ല.

ശാസ്ത്രം അതിനേക്കാൾ കൂടുതലായ ഒന്നാണ്. കൂടുതൽ കൂടുതൽ ജ്ഞാനം ആർജ്ജിക്കുന്നതിനുള്ള ഉപകരണവും ഫലവുമാണ് ശാസ്ത്രം. മനുഷ്യരാശിയുടെ ശൈശവദശയിലുള്ള പ്രാകൃതമായ അജ്ഞതയിൽ നിന്നു രൂപംകൊണ്ട പഴയ ആശയങ്ങളും ആദർശങ്ങളും ധാരണകളും മനുഷ്യമനസ്സിന്റെയും ചേതനയുടെയും വികാസത്തിനു പരിമിതികൾ ഏർപ്പെടുത്തിയിട്ടുണ്ട്. ആ പരിമിതികളെ മറികടന്നു വളരാൻ ശാസ്ത്രജ്ഞാനം മനുഷ്യരെ സഹായിക്കുന്നു. ശാസ്ത്രജ്ഞാനത്തിന്റെ വളർച്ചയിലൂടെ ഈ പഴയ ആശയങ്ങളെ ഒഴിവാക്കിക്കളയുക എന്നത് ഒരു മാനസിക വിപ്ലവമാണ്. അതാണ്, ശാസ്ത്രത്തിന്റെ മഹത്തായ പ്രാധാന്യം.

മറ്റേതൊരു വിപ്ലവത്തിനും മുന്നോടിയായി ഉണ്ടാകേണ്ട ആഴത്തിലുള്ള വിപ്ലവകരമായ ഈ മാറ്റത്തിന്റെ ആവശ്യകത മനസ്സിലാക്കുന്നതിനു മറ്റു രാജ്യങ്ങളുടെ, പ്രത്യേകിച്ചും കഴിഞ്ഞ നാന്നൂറു മുതൽ അഞ്ഞൂറുകൊല്ലമായി മനുഷ്യപുരോഗതിയെ നയിച്ചുകൊണ്ടിരിക്കുന്ന രാജ്യങ്ങളുടെ ചരിത്രത്തിൽ നിന്നു നാം ഒരു പാഠം പഠിക്കേണ്ടതുണ്ട്. പൗരസ്ത്യ പ്രതിഭയ്ക്ക് എതിരാണെന്ന നിലയിൽ പാശ്ചാത്യ നാഗരികതയെ അധിക്ഷേപിക്കുന്ന പരിതാപകരമായ ഈ ശീലംമൂലം നമുക്ക് ഇതിനെ കൂടുതൽ ഊന്നിപ്പറയേണ്ടതുണ്ട്.

മതവുമായി ബന്ധപ്പെട്ടിരിക്കുന്നു എന്നതാണ് ഇന്ത്യൻ സംസ്കാരത്തിന്റെ സവിശേഷത എന്നു വിശ്വസിക്കപ്പെടുന്നു. ആയതിനാൽ, ഇന്ത്യൻ സംസ്കാരം ആത്മീയപരവും പാശ്ചാത്യ സംസ്കാരത്തിൽ നിന്നു വ്യത്യസ്തവും ആണെന്നു സങ്കൽപ്പിക്കപ്പെടുന്നു. ആത്മീയമായ ഇന്ത്യൻ സംസ്കാരം എന്നു വിളിക്കപ്പെടുന്നതിനെ മതവുമായി അത്ര ഗാഢമായ ബന്ധമില്ലാത്ത ആധുനിക യൂറോപ്യൻ സംസ്കാരവുമായി നാം താരതമ്യപ്പെടുത്തുന്നു. പക്ഷെ, പതിനാറാം നൂറ്റാണ്ടുവരെ യൂറോപ്യൻ സംസ്കാരം ഇന്ത്യയിലേതുപോലെ തീക്ഷ്ണമായി ആത്മീയപരവും മതാത്മകവും ആയിരുന്നു എന്ന കാര്യം നാം മറക്കുന്നു. പതിനഞ്ചും പതിനാറും നൂറ്റാണ്ടുകളിൽ യൂറോപ്യൻ മനസ്സ് മതാത്മകചിന്താരീതിയുടെ പരിമിതികളെ കവിഞ്ഞ് വളരുകയും ശാസ്ത്രീയചിന്താരീതിയെ സ്വീകരിക്കുകയും ചെയ്തു എന്നതാണ് വ്യത്യാസം. അതിനു കീഴിൽ യൂറോപ്പ് വിസ്മയകരമായ പുരോഗതി ഉണ്ടാക്കി. എന്നാൽ, ഇന്ത്യയിൽ അതു സംഭവിച്ചില്ല.

കഴിഞ്ഞ അഞ്ഞൂറുവർഷംകൊണ്ട് ഉണ്ടാക്കിയ ഈ പുരോഗതിയിൽ നിന്നാണ്, ഇപ്പോൾ ഇന്ത്യ സ്ഥാപിക്കാൻ ആഗ്രഹിക്കുന്ന രാഷ്ട്രീയ സ്ഥാപനങ്ങളും സമ്പദ്വ്യവസ്ഥയും കൃത്യമായും യൂറോപ്പിൽ പരിണ മിച്ചുവന്നത്. ആ അഞ്ഞൂറുകൊല്ലത്തെ പുരോഗതിയുടെ ഫലങ്ങൾ മോശമാണെന്നു കരുതുകയാണെങ്കിൽ ആ പുരോഗതിയുടെ രാഷ്ട്രീയ വും സാമ്പത്തികവുമായ ഫലങ്ങൾക്ക് ഇന്ത്യയുടെ ആദർശമാകാൻ കഴിയില്ല - ഇന്ത്യ അതിന്റെ 'ആത്മീയ പ്രതിഭ'യോട് വിശ്വസ്തത പുലർ ത്തണമെങ്കിൽ. നമ്മുടെ രാഷ്ട്രീയവും സാമ്പത്തികവുമായ ജീവിതത്തിൽ ജനാധിപത്യ സ്ഥാപനങ്ങൾ സ്ഥാപിക്കുന്നതിൽ നാം ബുദ്ധിമുട്ടുകൾ നേരിടുന്നുവെങ്കിൽ, അതിനു കാരണം ജനാധിപത്യപരമായ ഒരു ജീവി തമാർഗ്ഗത്തിന്റെ മൂന്നുപാധികൾ, അതായത്, ജനങ്ങളുടെ മനോഭാവ ത്തിലെ മാറ്റം, ദാർശനികവിപ്ലവം ഇന്ത്യയിൽ നടന്നിട്ടില്ല എന്നതാണ്.

തൽഫലമായി, നാം ആധുനിക രാഷ്ട്രീയത്തിന്റെയും സാമ്പത്തിക ശാസ്ത്രത്തിന്റെയും ഭാഷയിൽ സംസാരിക്കുമ്പോൾ വളരെ കുറച്ചു പേർക്കു മാത്രമേ അതു മനസ്സിലാവൂ. ജനങ്ങളിലെ മഹാഭൂരിപക്ഷത്തിനും മനസ്സിലാകുന്ന ഒരു ഭാഷയല്ല അത്. പാശ്ചാത്യ സംസ്കാരത്തിന്റെ യും ജനാധിപത്യ ജീവിതരീതിയുടെയും മുഖ്യതത്ത്വം എന്നത് മനുഷ്യന്റെ അന്തസ്സാണ്, മനുഷ്യൻ സ്വയം ഒരു മൂല്യമാണ് എന്ന ധാരണയാണ്. മനുഷ്യൻ എന്നത് പരമമായ മൂല്യമാണ്; മനുഷ്യനാണ് എല്ലാറ്റിന്റെ യും മാനദണ്ഡം. നവോത്ഥാനത്തിനു മുമ്പ് യൂറോപ്പിലും മതാത്മക മനോഭാവം മനുഷ്യനെ അജ്ഞേയവും സർവ്വശക്തവുമായ ഈശ്വ രേച്ഛയ്ക്കു കീഴ്പ്പെടുത്തിയിരുന്നു. ആ ഇരുണ്ട യുഗങ്ങൾക്കു ശേഷമുള്ള മനുഷ്യന്റെ പുനർജന്മമായിരുന്നു നവോത്ഥാനം. മൗലികമായി മനുഷ്യൻ വിശ്വസിക്കുന്ന ഒരു ജന്തുവായിരുന്നില്ല, മറിച്ച്, ചിന്തിക്കുകയും അന്വേ ഷിക്കുകയും ചെയ്യുന്ന ഒരു ജന്തുവായിരുന്നു എന്നതിനാൽ അതൊരു നവോത്ഥാനമായിരുന്നു. മനുഷ്യന്റെ അടിസ്ഥാനപരമായ ഈ ഗുണങ്ങൾ നവോത്ഥാനത്തിൽ പുനരധിവസിപ്പിക്കപ്പെട്ടു.

ആദിമമനുഷ്യരുടെ - ഇന്നു നിലവിലില്ലാത്ത ആദിമസമുദായങ്ങളുടെ മാത്രമല്ല, മറിച്ച്, നമ്മുടെ കാലത്തുതന്നെ ജീവിക്കുന്നവരുടെ പോലും - ചരിത്രത്തിലേക്കു പോകുകയാണെങ്കിൽ, ദൈവത്തെയോ ആത്മാവി നെയോകുറിച്ചുള്ള സങ്കല്പത്തിന്റെയും അതുപോലെയുള്ള വിചിത്രമായ മതാശയങ്ങളുടെയും പൂർണ്ണമായ അഭാവം കാണാൻ കഴിയും. നില നിൽപ്പിനുവേണ്ടിയുള്ള സമരത്തിൽ ജീവിതം സ്വയം പ്രകടമാകുന്നു. ജൈവപരിണാമത്തിന്റെ നീണ്ട പ്രക്രിയയുടെ പശ്ചാത്തലത്തിൽ മനുഷ്യവർഗ്ഗം പ്രത്യക്ഷപ്പെട്ടപ്പോൾ അതിന്റെ മുഖ്യ ഉത്കണ്ഠ സ്വന്തം

അസ്തിത്വത്തെ കാത്തുരക്ഷിക്കുക എന്താണ്. നിലനിൽപ്പിനു വേണ്ടിയുള്ള സമരം നടത്തുന്നതിനു മനുഷ്യവർഗ്ഗത്തിന് അതിന്റെ ചുറ്റുപാടുകളെ മനസ്സിലാക്കേണ്ടത് അത്യാവശ്യമാണ്. ചുറ്റുപാടുകളുടെ പരിമിതികളെ മറികടക്കുന്നതിനോ പലതരം പ്രകൃതി പ്രതിഭാസങ്ങളുടെ അപകടങ്ങളിൽ നിന്ന് എങ്ങനെ രക്ഷപ്പെടണം എന്നറിയുന്നതിനോ അത് സഹായിക്കും.

ആയതിനാൽ, എല്ലായിടത്തും, പാശ്ചാത്യ ദേശങ്ങളിലെന്നപോലെ പൗരസ്ത്യദേശങ്ങളിലും, മനുഷ്യമനസ്സ് ആരംഭിച്ചത് കാരണങ്ങളെ അന്വേഷിച്ചുകൊണ്ടാണ്. അത് ശാസ്ത്രത്തിന്റെയും തത്ത്വശാസ്ത്രത്തിന്റെയും അടിത്തറയിട്ടു. പക്ഷെ, മനുഷ്യപരിണാമത്തിന്റെ ആരംഭകാലങ്ങളിൽ മനുഷ്യന്റെ അറിവ് വളരെ പരിമിതമായിരുന്നു. ആയതിനാൽ, ചുറ്റുപാടുമുള്ളതും ആദിമമനുഷ്യരുടെ നിലനിൽപ്പിനെ ഭീഷണിപ്പെടുത്തുന്നതുമായ പ്രകൃതി പ്രതിഭാസങ്ങളെ വിശദീകരിക്കാനുള്ള ത്വരയും ആ ചുറ്റുപാടുകളുടെ കടന്നാക്രമണത്തെ അതിജീവിക്കാനുള്ള സമരം തുടരുന്നതിനുള്ള വഴികൾ കണ്ടെത്തുന്നതിനുള്ള ആഗ്രഹവും പരികൽപ്പനകൾ ആവിഷ്കരിക്കുക എന്ന് നാമിന്നറിയുന്ന ഒരു രീതി സ്വീകരിക്കാൻ മനുഷ്യനെ നിർബന്ധിച്ചു. ഒരു പുതിയ പ്രതിഭാസത്തെ അഭിമുഖീകരിക്കുമ്പോൾ ഏതൊരു ശാസ്ത്രീയാന്വേഷണത്തിലും ഒരു പരികൽപ്പന ഉണ്ടാക്കുന്നു; അതായത്, നമ്മുടെ മുൻകാല അറിവുകളുടെ അടിസ്ഥാനത്തിൽ വളരെ ശരിയെന്നു തോന്നുന്ന ഒരു വിശദീകരണം നാം സ്വീകരിക്കുന്നു. ആ പരികൽപ്പന ശരിയാണോ എന്നറിയാൻ തുടരന്വേഷണവും നിരീക്ഷണവും പരീക്ഷണങ്ങളും നടത്തുകയും ചെയ്യുന്നു. നിരീക്ഷണ പരീക്ഷണങ്ങളിലൂടെ ശരിയെന്നു തെളിയിക്കപ്പെടുമ്പോൾ അത് ഒരു വിശദീകരണമാകുകയും നമ്മുടെ ജ്ഞാനത്തെ സമ്പന്നമാക്കി ഒരു പുതിയ ശാസ്ത്രീയ സിദ്ധാന്തമായി മാറുകയും ചെയ്യുന്നു. അതു ശരിയെന്നു തെളിയിക്കപ്പെടുന്നില്ലെങ്കിൽ, അതു നിരസിക്കപ്പെടുകയും മറ്റൊരു പരികൽപ്പന ആവിഷ്കരിക്കേണ്ടിവരികയും ചെയ്യുന്നു.

മനുഷ്യരാശി മതത്തെ സ്ഥാപിച്ചത് കൃത്യമായും ഈ രീതിയിലാണ്. പ്രകൃത്യാരാധനാ മതങ്ങളുടെ പല ദൈവങ്ങളും ഇത്തരം പരികൽപ്പനകളല്ലാതെ മറ്റൊന്നുമല്ല. മനുഷ്യൻ ആകാശത്ത് ഇടിമിന്നൽ കാണുകയും അത് എങ്ങനെ ഉണ്ടാകുന്നു എന്ന് അദ്ഭുതപ്പെടുകയും ചെയ്തു. ഒരു തീക്കല്ല് ശിലയിൽ അടിക്കുമ്പോൾ തീപ്പൊരികൾ ഉണ്ടാകുന്നത് മനുഷ്യൻ കണ്ടിരുന്നു. അതികായനായ ഒരു മനുഷ്യൻ ഭീമാകാരമായ ഒരു തീക്കല്ലിനെ അതിബൃഹത്തായ ഒരു ശിലയിൽ അടിക്കുമ്പോൾ ഉണ്ടാകുന്ന ഭയങ്കരമായ തീപ്പൊരിയാണ് ആ ഇടിമിന്നൽ എന്ന് അവൻ

ഇതിൽനിന്ന് അനുമാനിച്ചു. പ്രകൃത്യാരാധനാ മതത്തിന്റെ ദൈവങ്ങളെ സങ്കൽപ്പിച്ചിരുന്നത് ഭീമാകാരമുള്ള മനുഷ്യരായിട്ടാണ്. അവർക്ക് മനുഷ്യരുടേതായ ഇച്ഛയും ആഗ്രഹങ്ങളും ശക്തികളും ഉണ്ടായിരുന്നു - വളരെ വലിയ തോതിലാണെന്നു മാത്രം. മനുഷ്യൻ പ്രകൃതിശക്തികൾക്കെതിരായ പോരാട്ടത്തിൽ ഏർപ്പെട്ടിരുന്നതിനാൽ, ദൈവങ്ങളുടെ അത്തരം ശക്തി ആർജ്ജിക്കുക എന്നത് മനുഷ്യന്റെ ഏറ്റവും വലിയ അഭിലാഷമായിരുന്നു. ഒന്നുമില്ലായ്മയിൽനിന്ന് ഒന്നും ഉണ്ടാകുന്നില്ല എന്ന മനുഷ്യന്റെ പ്രാകൃതയുക്തിയുടെ ആവിഷ്കാരമായിരുന്നു മതം എന്ന് എളുപ്പത്തിൽ കാണാനാകും. ഓരോന്നിനും ഒരു കാരണമുണ്ട്; മനുഷ്യമനസ്സിന് എല്ലാറ്റിനെയും വിശദീകരിക്കാനും കഴിയും.

അജ്ഞതയുടെ പ്രാകൃതാനന്ദത്താൽ മനുഷ്യൻ ഒരു കൂട്ടം ദൈവങ്ങളെക്കൊണ്ട് പ്രകൃതിയെ നിറച്ചിരുന്നു. ആ ദൈവങ്ങളെ എന്താവശ്യത്തിനു വേണ്ടിയാണോ സൃഷ്ടിച്ചത് ആ ആവശ്യത്തിന് ഇനി അവരെ ആവശ്യമില്ല എന്നിരിക്കുമ്പോൾപോലും ആ ദൈവങ്ങൾ മനുഷ്യന്റെ മനസ്സിൽ ഉറച്ചുതന്നെ ഇരിക്കുകയും അവൻ തന്റെ തന്നെ സൃഷ്ടിയുടെ ഇരയായി മാറുകയും ചെയ്യുന്നു - മനുഷ്യന്റെ പുതിയ സൃഷ്ടിയായ യന്ത്രത്തെപ്പറ്റി ഇന്നു പറയുന്നതുപോലെതന്നെ. മനുഷ്യൻ തന്റെ വിമോചനത്തിനായി മതത്തിൽ ഒരു ഉപകരണത്തെ സൃഷ്ടിച്ചു. ആ പ്രാഥമികമായ വിമോചനം കുറേക്കൂടി പുതിയതും വലുതുമായ ചിലതിനെ സൃഷ്ടിക്കാൻ അവനെ പ്രേരിപ്പിക്കുകയും ചെയ്തു. അങ്ങനെയാണ് മനുഷ്യരാശി പുരോഗമിച്ചത്. ഭൂതകാല സൃഷ്ടികളെ മറികടക്കുക എന്നതാണ് മനുഷ്യരാശിയുടെ ഇന്നത്തെ ആവശ്യം.

മതപരമായ ചിന്താരീതി ഒരിക്കൽ സ്ഥാപിക്കപ്പെട്ടാൽ, അത് മനുഷ്യമനസ്സിൽ ഏറെക്കാലം പിടിച്ചുനിൽക്കും. ലോകത്തിന്റെ പല ഭാഗങ്ങളിലായി മഹത്തായ മതങ്ങൾ രൂപംകൊണ്ടിട്ടുണ്ട്. പക്ഷെ, അവയിൽ മിക്കവയുടെയും പ്രബലമായ ഒരു തത്ത്വം പൊതുവായിട്ടുള്ളതായിരുന്നു. അതായത്, ഈ ലോകത്തെ ജീവിതം ക്ഷണഭംഗുരമാണ് എന്ന തത്ത്വം. ജീവന്റെ ഉദ്ഭവം അജ്ഞാതമായിരുന്നു. തന്റെ ഭാഗധേയത്തെ രൂപപ്പെടുത്തുന്നതിനും ചുറ്റുപാടുകളെ മെച്ചപ്പെടുത്തുന്നതിനുമുള്ള മനുഷ്യന്റെ കഴിവ് അപര്യാപ്തമായിരുന്നു; അവന് ഈ ആത്മവിശ്വാസം ഉണ്ടായിരുന്നില്ല. ഉത്കണ്ഠയും നിസ്സഹായതയും മൂലം അവൻ, തന്റെ വിധിയെ നയിക്കുന്നത് പരമമായ ഒരു ശക്തിയാണെന്നും മരണാനന്തരം തനിക്ക് മെച്ചപ്പെട്ട ഒരു ജീവിതം ഉണ്ടായിരിക്കും എന്നുമുള്ള വിശ്വാസത്തിൽ പറ്റിപ്പിടിച്ചുനിന്നു. മനുഷ്യൻ എവിടെ നിന്നോ വന്നു; എവിടേക്കോ തിരിച്ചുപോകുകയും ചെയ്യും. ഈ ഭൂമിയിലെ ജീവിതം

ക്ഷണികമായ ഒരു ദുഃസ്വപ്നം മാത്രമാണ്. അത് എത്രവേഗം കഴിയു ന്നുവോ, ആത്രയും നല്ലത്.

പ്രാചീന ചരിത്രത്തിലേക്കു നാം കുറച്ചുകൂടി ആഴത്തിലേക്കു പോകുക യാണെങ്കിൽ, പ്രാകൃതമായ നിലയിലുള്ള സഹജമായ യുക്തിബോധം കൊണ്ട് മനുഷ്യൻ ഒരുവിധം വികസിച്ച ദാർശനികവും ശാസ്ത്രീയവുമായ ചില ചിന്തകൾ വികസിപ്പിച്ചിരുന്നു എന്നു കാണാനാകും. മതാത്മക ചിന്താരീതി അവയെ കുറച്ചുകാലത്തേക്ക് അമർത്തിവയ്ക്കുക മാത്രമാണ് ചെയ്തത്. പക്ഷെ, യാഥാർത്ഥ്യത്തെക്കുറിച്ചുള്ള ഭാഗികമായ ഒരു ധാരണ യായതിനാൽ അവയെ പൂർണ്ണമായും കെടുത്തിക്കളയാൻ കഴിഞ്ഞില്ല. പിന്നീട് അന്ധമായ മതവിശ്വാസങ്ങളിലുള്ള നീണ്ട നിദ്രയിൽനിന്നു മനുഷ്യൻ ഉണർന്നെണീറ്റപ്പോൾ, മനുഷ്യചരിത്രത്തിന്റെ ആരംഭകാല ത്ത് ആർജ്ജിച്ചിരുന്ന പ്രാചീന വിജ്ഞാനത്തിൽ അവൻ പ്രചോദനം കണ്ടെത്തി. യൂറോപ്യൻ നവോത്ഥാനത്തിന്റെ പ്രചോദനം അതായി രുന്നു.

ഇന്ത്യാചരിത്രം പഠിക്കുകയാണെങ്കിൽ, അതുപോലുള്ള പുരാതന വിജ്ഞാനം പ്രാചീന ഇന്ത്യയിലും വികസിച്ചിരുന്നു എന്നു കാണാം. ആ വിജ്ഞാനത്തെക്കുറിച്ചുള്ള അറിവ് ഇന്ത്യൻ നവോത്ഥാനത്തെ സഹായിക്കും. ചരിത്രപഠനത്തിന്റെ ധർമ്മം അതാണ്. ചരിത്രപഠനം ഇതുവരെയും ഭൂതകാലത്തെ മഹത്വീകരിക്കുകയും ഭൂതകാലത്തെ എല്ലാം നല്ലതായിരുന്നു എന്നു തെളിയിക്കുകയും ചെയ്യുന്ന പണിയാണ് സ്വയം ഏറ്റെടുത്തിരുന്നത്. പക്ഷെ, ചരിത്രപഠനം എന്നത് ഭൂതകാല ത്തെ അതേപടി പുനർനിർമ്മിക്കുകയാണ്. ചരിത്രരചന എളുപ്പമുള്ള കാര്യമല്ല. ആധുനികകാലത്തുപോലും ചരിത്രം സത്യസന്ധമായും വിശ്വസ്തതയോടെയും എഴുതപ്പെടുന്നില്ല. പ്രാചീനകാലങ്ങളിൽ, ഒരുപക്ഷെ, പല നൂറ്റാണ്ടുകൾക്കുശേഷം രേഖപ്പെടുത്തപ്പെടാനായി കേട്ടുകേൾവികളുടെയും ഐതിഹ്യങ്ങളുടെയും രൂപത്തിൽ യുഗങ്ങളി ലൂടെ കടന്നുവരുമ്പോൾ ചരിത്രം യഥാർത്ഥ വസ്തുതകളുടെ ഒരു രേഖ എന്നതിനേക്കാൾ പുരാവൃത്തവും കെട്ടുകഥകളും ആയിരുന്നു എന്നത് ഒഴിവാക്കാൻ പറ്റുന്നതായിരുന്നില്ല. പിൽക്കാലത്ത്, രാജകൊട്ടാരങ്ങ ളിൽ ജീവിച്ചിരുന്ന പണ്ഡിതൻമാർ ചരിത്രം എഴുതിയപ്പോൾ പോലും അത് ആ രാജാക്കൻമാരുടെ ഒരു മഹത്വീകരണം മാത്രമായി മാറി; അക്കാലത്തെ വസ്തുതകളുടെ ഒരു രേഖയായിരുന്നില്ല.

രാമായണവും മഹാഭാരതവും വായിക്കുകയാണെങ്കിൽ നായകൻമാ രെപ്പറ്റിയെല്ലാം അറിയാനാകും. രാമരാജ്യത്തിൽ എല്ലാം ഗംഭീരമായിരു ന്നുവെന്നും അതിനെ പുനരുജ്ജീവിപ്പിക്കാൻ നാം പരിശ്രമിക്കണമെന്നും

നമ്മോടു പറയുന്നു. പക്ഷെ, രാമചന്ദ്രന്റെ കീഴിൽ ജനങ്ങളുടെ അവസ്ഥ എന്തായിരുന്നു എന്ന കാര്യം നമുക്കറിയില്ല. രാമായണത്തിൽനിന്നു രാമന്റെയും വാനരൻമാരുടെയും പരാക്രമങ്ങൾ മാത്രമേ നാമറിയുന്നുള്ളൂ. എന്നാൽ, അക്കാലത്തെ സാധാരണ മനുഷ്യരെപ്പറ്റി ഒന്നും അറിയുന്നില്ല. മഹാഭാരതം വായിക്കുമ്പോൾ, മെച്ചപ്പെട്ട രാഷ്ട്രീയ സ്ഥാപനങ്ങളുള്ള വളരെ പരിഷ്കൃതമായ ഒരു കാലഘട്ടത്തിന്റെ രേഖയാണ് അതെന്നു കാണാനാകും. പക്ഷെ, അവിടെപ്പോലും നായകൻമാരുടെയും രാജാക്കൻമാരുടെയും യോദ്ധാക്കളുടെയും കഥകൾ മാത്രമേ നിങ്ങൾക്കു കാണാനാകൂ. അക്കാലത്തെ സാധാരണക്കാരായ സ്ത്രീപുരുഷൻമാരുടെയും കർഷകരുടെയും കരകൗശലത്തൊഴിലാളികളുടെയും കഥകളൊന്നുമില്ല. ഈ രേഖയെ ആശ്രയിച്ചുകൊണ്ട്, അവിടെ യോദ്ധാക്കളും രാജാക്കൻമാരും മാത്രമേ ഉണ്ടായിരുന്നുള്ളൂ എന്നും യുദ്ധമല്ലാതെ മറ്റൊരു പണിയും ജനങ്ങൾക്ക് ഇല്ലായിരുന്നു എന്നും നിങ്ങൾ ചിന്തിക്കും - കൃഷിയില്ല, കലകളില്ല, കരകൗശലങ്ങളില്ല, കച്ചവടംപോലുമില്ല.

ഭൂതകാലത്തിൽ നമ്മുടെ രാജ്യത്തിന്റെ അവസ്ഥ എന്തായിരുന്നുവെന്ന് മനസ്സിലാക്കാൻ വാസ്തവത്തിൽ നാം ആഗ്രഹിക്കുന്നുവെങ്കിൽ, ശാസ്ത്രീയമായ ഒരു ചരിത്രപഠനം നടത്തേണ്ടതുണ്ട്. പാശ്ചാത്യരുടെ അനുഭവങ്ങളിൽനിന്ന് നാം വീണ്ടും പഠിക്കാത്തപക്ഷം അത് സാദ്ധ്യവുമല്ല. പാശ്ചാത്യലോകത്തും ചരിത്രം എന്നത് രാജാക്കൻമാരുടെയും യുദ്ധങ്ങളുടെയും ഒരു രേഖയായിരുന്നു. ആദ്യകാല ചരിത്രം ഒരിക്കലും എഴുതപ്പെട്ടിരുന്നില്ല. പതിമൂന്നാം നൂറ്റാണ്ടിൽ മാത്രമാണ് ചിട്ടയോടെയുള്ള ചരിത്രരചന ആരംഭിച്ചത്. ആയതിനാൽ, നമുക്കിപ്പോഴും പ്രചോദനം നൽകിയേക്കാവുന്ന ഇന്ത്യയുടെ പ്രാചീനജ്ഞാനത്തെ - മതാത്മകചിന്തയുടെ സാധുതയെയും മതപരമായ പാരമ്പര്യത്തിന്റെയും പ്രാമാണികതയുടെയും ധാർമ്മികാനുമതിയെയും സംശയിക്കാൻ നമ്മെ പ്രാപ്തരാക്കുന്ന ജ്ഞാനത്തെ - കണ്ടെത്താൻ നമ്മുടെ വിപുലമായ സംസ്കൃത വേദഗ്രന്ഥങ്ങളെ ഭാഷാശാസ്ത്രപരമായ സൂക്ഷ്മപരിശോധനയ്ക്കും മതത്തിന്റെ താരതമ്യാത്മക വിമർശനപഠനത്തിനും വിധേയമാക്കേണ്ടതുണ്ട്. അപ്പോൾ മാത്രമേ നമുക്ക് കതിരിൽനിന്നു പതിര് വേർപെടുത്താനും, യൂറോപ്യൻ നവോത്ഥാനത്തിനു പ്രചോദനം നൽകിയ പ്രാചീന ഗ്രീസിലേതിനു സമാനമായതും ശോഭനമായ ഒരു ഭാവിയെക്കുറിച്ചുള്ള നമ്മുടെ സ്വപ്നങ്ങൾ എപ്പോഴെങ്കിലും യാഥാർത്ഥ്യമാകണമെങ്കിൽ ഉണ്ടാകേണ്ട ഇന്ത്യൻ നവോത്ഥാനത്തിനു പ്രചോദനം നൽകിയേക്കാവുന്നതുമായ ചിന്തകൾ ഇന്ത്യയിലും വികസിച്ചിരുന്നു എന്ന് കണ്ടെത്താൻ കഴിയൂ.

നവോത്ഥാനകാലത്തെ യൂറോപ്പിനെപ്പോലെ സമാനമായ അനുഭവം ഇന്ത്യയും സൃഷ്ടിക്കണം എന്ന് നാം പറയുമ്പോൾ പാശ്ചാത്യ ലോകത്തെ അതേപടി അനുസരിക്കണം എന്ന് നാം നിർദ്ദേശിക്കുന്നില്ല. സമാനമായ ഒരു സാമൂഹിക പ്രതിസന്ധിയെയും പ്രശ്നങ്ങളെയും അഭിമുഖീകരിക്കുന്ന ഇന്ത്യൻ മനുഷ്യരാശിയും കലാപമുയർത്തണം; നിലവിലുള്ള വ്യവസ്ഥയുടെ ധാർമ്മികാനുമതിയെ വെല്ലുവിളിക്കണം; അതിനായി, സമാന അവസ്ഥയിൽ അകപ്പെട്ടപ്പോൾ യൂറോപ്യൻ മനുഷ്യരാശി സ്വീകരിച്ച നടപടിക്രമങ്ങളെ ഗുണപ്രദമായി സ്വീകരിക്കാനാവും എന്ന മാത്രമാണ് നാം നിർദ്ദേശിക്കുന്നത്.

മനുഷ്യന്റെ പുനർജന്മമായിരുന്നു നവോത്ഥാനം. സമൂഹത്തിൽ നിലനിൽക്കുന്ന എല്ലാം തനിക്കു മുമ്പേപോയ മനുഷ്യർ സൃഷ്ടിച്ചതാണെന്നും മനുഷ്യരാശിയുടെ പുരോഗതിക്കും സന്തോഷത്തിനും വേണ്ടിയാണ് അതെല്ലാം സൃഷ്ടിക്കപ്പെട്ടതെന്നും മനുഷ്യൻ ഓർക്കണം. മനുഷ്യരാശിയുടെ പുരോഗതിക്കും സന്തോഷത്തിനും എതിരായതും, വിമോചിപ്പിക്കുന്നതിനു പകരം കെട്ടിയിടുന്നതുമായ സാമൂഹിക സ്ഥാപനങ്ങളെയും രാഷ്ട്രീയസംഘടനകളെയും അഭിമുഖീകരിക്കുന്ന മനുഷ്യന് തുടർന്നുള്ള പുരോഗതി ഉണ്ടാക്കാൻ ആ ബന്ധങ്ങളെ തകർക്കേണ്ടത് ആവശ്യമാണെന്ന് തോന്നണം. എന്നാൽ, തനിക്ക് അതുചെയ്യാൻ കഴിയും എന്ന ആത്മവിശ്വാസം ഉണ്ടാകുന്നതിന് മനുഷ്യൻ സ്വയം ഓർക്കണം. മനുഷ്യൻ എന്ന നിലയിലുള്ള മനുഷ്യന്റെ പുനർജ്ജന്മമാണ് അത്. മനുഷ്യർ ഒന്നുകിൽ ദൈവങ്ങളുടെ അടിമകൾ, അല്ലെങ്കിൽ രാജാക്കൻമാരുടെ സേവകർ, അല്ലെങ്കിൽ ഏറ്റവും മെച്ചമായി ഏതെങ്കിലും മതത്തിന്റെ ഭക്തൻമാർ ആകുന്നു. പക്ഷെ, മനുഷ്യൻ സ്വയം മനുഷ്യനാകണം - സ്വന്തം മോചനത്തിനായി പ്രയത്നിക്കാൻ ആഗ്രഹിക്കുന്നുവെങ്കിൽ.

ഏകാധിപത്യത്തിന്റെ ഉദയത്തിന് അനുകൂലമായ അന്തരീക്ഷം സൃഷ്ടിക്കുന്ന ബഹുജനങ്ങളുടെ അധീശത്വ മനോഭാവത്തെക്കുറിച്ച് ഞാൻ മുമ്പ് പരാമർശിച്ചിട്ടുണ്ട്. എന്തുകൊണ്ട് നമ്മുടെ രാജ്യത്ത് ഈ അന്തരീക്ഷം അത്രമേൽ ആഴത്തിൽ വേരോടിയിരിക്കുന്നു? ഇന്ത്യയുടെ ആത്മീയ സംസ്കാരം എന്നുവിളിക്കപ്പെടുന്നതിൽ ആഴത്തിൽ വേരോടിയിട്ടുള്ള, ഇന്ത്യൻ മനോഭാവത്തിൽ ആധിപത്യം പുലർത്തുന്ന വിധിവാദപരമായ ജീവിതവീക്ഷണമാണ് അതിനു കാരണം. ദൈവത്തെയോ ദൈവങ്ങളെയോ കുറിച്ചുള്ള നമ്മുടെ വ്യത്യസ്തമായ സങ്കൽപ്പങ്ങൾ എന്തുതന്നെ ആയാലും ഈ മനോഭാവം ഇന്ത്യക്കാർക്കെല്ലാം പൊതുവായുള്ളതാണ്: ഈ ലോകത്ത് സംഭവിക്കുന്നതെല്ലാം നമ്മുടെ വിധിക്കനുസരിച്ചാണ്

സംഭവിക്കുന്നത്. ആ വിധിയാകട്ടെ ഈശ്വരേച്ഛയാണ്. അത് മനുഷ്യന്റെ ബുദ്ധിയുടെ ഗ്രഹണശേഷിക്ക് അപ്പുറത്താണ്. മനുഷ്യപ്രയത്നത്താൽ അതിനെ ഒരുതരത്തിലും മാറ്റാനും കഴിയില്ല. ആ മനോഭാവം കണക്കിലെടുക്കുമ്പോൾ, ഇന്ത്യൻ മനുഷ്യരാശി അതിന്റെ വിധിയെ സ്വന്തം കൈയിലെടുത്ത് രൂപപ്പെടുത്തും എന്ന് നിങ്ങൾക്കെങ്ങനെ പ്രതീക്ഷിക്കാനാവും? കർമ്മത്തിലുള്ള വിശ്വാസത്തിലൂടെ വെളിപ്പെടുന്ന വിധിവാദം ഈ ആത്മീയ സംസ്കാരത്തിന്റെ ജനകീയ ഫലമാണ്. തൊണ്ണൂറ്റൊമ്പതു ശതമാനം ഇന്ത്യക്കാരുടെയും ഏക ആത്മീയ ചമയം ഈ വിധിവാദമാണ്. മനുഷ്യൻ ക്ലേശിക്കുന്നുവെങ്കിൽ, അതിനു കാരണം തന്റെ കർമ്മമാണെന്ന് അവൻ വിശ്വസിക്കുന്നു. പൂർവ്വജന്മത്തിൽ താൻ കുറച്ചു പാപം ചെയ്തതാണ് കാരണം എന്ന് അവൻ വിശ്വസിക്കുന്നു. മറ്റു വാക്കുകളിൽ പറഞ്ഞാൽ, സംഭവിക്കുന്നതെല്ലാം മുൻകൂട്ടി നിശ്ചയിക്കപ്പെട്ടതാണ്; മനുഷ്യൻ അതിനെ അംഗീകരിക്കുകയും അതിലൂടെ കടന്നുപോകുകയും വേണം. ആയതിനാൽ, ഈ ലോകം ദുഃഖത്തിന്റെ ഒരു താഴ്‌വരയാണ്. ജീവിതം ഒരു ദുഃസ്വപ്നമാണ് എന്ന വിശ്വാസത്തെ നാം പരിപോഷിപ്പിച്ചിട്ടുണ്ട്. തന്റെ ഭൗതിക അസ്തിത്വത്താൽ അടിമയാക്കപ്പെട്ട ഏതോ ഒരു ആത്മീയസത്ത മനുഷ്യനിലുണ്ട്. ആ അടിമത്തത്തിൽ നിന്ന് എത്രവേഗം പുറത്തുവരുന്നോ, അത്രയും നന്ന്. അസ്തിത്വം തന്നെ തിന്മയായതിനാൽ, ആ തിന്മയായ അസ്തിത്വം ഏതുരൂപം എടുക്കുന്നു എന്നതിൽ നാമെന്തിന് വേവലാതിപ്പെടണം? എന്തു സംഭവിച്ചാലും ഒന്നുമില്ല എന്നതാണ് അതിന്റെ ഫലം. എന്തെന്നാൽ, എന്റെ മുത്തച്ഛൻ ചില കാര്യങ്ങൾ ചെയ്തു. ഞാനും അതുതന്നെ ചെയ്യണം; അതാണ് ഈശ്വരേച്ഛ. അതിൽ മനുഷ്യന് പറയാനൊന്നുമില്ല.

ഈ മനോഭാവം നിലനിൽക്കുന്നിടത്തോളം ആ ഇച്ഛ, ലോകത്തെ മാറ്റാനുള്ള ആ ആഗ്രഹം തന്നെ ഇന്ത്യക്കാരിൽ ബഹുഭൂരിപക്ഷത്തിനും ഉണ്ടാവില്ല. നമുക്കൊരു സാമൂഹിക വിപ്ലവം വേണമെങ്കിൽ, ഇന്ത്യൻ സമൂഹത്തെ പുനർനിർമ്മിക്കണമെങ്കിൽ, മനുഷ്യനെ അവന്റെ ശരിയായ സ്ഥാനത്ത് പ്രതിഷ്ഠിക്കുകയും പുരോഗതിയുടെയും അഭിവൃദ്ധിയുടെയും പന്ഥാവുകളെല്ലാം അവനു മുമ്പിൽ തുറക്കുകയും ചെയ്യുന്ന രാഷ്ട്രീയവും സാമ്പത്തികവുമായ സ്ഥാപനങ്ങളെ സൃഷ്ടിക്കാൻ ആഗ്രഹിക്കുന്നുവെങ്കിൽ ജനമനസ്സുകളിൽ മാറ്റം ഉണ്ടാക്കുക എന്ന അടിസ്ഥാനപരമായ കർത്തവ്യം നാം സ്വയം ഏറ്റെടുക്കണം; മരവിപ്പിക്കുന്ന വിധിവാദത്തെ കവിഞ്ഞുവളർന്ന് മനുഷ്യന്റെ സ്വന്തം സൃഷ്ടിപരതയിലുള്ള വിശ്വാസത്താൽ പ്രചോദിതമായ ഒരു മനോഭാവത്തെ വികസിപ്പിക്കാൻ നാം ജനങ്ങളെ സഹായിക്കണം.

പതിനഞ്ചാം നൂറ്റാണ്ടിലെ നവോത്ഥാനം യൂറോപ്പിൽ ആ കർത്തവ്യം പൂർത്തിയാക്കി. ആധുനികലോകത്തിലെ സ്വതന്ത്ര രാജ്യങ്ങൾക്കിടയിൽ സ്ഥാനം ലഭിക്കണമെങ്കിൽ ഇന്ത്യയിലും ആ കർത്തവ്യം നിറവേറ്റപ്പെടണം. ജനങ്ങളിൽ ബഹുഭൂരിപക്ഷം പേരും അജ്ഞരും എന്താണ് നടക്കുന്നത് എന്നതിനോട് ഉദാസീനരും ആയിരിക്കുമ്പോൾ തന്നെ നമ്മുടെ രാജ്യത്തിന്റെ ഉയർന്ന സ്ഥാനങ്ങളിൽ ഇരിക്കുന്ന കുറച്ചു പേരുടെ പ്രവൃത്തിയിലൂടെ നമുക്ക് ആ സ്ഥാനം ലഭിച്ചേക്കാം. പട്ടാളച്ചിട്ടയിലൂടെയും സ്വേച്ഛാധിപത്യത്തിലൂടെയും അതുചെയ്യാവുന്നതാണ്. ആ വഴിയിൽ ഇന്ത്യ മഹത്തായേക്കാം. എന്നാലത്, ഇന്ത്യൻ ജനതയുടെ ദുർബലതയിലും ദാരിദ്ര്യത്തിലും കെട്ടിപ്പൊക്കിയ ഒരു കോട്ടയായിരിക്കും. അങ്ങനെയായിരുന്നു പഴയകാലത്തെ രാജ്യങ്ങൾ മഹത്തും ശ്രേഷ്ഠവുമായി മാറിയത്. ആയതിനാൽ, ഭൂതകാലചരിത്രം എന്നത് രാജാക്കൻമാരുടെയും രാജവംശങ്ങളുടെയും ചരിത്രമാണ്; ജനങ്ങളുടേതല്ല. നമ്മുടെ പഴയ സാഹിത്യത്തിൽ മൃഗങ്ങളെയും പക്ഷികളെയും കുറിച്ചുപോലും നിങ്ങൾക്ക് ധാരാളം വായിക്കാനാവുമെങ്കിലും സാധാരണ മനുഷ്യനെ മൃഗത്തിന്റെ നിലവാരത്തിലും താഴെയായിട്ടാണ് പരിഗണിച്ചിരുന്നത് എന്നാണ് അതു കാണിക്കുന്നത്. ആധുനികകാലത്ത് സമാനമായ കാര്യങ്ങൾ സംഭവിച്ചേക്കാം. ജപ്പാന്റെ കഥ നമുക്കറിയാം. ജപ്പാൻ മഹത്തായതും പ്രത്യക്ഷത്തിൽ സമൃദ്ധവും ആയ രാജ്യമായിരുന്നു. ഇന്ത്യ ആ മാതൃകയെ പിന്തുടരണമെന്ന് ചില ആളുകൾ ചിന്തിക്കുന്നു. പക്ഷെ, ആ മഹത്വത്തെ ജപ്പാൻ എങ്ങനെയാണ് കെട്ടിപ്പൊക്കിയത് എന്ന് നിങ്ങൾക്കറിയാമോ? കുറഞ്ഞ കൂലിയുടെയും ജാപ്പാനീസ് തൊഴിലാളികളുടെയും കർഷകരുടെയും ചൂഷണത്തിന്റെയും മുകളിലാണ് അതു കെട്ടിപ്പൊക്കിയത്; അവരുടെ ദുരിതങ്ങൾക്കു മുകളിലാണ് ജപ്പാന്റെ സമൃദ്ധി പടുത്തുയർത്തപ്പെട്ടത്.

അതുപോലെ, ഒരു ജനതയുടെ പൂർണ്ണമായ സ്വാതന്ത്ര്യമില്ലായ്മ ഒരു രാജ്യത്തിന്റെ സൈനികശക്തിയുടെ അടിസ്ഥാനം ആയേക്കാം. ആ കഥ ഹിറ്റ്ലറുടെ ജർമ്മനിയിൽനിന്നു നാമറിയുന്നു. നിർഭാഗ്യവശാൽ, അതിനോടും നമ്മുടെ രാജ്യത്ത് നമുക്ക് ഏറെ ആരാധനയാണുള്ളത്. എന്നാൽ, അത്തരം സാഹചര്യങ്ങളിൽ മനുഷ്യർ മൃഗങ്ങളെപ്പോലെയോ യന്ത്രങ്ങളെപ്പോലെയോ ആയിത്തീരുന്നു. ഒരു സൈനികന്റെയോ സർക്കാർ സേവകന്റെയോ യൂണിഫോം അണിയുക എന്നത് ഒരു ശരാശരി ജർമ്മൻകാരന്റെ ഏറ്റവും വലിയ ആദർശമായിരുന്നു. നമ്മുടെ രാജ്യത്ത് അത്തരം ആദർശങ്ങളോട് നാം ജാഗ്രത പുലർത്തണം. ഒരു യൂണിഫോം ധരിച്ച് സഹമനുഷ്യരോട് ഉച്ചത്തിൽ

ആജ്ഞാപിക്കുന്നതാണ് ഈ ഭൂമിയിലെ മഹത്തരമായ നേട്ടം എന്ന് മനുഷ്യർ വിചാരിക്കുന്ന കാലത്തോളം നമുക്ക് സ്വാതന്ത്ര്യം ഉണ്ടാകില്ല. ഏറിയാൽ, മറ്റുള്ളവർക്ക് ഉണ്ടായിരുന്നേക്കാവുന്ന എന്തെങ്കിലും സ്വാതന്ത്ര്യത്തെ നിഷേധിക്കുകയാവും നാം ചെയ്യുന്നത്.

വിധേയരാക്കപ്പെട്ട ഒരു കൂട്ടം മനുഷ്യരുടെ അടിത്തറയിൻമേൽ മഹത്തായ ഒരു ഇന്ത്യയെ പടുത്തുയർത്തുന്നതിനേക്കാൾ ഒരു യഥാർത്ഥ സ്വതന്ത്ര ഇന്ത്യയെ ആഗ്രഹിക്കുന്നവർക്ക് ഒരു ദാർശനിക വിപ്ലവത്തിന്റെ അനിവാര്യത അനുഭവപ്പെടും. അവർ ജനങ്ങളുടെ മനോഭാവത്തിൽ മാറ്റംവരുത്തണം. അപ്പോൾ, ഉറങ്ങുന്ന രാക്ഷസനിൽ ജീവനും ശക്തിയും അനക്കംവയ്ക്കുകയും കാലങ്ങളായി തുടരുന്ന പാരമ്പ ര്യത്തിന്റെ തുരുമ്പിച്ച ചങ്ങലകളെ എണീറ്റുനിന്ന് പൊട്ടിച്ചെറിയുകയും ചെയ്യും. നവോത്ഥാന പ്രസ്ഥാനത്തിന്റെ സന്ദേശം അതാണ്.

ഒരിക്കൽ അതുണ്ടായാൽ നമുക്കു മുന്നിൽ നിരവധി ചോദ്യങ്ങൾ കടന്നുവരും. ആ ചോദ്യങ്ങൾക്ക് ഉത്തരം നൽകാൻ കഴിയും; തർക്കത്തി ലൂടെയല്ല, ശാസ്ത്രജ്ഞാനം പകർന്നു കൊടുത്തുകൊണ്ട്. ആയതിനാൽ, നമ്മുടെ കാലത്തെ നവോത്ഥാനത്തിന്, മുമ്പത്തേതിനേക്കാൾ കുറ ഞ്ഞകാലംകൊണ്ട് മഹത്തായ വിജയം നേടാൻ കഴിയും. യൂറോപ്യൻ നവോത്ഥാനം മനുഷ്യന്റെ പരമാധികാരത്തെ ഉറപ്പിക്കുകയും മനുഷ്യനെ ലോകത്തിന്റെ കേന്ദ്രത്തിൽ പ്രതിഷ്ഠിക്കുകയും ചെയ്തപ്പോ ഴും മനുഷ്യൻ സ്വയം അജ്ഞാതനായിരുന്നു. കാര്യങ്ങളുടെ മാനദണ്ഡം മനുഷ്യനാണ് എന്നുപറഞ്ഞ ആദ്യകാല ദാർശനികരിൽനിന്നായിരുന്നു അവർ പ്രചോദനം തേടിയിരുന്നത്. പക്ഷെ, മനുഷ്യൻ സ്വയം ഒരു നിഗൂഢതയായി നിലനിന്നു. മനുഷ്യനിലൂടെ ദൈവിക ചൈതന്യം പ്ര വർത്തിക്കുന്നതിനാൽ മറ്റു മൃഗങ്ങളേക്കാൾ ഉൽകൃഷ്ടനാണ് മനുഷ്യൻ എന്നായിരുന്നു യൂറോപ്പിൽ അതുവരെയും നിലനിന്നിരുന്ന വിശ്വാസം. മനുഷ്യൻ ദൈവത്തിന്റെ പ്രതിനിധിയോ ഭാഗമോ പ്രകടനമോ ആണ്. ആയതിനാൽ, മറ്റു ജന്തുക്കളേക്കാൾ മനുഷ്യൻ ഉൽകൃഷ്ടനാണ്. മനുഷ്യ നെക്കുറിച്ചുള്ള സങ്കൽപ്പം അതാണെങ്കിൽ, മനുഷ്യന്റെ അന്തസ്സും പരമാ ധികാരവും ആ വിശ്വാസത്തിൽനിന്ന് അനുമാനിക്കുകയാണെങ്കിൽ മനുഷ്യാസ്തിത്വം ഒരു ദൈവികാസ്തിത്വത്തിന്റെ അനുബന്ധമായതിനാൽ, മനുഷ്യരാശിയുടെ ആദർശമായ ദൈവികാസ്തിത്വത്തിൽ ലയിക്കുന്നതി നായി മനുഷ്യാഭിലാഷത്തിന്റെ ഔന്നത്യം മനുഷ്യാസ്തിത്വത്തിൽ നിന്ന് തീർച്ചയായും പുറത്തുകടക്കും. അത്തരമൊരു മനോഭാവമുള്ള സമൂഹം നിശ്ചലമാകുകയും തകരുകയും ചെയ്യും.

നാഗരികതയുടെ ഉയർന്നതലത്തിൽ എത്തിയ മറ്റു ജനതകൾക്കും ഇത്തരം അനുഭവം ഉണ്ടായിട്ടുണ്ട് എന്ന് ചരിത്രം നമുക്ക് കാണിച്ചുതരുന്നു. പക്ഷെ, തങ്ങളുടെ ലൗകികസാഹചര്യങ്ങളെ മെച്ചപ്പെടുത്താൻ മുൻകൈ എടുക്കാത്തതിനാലും വിധിവാദപരമായ ഈ മനോഭാവത്താലും ആ നാഗരികതകൾ തകർന്നുപോയി. ജീവിതം എന്നത് മോശമായ എന്തോ ഒന്നാണ്, അതിൽനിന്ന് നാം ഓടി രക്ഷപ്പെടണം എന്നത് മനുഷ്യാസ്തിത്വത്തെ മെച്ചപ്പെടുത്താൻ കഴിയുന്ന ഒരു തത്ത്വശാസ്ത്രമല്ല. അത്തരമൊരു തത്ത്വശാസ്ത്രത്താൽ ആകൃഷ്ടരായവർക്ക് അങ്ങനെ ചെയ്യാൻ സ്വാഗതം; എന്നാൽ, അതു പ്രസംഗിക്കുന്നവർ സാധാരണയായി അതിൽ സ്വയം വിശ്വസിക്കുന്നില്ല; അവർ അത് മറ്റുള്ളവർക്ക്, സാധാരണക്കാർക്ക് ഉപദേശിക്കുക മാത്രമാണ് ചെയ്യുന്നത്. ജീവിതം എന്നത് മുൻകൂട്ടി നിശ്ചയിക്കപ്പെട്ട തിന്മയാണ് എന്ന വിശ്വാസം സാധാരണ ജനങ്ങളെ മരിക്കുന്നതുവരെ ക്ലേശത്തിലും ദുരിതത്തിലും നിലനിർത്തുന്നു. കുറച്ചു വിശുദ്ധൻമാരെ നമുക്കു തന്നേക്കാവുന്ന, എന്നാൽ, ബഹുഭൂരിപക്ഷം വരുന്ന മനുഷ്യർക്കും അത്തരം താഴ്ന്ന ഫലങ്ങൾ മാത്രം ഉണ്ടാക്കാൻ കഴിയുന്ന ഒരു തത്ത്വശാസ്ത്രത്തെ വാസ്തവത്തിൽ ദൈവികം എന്നു വിളിക്കാനാവില്ല.

ആ തത്ത്വശാസ്ത്രത്തിന്റെ ഉദ്ഘോഷകരുമായി തർക്കിക്കാൻ പോകുക നമ്മുടെ പണിയല്ല. സാധാരണജനങ്ങളെ അതിനെതിരെ കലഹിക്കാൻ പ്രേരിപ്പിക്കുകകയും അവർ ദുരിതമനുഭവിക്കുന്നുവെങ്കിൽ അത് മുൻകൂട്ടി നിശ്ചയിക്കപ്പെട്ടതല്ലെന്നും മറിച്ച്, മാറ്റാൻ കഴിയുന്ന ചില കാരണങ്ങളാലാണെന്നും അവരെ ബോദ്ധ്യപ്പെടുത്തുകയും ചെയ്യുക എന്നതാണ് നമ്മുടെ കർത്തവ്യം. അവരുടെ സ്വന്തം മതവിശ്വാസങ്ങളുടെ അടിസ്ഥാനത്തിൽതന്നെ നമുക്കിത് ചെയ്യാനാവും. ദൈവം നല്ലവനാണെങ്കിൽ, മോശപ്പെട്ട ഇത്തരമൊരു സൃഷ്ടി, അനുതാപവും കാരുണ്യവും നന്മയും ഇല്ലാത്ത ഒരു ലോകം അദ്ദേഹത്തിന് എങ്ങനെ സൃഷ്ടിക്കാൻ കഴിയുന്നു? നമ്മുടെ ജീവിതത്തിൽ അത്തരമൊരു അവ്യവസ്ഥ ദൈവം ഉണ്ടാക്കിയിട്ടുണ്ടെങ്കിൽ നമ്മുടെ ജീവിതത്തെ നമ്മുടെ സ്വന്തം കൈയിലെടുത്ത് അതിനെ കുറച്ചുകൂടി മെച്ചപ്പെടുത്താൻ നമുക്കു ശ്രമിക്കാം.

ഒരു ദാർശനികവിപ്ലവത്തിന്റെ ആവശ്യം, നിലവിലുള്ള പരമ്പരാഗത, സ്വേച്ഛാധികാര തത്ത്വശാസ്ത്രത്തെ പുതിയൊരു തത്ത്വശാസ്ത്രംകൊണ്ട് എതിർക്കാൻ നമ്മെ നിർബന്ധിക്കുന്നു. ആത്മീയതയുടെ തത്ത്വശാസ്ത്രത്തെ - അല്ലെങ്കിൽ നിങ്ങളതിനെ എന്തുവിളിച്ചാലും - മാനവികദർശനം കൊണ്ട് നമുക്ക് എതിർക്കേണ്ടതുണ്ട്. നമ്മുടെ ആത്മീയവാദികൾ

ഭൗതികവാദത്തോട് പൊരുത്തും. ആയതിനാൽ, ഞാൻ ഈ വാക്ക് ഉപയോഗിക്കുന്നില്ല. സ്വാതന്ത്ര്യത്തിലെത്താൻ മനുഷ്യനെ പ്രാപ്തനാക്കുക എന്ന ലക്ഷ്യമുള്ള തത്ത്വശാസ്ത്രമായ മാനവികവാദംകൊണ്ട് ഞാനവരുടെ ആത്മീയവാദത്തെ എതിർക്കും. എന്താണ് സ്വാതന്ത്ര്യം? സ്വാതന്ത്ര്യം എന്നത് വിദൂരമായ ഒരു ഉട്ടോപ്യൻ ആദർശമല്ല. തന്റെ നിലീനമായ കഴിവുകളുടെ വികാസത്തിനുമേലുള്ള പല നിയന്ത്രണങ്ങളിൽ നിന്നുമുള്ള ക്രമാനുഗതമായ വിമോചനമാണത്. മാനസികമായ തകരാറുള്ളവരൊഴികെയുള്ള മനുഷ്യർക്കെല്ലാം ധൈഷണികമായും ധാർമ്മികമായും മാനസികമായും വികസിക്കാനുള്ള കഴിവ് നൽകപ്പെട്ടിട്ടുണ്ടെന്ന് ആധുനിക ജീവശാസ്ത്രം നമ്മെ പഠിപ്പിക്കുന്നുണ്ട്. ഈ കഴിവുകളെ യാഥാർത്ഥ്യമാക്കാനുള്ള അവസരമുണ്ടോ എന്നതു മാത്രമാണ് ചോദ്യം. സ്വാതന്ത്ര്യം എന്നത് ആ അവസരമല്ലാതെ മറ്റൊന്നുമല്ല: തങ്ങളുടെ നിലീനമായ കഴിവുകളെ വികസിപ്പിക്കാൻ മനുഷ്യവ്യക്തികൾക്കെല്ലാമുള്ള അവസരം. അതാണ് സ്വാതന്ത്ര്യം, അതിൽ കൂടുതലൊന്നുമില്ല; അത് ആത്മീയമോ നിഗൂഢമോ അമൂർത്തമോ ഒന്നുമല്ല.

രണ്ടാമത്തെ ചോദ്യം നമ്മെ കുറച്ചുകൂടി മുന്നോട്ടുകൊണ്ടുപോകും. ഈ കഴിവുകളെക്കുറിച്ച് മനുഷ്യരെ ബോധവാൻമാരാക്കാൻ നമുക്കാവുമോ എന്നൊരാൾ ചോദിച്ചേക്കാം. ആവും എന്നായിരിക്കും നമ്മുടെ ഉത്തരം. ഈ ഉത്തരത്തിന് ശാസ്ത്രജ്ഞാനത്തിന്റെ പിൻബലമുണ്ട്. ഒരു വ്യക്തിയോ ഒരുകൂട്ടം മനുഷ്യരോ ഒരു പ്രത്യേക ചിന്താമാർഗ്ഗത്തിലൂടെ ചരിക്കാൻ ശീലിപ്പിക്കപ്പെട്ടുമ്പോൾ, അവരെ മാനസികമായ ആ വഴിത്താരയിൽ നിന്നു ചലിപ്പിച്ച് വ്യത്യസ്തമായ ഒരു മാർഗ്ഗത്തിലൂടെ നീങ്ങാൻ പ്രേരിപ്പിക്കുന്നതിന് സ്വാഭാവികമായും കുറച്ചു സമയമെടുക്കും. എന്നാൽ, ആ ശീലം നീണ്ടകാലത്തെ നിരന്തരമായ മതപ്രചാരണത്തിലൂടെ സൃഷ്ടിക്കപ്പെട്ടതായതിനാൽ, ആ പരലോക പ്രവണതകൾക്കെതിരായ മനുഷ്യന്റെ സഹജവാസനകളെ ഉണർത്തിക്കൊണ്ട് അതിനെ വീണ്ടും മാറ്റാനാകും. നമ്മൾ മനുഷ്യരിൽ വിശ്വസിക്കാനെന്നപോലെ സംശയിക്കാനുള്ള പ്രവണതയുമുണ്ട്. യുഗങ്ങളായി നമ്മുടെ രാജ്യത്ത് ആദ്യത്തേതിനെ പരിപോഷിപ്പിക്കുകയും മഹത്വീകരിക്കുകയും ചെയ്തുവരുന്നു. ആയതിനാൽ, നമ്മുടെ ആളുകൾ വലിയൊരളവോളം വിശ്വാസികളാണ്. എന്നാൽ, അന്വേഷിക്കാനും സംശയിക്കാനും ചോദ്യം ചെയ്യാനുമുള്ള പ്രവണതയും, മനുഷ്യചരിത്രം പഠിപ്പിക്കുന്നതുപോലെ, ഓരോ മനുഷ്യനിലും അന്തർലീനമാണ്. ആയതിനാൽ, ഓരോന്നും എന്തുകൊണ്ട്, എങ്ങനെ എന്നതിനെപ്പറ്റി മനുഷ്യൻ

അന്വേഷിക്കണം എന്ന് നാം നിർബന്ധിക്കുന്നത് തുടരുകയാണെങ്കിൽ മനുഷ്യനിലെ ആ പ്രവണത ശക്തിപ്പെടുകയും ആത്യന്തികമായി വിജയിക്കുകയും ചെയ്യും. ഈ സന്ദേഹവാദത്തിന് ആനുപാതികമായി ഈ അന്വേഷണ മനോഭാവം വികസിക്കും; മതപരമായ ചിന്താരീതി സൃഷ്ടിച്ച ഈ വിശ്വാസശീലം ദുർബലപ്പെടുകയും മാനസികമായ ഒരു മാറ്റത്തിന്റെ, ഒരു ദാർശനിക വിപ്ലവത്തിന്റെ തുടക്കംകുറിക്കപ്പെടുകയും ചെയ്യും.

ആയതിനാൽ, ആത്മീയവാദ തത്ത്വശാസ്ത്രത്തെ നേരിടേണ്ട മാനവവാദദർശനത്തിന്റെ അടിസ്ഥാനതത്ത്വങ്ങളെ വളരെ ലളിതമായി പ്രസ്താവിക്കാൻ കഴിയും. മനുഷ്യൻ നൈസർഗികമായി യുക്തിബോധമുള്ള ജീവിയാണെന്നും, യുക്തിബോധമുള്ളതിനാൽ അവൻ നൈസർഗികമായി ഒരു ധാർമ്മികജീവിയും കൂടിയാണ് എന്നതാണ് ഈ തത്ത്വങ്ങൾ. അതിന്റെ അംഗങ്ങളുടെ യുക്തിബോധത്തെയും മര്യാദാബോധത്തെയും കണക്കിലെടുക്കുമ്പോൾ വളരെ സംഘടിതവും സമഞ്ജസവും നൈതികവുമായ ഒരു സാമൂഹികക്രമം നിങ്ങൾക്കുണ്ടാവും. മനുഷ്യരിൽ ഈ ഗുണങ്ങൾ സഹജമായി ഇല്ലെങ്കിൽ സമഞ്ജസവും മര്യാദയുള്ളതുമായ ഒരു സാമൂഹികക്രമം നിങ്ങൾക്കൊരിക്കലും ഉണ്ടാവില്ല. മുമ്പ്, ഈ ഗുണങ്ങൾ മനുഷ്യനു ചാർത്തിക്കൊടുക്കുന്നതിനായി നമുക്ക് ദൈവത്തിലേക്കു തിരിച്ചുപോകേണ്ടിയിരുന്നു. ഒരു പ്രാപഞ്ചിക ധാർമ്മികതത്ത്വം അവനിലൂടെ പ്രവർത്തിക്കുന്നതിനാൽ മനുഷ്യന് ധാർമ്മികനാവേണ്ടതുണ്ടായിരുന്നു. മറ്റു വാക്കുകളിൽ പറഞ്ഞാൽ, മനുഷ്യന് മനുഷ്യൻ എന്ന നിലയിൽ ധാർമ്മികനാവാൻ കഴിയില്ല. ആയതിനാൽ, ഇന്നുപോലും, ആരെങ്കിലും മതപ്രമാണങ്ങളെ സംശയിക്കുമ്പോൾ അവൻ അധാർമ്മികനാണെന്ന് അധിക്ഷേപിക്കപ്പെടുന്നു. ഇതു സൂചിപ്പിക്കുന്നത്, ഒരു പോലീസുകാരന്റെ - അയാൾ നിൽക്കുന്നത് സ്വർഗ്ഗത്തിലോ തെരുവുമൂലയിലോ ആകട്ടെ - നിർബന്ധത്തിനു കീഴിൽ മാത്രമേ മനുഷ്യന് ധാർമ്മികനാവാൻ കഴിയൂ എന്നാണ്. തെരുവുമൂലയിൽ പൊലീസുകാരൻ ഉള്ളതിനാൽ മനുഷ്യൻ മോഷ്ടിക്കുന്നില്ല, സ്വർഗ്ഗത്തിലെ പൊലീസുകാരൻ കാരണം അവൻ പാപം ചെയ്യുന്നില്ല. ഞാനിതിനെ വളരെ ഉന്നതമായ ഒരു ധാർമ്മികതത്ത്വം എന്ന് വിളിക്കുന്നില്ല.

ധാർമ്മികമായ തീർപ്പ് കൽപ്പിക്കുന്നതിനുള്ള കഴിവ് മനുഷ്യൻ എന്ന നിലയിൽ മനുഷ്യനിൽ, ഒരു ജൈവസത്ത എന്ന നിലയിലുള്ള മനുഷ്യനിൽ അന്തർലീനമാണ്; വിലയിരുത്താനും വിവേചിച്ചറിയുവാനുമുള്ള കഴിവായ യുക്തിബോധം ഒരു ജൈവഗുണമെന്ന നിലയിൽ മനുഷ്യനിൽ അന്തർലീനമാണ് എന്നു തെളിയിക്കാൻ നമുക്കു കഴിയുമ്പോൾ

മാത്രമേ മനുഷ്യൻ ചരിത്രത്തിന്റെയും തന്റെ സ്വന്തം ഭാഗധേയത്തിന്റെയും സ്രഷ്ടാവാണെന്ന സിദ്ധാന്തത്തെ നമുക്ക് അംഗീകരിക്കാനാവൂ. മനുഷ്യൻ ഒരു അതിമാനുഷശക്തിക്ക് കീഴ്പ്പെട്ടിരിക്കുന്നിടത്തോളം അവന് തന്റെ ഭാഗധേയത്തെ സൃഷ്ടിക്കാനാവില്ല എന്നത് വ്യക്തമാണ്. അതിമാനുഷശക്തികളിലുള്ള മനുഷ്യന്റെ വിശ്വാസത്തെ ഇല്ലാതാക്കുക എന്നത് ഭൂമിയിലെ അവന്റെ ചുറ്റുപാടുകളെ മെച്ചപ്പെടുത്തുന്നതിനുള്ള മുന്നുപാധിയാണ്. ഒരു ദാർശനികവിപ്ലവം നടക്കണം എന്നു പറയുമ്പോൾ നാം അർത്ഥമാക്കുന്നത് അതാണ്. ജീർണ്ണിച്ച വിധിവാദപരവും മരവിപ്പിക്കുന്നതുമായ മതാത്മകചിന്താരീതിയുടെ സ്ഥാനത്ത് ഇന്ത്യൻ ജനങ്ങളുടെ മനസ്സുകളിൽ ശാസ്ത്രീയ ചിന്താരീതിയെ അതു സ്ഥാപിക്കും.

നമ്മുടെ സ്വന്തം അനുഭവത്തിൽനിന്നും മറ്റു രാജ്യങ്ങളുടെ അനുഭവത്തിൽ നിന്നും പഠിച്ചുകൊണ്ട് മനുഷ്യനെ - നിഗൂഢമോ ദുർഗ്രാഹ്യമോ ആയ ഒരു സത്തയായല്ല, മറിച്ച്, യുക്തിയും ധാർമ്മികതയുമുള്ള ഒരു ജൈവസത്ത എന്ന നിലയിൽ തന്റെ സ്വന്തം കാലുകളിൽ നിൽക്കാനും, ആയതിനാൽ സ്വന്തം ലോകത്തെ സൃഷ്ടിക്കാനും കഴിയുന്ന ഒരു മനുഷ്യനെ - കാര്യങ്ങളുടെ കേന്ദ്രത്തിൽ പ്രതിഷ്ഠിക്കുന്ന ഒരു പുതിയ തത്ത്വശാസ്ത്രം വികസിപ്പിക്കുന്ന കർത്തവ്യത്തിൽ നാം സ്വയം ഏർപ്പെട്ടിട്ടുണ്ട്. ഈ മനുഷ്യലോകത്തിൽ സൃഷ്ടിക്കപ്പെട്ടിട്ടുള്ളതെല്ലാം മനുഷ്യൻ സൃഷ്ടിച്ചിട്ടുള്ളതാണ്.

ഒരു അതിമാനുഷശക്തിയുടെ ഉപകരണമെന്ന നിലയിലല്ല, മറിച്ച്, നമ്മുടെ സ്വന്തം സ്വാതന്ത്ര്യത്താൽ നമുക്ക് പ്രവർത്തിക്കാനാവുമെന്ന് നമുക്കറിയാമെങ്കിൽ മാത്രമേ മനുഷ്യചരിത്രത്തിൽ പുതിയൊരദ്ധ്യായം നമുക്ക് തുറക്കാനാവൂ.

ഒരു തത്ത്വശാസ്ത്രത്തെ - അതിപുരാതനകാലം മുതൽ എല്ലായിടത്തും മനുഷ്യമനസ്സ് അതിനുമേൽ പ്രയത്നിച്ചുകൊണ്ടിരിക്കുകയാണ്; അതിന്റെ മുളകൾ നമ്മുടെ സ്വന്തം പ്രാചീന സാഹിത്യത്തിലുമുണ്ട് - വികസിപ്പിക്കുന്ന പ്രാഥമിക കർത്തവ്യം പൂർത്തീകരിച്ചുകൊണ്ട് നാമിപ്പോൾ ആ സന്ദേശത്തെ ജനങ്ങളിലെത്തിക്കുന്ന കർത്തവ്യം ഏറ്റെടുത്തിരിക്കുന്നു. ആയതിനാൽ, നാമതിനെ നവോത്ഥാന പ്രസ്ഥാനം എന്നു വിളിക്കുന്നു - ഇന്ത്യൻ പൗരുഷത്തിന്റെ പുനർജന്മത്തിനു വേണ്ടിയുള്ള ഒരു പ്രസ്ഥാനം. നവോത്ഥാനം പ്രാചീന ഇന്ത്യയുടെ പുനരുജ്ജീവനത്തെ അർത്ഥമാക്കുന്നില്ല. ഭൂതകാലം ഭൂതകാലമാണ്; നമുക്കതിനെ പുനരുജ്ജീവിപ്പിക്കാനും കഴിയില്ല. എന്നാൽ, സ്ഥലകാലങ്ങളെ അതിവർത്തിക്കുന്നതും സ്വാതന്ത്ര്യത്തിന്റെ

അതിരുകളെ വികസിപ്പിക്കുക എന്ന നമ്മുടെ ഉദ്ദേശ്യത്തിനുതകുന്നതും നമ്മുടെ ഭാവി രൂപപ്പെടുത്താൻ ഒരു വിളക്കെന്ന നിലയിൽ ഇപ്പോഴും നമ്മെ സഹായിക്കുന്നതുമായ ചില സത്യങ്ങളെ കണ്ടെത്തുന്നതിന് നമുക്ക് ഭൂതകാലത്തിലേക്കു നോക്കാൻ കഴിയും. പക്ഷെ, ഏതൊരു നവോത്ഥാനവും ഇന്ത്യയിലെ സ്ത്രീപുരുഷൻമാരുടെ മാനസികവും ആത്മീയവുമായ പുനർജന്മമായിരിക്കണം. ഇതുവരെയും മനുഷ്യൻ ദൈവങ്ങളുടെ ഒരു പ്രതിനിധിയും ഈശ്വരേച്ഛയുടെ ഒരു പ്രകടനവുമായിരുന്നു; വിശുദ്ധനോ രക്ഷകനോ ആയിരുന്നു. സ്വയം മനുഷ്യനായിരിക്കുക എന്നത് വേണ്ടത്ര പരിഗണിക്കപ്പെട്ടിരുന്നില്ല. തന്റെ ഭാഗധേയത്തിന്റെ സ്രഷ്ടാവും അതിപുരാതനകാലം മുതലുള്ള ചരിത്രത്തെ സൃഷ്ടിച്ചവനുമായ മനുഷ്യൻ നമ്മുടെ കാലത്ത് വീണ്ടും അപ്രകാരം ചെയ്യാതിരിക്കരുത് - നമുക്കുശേഷം വരുന്നവർക്ക് ശോഭനമായ ഒരു ഭാവി ഉണ്ടാകണമെന്ന് നാം ആഗ്രഹിക്കുന്നുവെങ്കിൽ.

എന്നാൽ, ഈ സന്ദേശം എല്ലായിടത്തും എത്തിക്കാൻ കഴിയുന്നതിനുമുമ്പായി പഠിപ്പിക്കുന്നവരെ നാം പഠിപ്പിക്കണം. ഓരോ മതത്തിനും അതിന്റെ അപ്പോസ്തലൻമാരുണ്ട്. ഒരുകൂട്ടം അപ്പോസ്തലൻമാരെ - മതത്തിന്റെയല്ല, മറിച്ച്, സ്വാതന്ത്ര്യത്തിന്റെ - സൃഷ്ടിക്കുക എന്ന കർത്തവ്യം നവോത്ഥാന പ്രസ്ഥാനം സ്വയം ഏറ്റെടുക്കണം. സ്വാതന്ത്ര്യം എന്ന ആദർശത്തിൽ പ്രചോദിതരായ സ്ത്രീപുരുഷൻമാർ, വലിയൊരു വിഭാഗം ഇന്ത്യക്കാർ മുങ്ങിക്കിടക്കുന്ന അജ്ഞതയെ അകറ്റുന്ന ജ്ഞാനവാക്കുകൾ ജനങ്ങളിലെത്തിക്കും. നിസ്സഹായതയും നിരാശയും അനുഭവിക്കുന്ന നിശ്ശബ്ദരായ ബഹുജനങ്ങൾ, ശാസ്ത്രജ്ഞാനത്തിന്റെ വെളിച്ചത്തിൽ, തങ്ങൾ മഹത്തായതും നല്ലതുമായ കാര്യങ്ങൾ ചെയ്യാൻ കഴിവുള്ള മനുഷ്യരാണ് എന്ന് ഓർക്കും. ഈ രണ്ടിനുമിടയിൽ നാം മഹത്വത്തേക്കാൾ നന്മയ്ക്ക് വലിയ പ്രാധാന്യം നൽകുകയും ചെയ്യുന്നു. ലോകത്തിന് വേണ്ടത്ര മഹാൻമാരുണ്ടായിട്ടുണ്ട്. അവർ ലോകത്തെ നാശത്തിന്റെ വക്കിലേക്ക് എത്തിക്കുകയും ചെയ്തിട്ടുണ്ട്. സ്വയം ചിന്തിക്കാൻ കഴിയുന്ന നല്ല മനുഷ്യരെയാണ് ലോകത്തിന് ഇന്നാവശ്യം. സത്യത്തിന്റെ വെളിച്ചവും സ്വാതന്ത്ര്യത്തിന്റെ സന്ദേശവും എല്ലായിടത്തും വ്യാപിപ്പിക്കുന്ന അത്തരം നല്ല മനുഷ്യരുടെ എണ്ണം നമ്മുടെ രാജ്യത്ത് വർദ്ധിക്കുന്നതു കാണാനുള്ള കർത്തവ്യം നവോത്ഥാന പ്രസ്ഥാനം സ്വയം ഏറ്റെടുത്തിട്ടുണ്ട്. ഈ സന്ദേശം വ്യാപിക്കപ്പെടുന്നതിന് ആനുപാതികമായി, സ്വതന്ത്രമായി ആർക്കും ശ്വസിക്കാൻ കഴിയാത്ത, ശ്വാസംമുട്ടിക്കുന്ന അന്തരീക്ഷമുള്ള ജീർണ്ണിച്ച ഇന്ത്യൻ സമൂഹത്തെ താങ്ങിനിർത്തുന്ന അടിത്തറ തകർന്നടിയും.

പക്ഷെ, പഴയ വീടിനെ തകർത്തിടുന്നതിനു മുമ്പായി മെച്ചപ്പെട്ട ഒരു ഘടന നിർമ്മിക്കുന്നതിനാവശ്യമായ വസ്തുക്കൾ തയ്യാറാക്കിവച്ചിരിക്കണം. ഒരുപക്ഷെ, നിങ്ങൾക്ക് നല്ല സ്ഥാപനങ്ങളെ സൃഷ്ടിക്കാൻ കഴിയും; എന്നാൽ, അതു പ്രവർത്തിപ്പിക്കുന്നതിനായി നല്ല മനുഷ്യരില്ലെങ്കിൽ അവയെക്കൊണ്ട് യാതൊരു ഉപയോഗവും ഉണ്ടാവില്ല എന്ന കാര്യം ഓർക്കേണ്ടതുണ്ട്.

അന്യൂനമായ ഒരു ജനാധിപത്യഭരണഘടന നമുക്കുണ്ടായിരുന്നുവെങ്കിൽപോലും നമ്മുടെ രാജ്യത്തെ ബഹുഭൂരിപക്ഷം ജനങ്ങൾക്കും ആ ത്വര, ആ ആഗ്രഹം, സ്വാതന്ത്ര്യത്തെയും ജനാധിപത്യത്തെയും കുറിച്ചുള്ള ആ ജ്ഞാനം ഇല്ലാത്തതിനാൽ അതു പ്രവർത്തിക്കുമായിരുന്നില്ല. ജനങ്ങൾ സ്വയം ഉണരുമാറ് ആ ഇച്ഛയെ, ആ ആഗ്രഹത്തെ, ആ ത്വരയെ ആദ്യം അവരിൽ സൃഷ്ടിക്കുകയും കടത്തിവിടുകയും ചെയ്യേണ്ടതുണ്ട്. മുകളിൽ നിന്നുള്ള ഒരു സാമൂഹികവിപ്ലവം നമുക്കാവശ്യമില്ല. മുകളിൽനിന്ന് അടിച്ചേൽപ്പിച്ച ഘടനാപരമായ മാറ്റങ്ങൾ പ്രവർത്തിക്കുന്നില്ല. അത് അടിച്ചേൽപ്പിക്കുന്നവർ ഭരണാധികാരികളായി മാറുന്നു - ഏറിയാൽ, ജനങ്ങൾക്കുവേണ്ടിയുള്ള ഭരണാധികാരികൾ.

സ്വതന്ത്ര മനുഷ്യർക്ക്, പരസ്പരം യോജിപ്പോടെ ജീവിക്കുന്ന ജനങ്ങൾക്കു മാത്രമേ ഒരു സ്വതന്ത്രസമൂഹത്തെ സൃഷ്ടിക്കാനാവൂ. അധികാരത്തിനുവേണ്ടി പോരാടുകയും പരസ്പരം കഴുത്തറക്കാൻ ശ്രമിക്കുകയും ചെയ്യുന്ന രാഷ്ട്രീയക്കാർക്ക് അതിനാവില്ല. നല്ല മനുഷ്യർക്കു മാത്രമേ നല്ലൊരു സമൂഹത്തെ സൃഷ്ടിക്കാനാവൂ. നാം മനോഹരമായ വീടുകൾ രൂപകൽപ്പന ചെയ്തു; എന്നാൽ, ഉറപ്പുള്ള ഇഷ്ടികകൾ ഉണ്ടാക്കുന്ന കാര്യം അവഗണിച്ചു എന്നതാണ് ഇതുവരെ പറ്റിയ തെറ്റ്. തങ്ങളുടെ അന്തസ്സിനെപ്പറ്റിയും സ്വതന്ത്രരാവാനുള്ള ഇച്ഛയെപറ്റിയും സ്വതന്ത്രരും നല്ലവരും ആകാൻ ആഗ്രഹം ഉണ്ടാക്കുന്ന തങ്ങളിൽ അന്തർലീനമായ യുക്തിബോധത്തെപ്പറ്റിയും വ്യക്തികളെ ബോധവാൻമാരാക്കുന്ന പ്രാഥമിക കർത്തവ്യത്തിൽ നാം സ്വയം ഏർപ്പെടുന്നു. എന്തെന്നാൽ, അത്തരം വ്യക്തികൾക്കു മാത്രമേ നല്ലതും സ്വതന്ത്രവുമായ ഒരു സമൂഹത്തെ സൃഷ്ടിക്കാനാവൂ. അത്തരം വ്യക്തികളുടെ എണ്ണം വർദ്ധിക്കുമ്പോൾ, നിങ്ങളെല്ലാം ആഗ്രഹിക്കുന്നതും അനിവാര്യവുമായ സാമൂഹികവിപ്ലവത്തെ സഹായിക്കുന്ന മാറ്റങ്ങൾ സമൂഹത്തിലുണ്ടാകും. എന്നാൽ, അതാരെങ്കിലും നിങ്ങൾക്കു കൊണ്ടുവന്നു തരും എന്നു പ്രതീക്ഷിക്കരുത്. ഈ വഴിയിലൂടെ മാത്രമേ അതു വരൂ. കുറഞ്ഞത്, ഈ ആശയങ്ങളെപ്പറ്റി കൂടുതൽ ചിന്തിക്കാനുള്ള ആഗ്രഹം നിങ്ങളിൽ

ഉണർത്തുന്നതിൽ ഞാൻ വിജയിച്ചിട്ടുണ്ടെങ്കിൽ, സ്വതന്ത്ര മനുഷ്യരുടെ സൈന്യം വളരും എന്ന കാര്യം എനിക്കുറപ്പാണ്. സ്വതന്ത്ര മനുഷ്യരുടെ പട വളരുമ്പോൾ ലോകത്തിൽ സ്വാതന്ത്ര്യം വർദ്ധിക്കും. ഈ മാർഗ്ഗത്തിലൂടെ മാത്രമേ സ്വാതന്ത്ര്യം ഒരു യാഥാർത്ഥ്യം ആവുകയുള്ളൂ.

(1955).

www.ingramcontent.com/pod-product-compliance
Lightning Source LLC
LaVergne TN
LVHW060152061026
849517LV00019B/2360
* 9 7 8 9 3 9 0 4 0 4 7 5 9 *